ഗ്രീൻ ബുക്സ്

ഒളിയൻ ശില

ആൻട്രിക് ഗ്രോമിക്

1980ൽ കൊല്ലം ജില്ലയിൽ തൃക്കടവൂർ
പഞ്ചായത്തിലെ കുരീപ്പുഴയിൽ ജനിച്ചു.
കുരീപ്പുഴ ഗവ. എൽ.പി. സ്കൂൾ,
നീരാവിൽ എസ്.എൻ.ഡി.പി.എച്ച്.എസ്,
കാഞ്ഞിരമറ്റം സെന്റ് ഇഗ്നേഷ്യസ്
ഹയർ സെക്കന്ററി സ്കൂൾ എന്നിവിടങ്ങളിലായി
സ്കൂൾ വിദ്യാഭ്യാസവും
കേരള യൂണിവേഴ്സിറ്റിയിൽ
നിന്ന് ബിരുദപഠനവും പൂർത്തിയാക്കി.
ഇപ്പോൾ കേരള പൊലീസ് വകുപ്പിൽ
സബ് ഇൻസ്പെക്ടറായി സേവനം
അനുഷ്ഠിച്ചു വരുന്നു.
ആദ്യകൃതി: 'തനോറയിലെ പൂക്കൾ പോലെ'.
വിലാസം : വിളയിൽ പുത്തൻവീട്,
മതിലിൽ പി.ഒ.,
കൊല്ലം.
Email: andrict10@gmail.com

നോവൽ

ഒളിയൻ ശില

ആൻട്രിക് ഗ്രോമിക്

ഗ്രീൻബുക്സ്

green books private limited
gb building, civil lane road, ayyanthole,
thrissur- 680 003, kerala, ph: +91 487-2381066, 2381039
website: www.greenbooksindia.com
e-mail: info@greenbooksindia.com

branches:
thrissur 0487-2422515
thiruvananthapuram 0471-2335301
calicut 0495 4854662

malayalam
oliyan sila
novel
by
andric gromic

published march 2023

printed in india
geethanjali offset prints, kozhikode

isbn : 978-93-95878-63-0

₹ 200.00
GBPL/1287/2023

മുഖക്കുറി

ഇച്ഛാശക്തിയുടെയും മനശ്ശുദ്ധിയുടെയും ദാർശനികതയുടെയും ആധുനിക മുഖമാണ് ഒളിയൻ ശിലയിലെ കേന്ദ്രകഥാപാത്രമായ രഘുരാമന്റെ ജീവിതം. വർത്തമാനകാലത്ത് നിരാശയിൽ കഴിയുന്ന ഏതൊരു മനുഷ്യനും ഉണർവ്വിന്റെ പുതിയ ലോകത്തെ കാണിച്ചു തരുന്ന നോവൽ. തത്ത്വചിന്തയിൽ നിന്നുരുവംകൊണ്ട, മനോഹരമായ ഒരു ശിൽപം പോലെ വാർത്തെടുത്ത രചന.

എഡിറ്റർ

സമർപ്പണം

അകാലത്തിൽ പൊലിഞ്ഞുപോയ
എന്റെ അമ്മയേയും
അറിവിന്റെ വെളിച്ചത്തിലേക്ക്
എന്നെ നയിച്ച ഗുരുക്കന്മാരേയും
എഴുത്തിന്റെ വഴിയിൽ എന്നും എന്നെ
പ്രോത്സാഹിപ്പിക്കുകയും വേണ്ട നിർദ്ദേശങ്ങൾ
നൽകുകയും ചെയ്തു പോരുന്ന
ഗുരുതുല്യനായ ശ്രീ. അലക്സാണ്ടർ ജേക്കബ്
ഐ.പി.എസ്. അവർകളെയും
ഈ വിശ്വപ്രപഞ്ചത്തിൽ എന്നെ
പരിപാലിച്ചുപോരുന്ന ഈശ്വരനെയും
സ്മരിച്ചുകൊണ്ട് 'ഒളിയൻ ശില'
സഹൃദയരായ വായനക്കാർക്കായി
സമർപ്പിക്കുന്നു.

ആമുഖം

നമ്മുടെ കാതുകൾക്ക് ഹൃദയത്തെ കേൾക്കുവാനും കണ്ണുകൾക്ക് ആത്മാവിന്റെ നന്മയെ ദർശിക്കുവാനും കഴിയുമ്പോഴാണ് നാം ഓരോരുത്തരും ഈശ്വരാംശമായി, വീണ്ടും ജനിച്ചവരായി തീരുന്നത്.

നിരന്തരപരാജയങ്ങളുടെ സമരാഗ്നിയിലൂടെ തന്നിലെ ആത്മാംശത്തിന്റെ ശക്തിയാൽ ഹൃദയത്തിൽ പ്രണയവും സിരകളിൽ വീര്യവും നിറച്ച് ഒരു യോദ്ധാവിനെപോലെ സഞ്ചരിച്ച് പ്രപഞ്ചഹൃദയത്തെ കേൾക്കുവാനും അതിന്റെ ആത്മാംശത്തെ ദർശിക്കുവാനും പഠിച്ച ഒരു ശിൽപിയുടെ കഥ.

'ഒളിയൻ ശില' എന്ന എന്റെ കൃതി പ്രിയവായനക്കാർക്കായി സാദരം സമർപ്പിക്കുന്നു.

നന്ദിപൂർവ്വം,

ആൻട്രിക് ഗ്രോമിക്

അവതാരിക

മോഹവും മോഹഭംഗങ്ങളും മനുഷ്യജീവിതത്തിന്റെ സന്തതസഹചാരിയാണ്. ജനനം എന്ന യാദൃച്ഛികത്വം മനുഷ്യനെ ചിലപ്പോൾ ജീവിതകാലം മുഴുവൻ അടിമത്തവും പീഡനവും കൊണ്ടുവരും. ഇതിൽ രണ്ടിൽനിന്നും ഫിനിക്സ് പക്ഷിയെപോലെ ഉയർത്തെഴുന്നേൽക്കുവാൻ ചിലർക്കു കഴിയും. ഈ വലിയ സത്യം ആൻട്രിക് തന്റെ 'ഒളിയൻ ശില' എന്ന നോവലിലെ രഘുരാമൻ എന്ന കഥാപാത്രത്തിലൂടെ ആഖ്യാനം ചെയ്തിരിക്കുന്നു. പോസിറ്റീവിസം എന്ന മനശ്ശാസ്ത്രതത്ത്വം ആധുനിക കാലത്തെ ജനങ്ങൾക്ക് മനസ്സിലാക്കുവാൻ പുരാണകാലത്തെ ഒരു യാത്രയിലൂടെ നോവലിസ്റ്റ് വ്യാഖ്യാനിക്കുന്നു.

രഘുരാമൻ എന്നത് രാമായണത്തിലെ രഘുവംശത്തിലെ ശ്രീരാമന്റെ പേരാണ്. രാമന്റെ യാനം അഥവാ യാത്രയാണ് രാമായണം. അത് കോസലദേശ തലസ്ഥാനമായ അയോദ്ധ്യയിൽനിന്നും (Eastern U.P.) പുറപ്പെട്ട് ചിത്രകൂട്, ദണ്ഡകാരുണ്യ (Jharkand) കടന്ന് ഋഷ്യമൂകാചലം (North Madhyapradesh) കടന്ന് ലങ്ക (Lanka District of Orissa) യിൽ എത്തി മടങ്ങുന്നു. ഇതിന് ഇന്ത്യൻ ഐതീഹ്യങ്ങളിൽ പല പാഠ്യാന്തരങ്ങളുമുണ്ട്. ആൻട്രിക്കിന്റെ രഘുരാമൻ ശാല്യരാജ്യം, മഹാഭാരതത്തിലെ ശാല്യരുടെ സൗത്ത് ഹരിയാനയിൽ നിന്നും തുടങ്ങി ചോരസാമ്രാജ്യം (Chambal Valley, Western U.P.) കടന്ന് കോസലത്തിലെത്തി (അയോദ്ധ്യ, ഈസ്റ്റേൺ യു.പി) ദേവരാജ്യത്തിൽ (Nepal Himalayas) എത്തുന്നു. ഇതിഹാസകാലത്തെ ഇന്ത്യയിലൂടെയുള്ള യാത്ര. പ്രതീകാത്മക ഇതിഹാസകാലത്തെ ഇന്ത്യയിലൂടെയുള്ള യാത്ര ഒരു Mystical Experience പോലെ മനസ്സിലാക്കേണ്ടതാണ് (Allegorieac Novel).

അനാഥബാല്യം ഒരു വലിയ ശാപം തന്നെയാണ്. അമ്മയെയും അച്ഛനെയും തിരിച്ചറിയാത്ത ബാല്യം Sargon, Edipus, Enkidu, sakunthala, Mosses തുടങ്ങിയ പലരിലൂടെ നാം തിരിച്ചറിയുന്നതാണ്. രഘുരാമനിൽ നമുക്കത് മനസ്സിലാകും. ഗുരുവിൽനിന്നും ലഭിച്ച അറിവ് പ്രയോജനപ്പെടാതെ പോകുന്ന കർണ്ണനെ ഒളിയൻ ശിലയിലെ പരാജയത്തിൽ നാം വായിക്കുന്നു. ശില സംസാരിച്ച് വഴികാട്ടുന്നത് ഡൽഹിയിലെ പൃഥിരാജ്സിംഗതോമറിലൂടെയും ഉജ്ജയിനിയിലെ മാളവിക മാലയിട്ട കാളിദാസകഥയിലും പൂന്താനത്തോടും മേൽപ്പുത്തൂരിനോടും സംസാരിച്ച ഗുരുവായൂരിലെ ശ്രീകൃഷ്ണഭഗവാന്റെ കലയിലും നാം കാണുന്നു. രഘുരാമന്റെ യാത്ര കാളിദാസന്റെ മേഘസന്ദേശം പോലെ വായിക്കാം. ചോരരാജ്യത്തെ കഥ കാട്ടിലകപ്പെട്ട യദുവിനെ പോലെയും ദമയന്തിയെപ്പോലെയും രസകരമാണ്, ചിലപ്പോൾ ആലിബാബയെപ്പോലെയും.

ഒരു പൊലീസ് ഉദ്യോഗസ്ഥൻ എന്ന നിലയിൽ ഓരോ രാജ്യത്തെയും നിമയവ്യവസ്ഥകൾ നോവലിസ്റ്റ് ക്രോഡീകരിക്കുന്നു. ശാല്യരാജ്യത്തെ നിയമവും ചോര രാജ്യത്തെ നിയമവും കോസല രാജ്യത്തെ നിയമവും ദേവരാജ്യത്തെ നിയമവും ഐ.പി.സിയും സി.ആർ.പി.സി.യുംപോലെ പഴുതില്ലാതെ എസ്.ഐ വ്യാഖ്യാനിക്കുന്നു. ഇത് നിയമജ്ഞർക്ക് രസകരമാണ്. Loophole Advocates, Prosecution നിൽനിന്ന് രക്ഷപ്പെടാനായി വകുപ്പുകൾ കണ്ടുപിടിക്കും പോലെ ആൻഡ്രിക് രഘുരാമന്റെ മോചനം വിവരിക്കുന്നു.

രഘുരാമന്റെ സ്വപ്നം എ.പി.ജെ അബ്ദുൾകലാം വിവരിക്കുന്നതുപോലുള്ള ഒരു സ്വപ്നമാണ്. 'ലക്ഷ്യം കാണും വരെ ഉറക്കം കെടുത്തുന്ന സ്വപ്നം'. സ്വപ്നം യാഥാർത്ഥ്യമാകുന്നത് വേദപുസ്തകത്തിലെ ഒരു അധികാരലബ്ധിയുടെ മാർഗ്ഗമാണ്. സ്വപ്നങ്ങൾ യാഥാർത്ഥ്യമാക്കി ജോസഫ് ഈജിപ്റ്റിൽ മന്ത്രിയായി, ദാനിയേൽ പ്രവാചകൻ ബാബിലോണിൽ മന്ത്രിയായി, യേശുക്രിസ്തു ഇമ്മാനുവലായി ഭൂമിയിൽ ഭൂജാതനായി, അതുപോലെ സ്വപ്നം യാഥാർത്ഥ്യമായി രഘുരാമൻ രാജാവായി.

Transformation നോവലിന്റെ ഒരു Theme ആണ്.

കന്യകയുടെ പ്രതിമ രാജകുമാരിയായി, യോദ്ധാവിന്റെ പ്രതിമ മിത്രദേവനായി, ദാർശനികന്റെ പ്രതിമ ദാർശനിക

മഹാത്മാവായി. ക്രിസ്ത്യാനികൾക്ക് ഗോതമ്പ് അപ്പം വിശുദ്ധ കുർബാനയിൽ യേശുവിന്റെ മാംസവും രക്തവുമാകുന്ന രൂപാന്തരീകരണം എന്ന സങ്കൽപ്പമുണ്ട്, ഹിന്ദുക്കൾക്ക് ആദിശങ്കരന്റെ 'ത്രിപുരസുന്ദരി' സ്തുതി ചൊല്ലിയപ്പോൾ കാശിയിലെ ദേവിയുടെ പ്രതിമ മനുഷ്യസ്ത്രീയാവുന്നതും തിരിച്ച് പ്രതിമയാവുന്നതും പ്രസ്താവിച്ചിട്ടുണ്ട്. 'ജഗദ്ഗുരു ആദിശങ്കരൻ'- എന്ന സിനിമയിൽ ഇത് വളരെ നന്നായി അഭിനയിച്ചു കാണിച്ചിട്ടുണ്ട്. ഇത് സാധാരണ മനുഷ്യജീവിതത്തിൽ നടപ്പാക്കേണ്ടതുണ്ട്.

ആധുനികയുഗത്തിലെ യുവാക്കൾക്ക് Be Positive Approach വേണം. അതാണ് ഒളിയൻ ശില യുവാക്കളെ പഠിപ്പിക്കുന്നത്. Modern Novel formന് പകരം ഒരു പുരാണ കഥയുടെ മോഡൽ ആണ് ഈ നോവൽ സ്വീകരിച്ചിട്ടുള്ളത്. ഇത് Rowlingsന്റെ നോവൽ വായിക്കുന്നതുപോലെയും Bunyanന്റെ Pilgrims Progress വായിക്കുന്നതു പോലെയും വായിച്ചാൽ വളരെ ഗുണകരമായിരിക്കും. വേദപുസ്തകത്തിൽ പറയുന്നു - ''തള്ളിക്കളഞ്ഞ കല്ല് മൂലക്കല്ലായി'' എന്ന്. തള്ളിക്കളഞ്ഞ ഒളിയൻ ശില രാജശിലയായി വായനക്കാർക്ക് അനുഭവവേദ്യമാകും.

Alexander Jacob IPS
B.Sc (Chemistry), MA (English),
M.A (History), M.A (Politics),
M.A (Sociology) Ph.D (English),
Director General of Police (Rtd.), Kerala

പരാജയപ്പെടുത്തിയ ഒളിയൻ ശിലകൾ

പകൽനേരങ്ങളിൽ രഘുരാമൻ ധർമയുടെ ശിൽപനിർമ്മാണ ശാലയിൽ ശിൽപങ്ങൾ കൊത്തിയെടുക്കുന്ന തിരക്കിലായിരിക്കും. സായന്തനങ്ങളിൽ താഴ്വാരത്തുകൂടി ഒഴുകുന്ന ഈറാ നദിക്കരയിലെ മണൽപ്പരപ്പിൽ ശാന്തമായൊഴുകുന്ന നദിയുടെ പ്രശാന്തസുന്ദരമായ കാഴ്ചയിലാണ്ടിരിക്കും. പുഴയോരത്ത് ഏകനായിരിക്കുന്നതാണ് അവനിഷ്ടം. ഏകനായി എന്നു പറഞ്ഞുകൂടാ, അവന്റെ സ്വപ്നങ്ങളുടെ ചിറകിൽ, ചിന്തകളുടെ കൂട്ടുപിടിച്ച് ഒരു സ്വപ്ന സഞ്ചാരത്തിലായിരിക്കുമവൻ.

മറ്റ് ചിലപ്പോൾ തന്റെ പ്രിയപ്പെട്ട ധർമയെക്കുറിച്ചും തന്റെ രാജ്യത്തെക്കുറിച്ചും പിന്നെ അവിടെ വസിക്കുന്ന ജനങ്ങളെക്കുറിച്ചും എന്തെല്ലാമോ ചിന്തിച്ചിരിക്കും. പുഴയോരത്തെ മണൽപരപ്പിൽ ചിന്തയിലാണ്ടിരിക്കുന്ന രഘുരാമനെ കണ്ടാൽ ജലപരപ്പിലേക്ക് മിഴിനട്ടിരിക്കുന്ന ഒരു വെണ്ണക്കൽ പ്രതിമയാണെന്നേ തോന്നൂ. അവൻ വസിക്കുന്ന രാജ്യവും അവിടുത്തെ സംസ്ക്കാരവും എല്ലാം വിചിത്രങ്ങൾ തന്നെ.

ശിൽപികൾ നിറഞ്ഞ ഒരു രാജ്യം, 'ശിൽപകലയുടെ പറുദീസ' ഒരു ജനസമൂഹം മുഴുവൻ ശിൽപങ്ങൾ നിർമ്മിച്ച് അവയുടെ മനോഹാരിതയിൽ മുഴുകി ജീവിക്കുന്ന സംസ്ക്കാരം.

ഓ, രഘുരാമൻ ആരാണന്നല്ലേ?

അങ്ങ് ഹിമാലയ മലമടക്കുകൾക്ക് കിഴക്ക്പടിഞ്ഞാറ് മുതൽ മദ്ധ്യേഷ്യവരെ വ്യാപിച്ചു കിടക്കുന്ന ബൃഹത്തായ ദേവരാജ്യസാമ്രാജ്യത്തിന്റെ പന്ത്രണ്ട് സാമന്തരാജ്യങ്ങളിൽ ഏറ്റവും ചെറിയ രാജ്യമായ ശാല്യരാജ്യത്തെ ഒരു ശിൽപിയാണവൻ. ശാല്യരാജ്യം സായ്‌വർ കുന്നുകളിലും അതിന്റെ താഴ്വരകളിലുമായി വ്യാപിച്ചു കിടക്കുന്ന ഒരു ചെറുരാജ്യമാണ്. അവിടെ സായ്‌വർ കുന്നുകളിലെ ഏറ്റവും

വലിയ കുന്നിൽ സ്ഥാപിച്ചിരിക്കുന്ന അവരുടെ രാജ്യത്തിന്റെ ദേവനായ മാരോൺ ദേവന്റെ ക്ഷേത്രമാണ് ശിൽപകലയിലും വലിപ്പത്തിലും രാജ്യത്തെ ഏറ്റവും മഹത്തായ നിർമ്മിതി. ആ ക്ഷേത്രമതിൽക്കെട്ടിനോട് ചേർന്ന് ധാരാളം മുറികൾ ഉള്ളതും വിശാലമായ സ്വീകരണമുറിയോടുകൂടിയതുമായ ഭഗവൽപുരയിലാണ് ദേവദാസികളെ പാർപ്പിച്ചിരിക്കുന്നത് ദേവദാസി സമ്പ്രദായം ആ രാജ്യത്ത് ഏറ്റവും ശ്രേഷ്ഠമായി കരുതിയിരുന്ന ആചാരമായിരുന്നു. മാരോൺ ദേവന്റെ പ്രീതിക്കായി വർഷാവർഷം ഋതുമതികളായ കന്യകകളെ ദേവദാസികളായി സമർപ്പിച്ചിരുന്നു.

രാജ്യത്തെ ജനങ്ങൾ ജാതിവ്യവസ്ഥയിൽ തരംതിരിക്കപ്പെട്ടിരുന്ന ശാല്യരാജ്യത്ത് താഴ്ന്ന ഗോത്രത്തിൽ പിറക്കുന്ന പെൺകുട്ടികളിൽ ആദ്യത്തെ കുട്ടിയെ, അവൾ ഋതുമതിയാവുമ്പോൾ പ്രത്യേക പൂജാദി കർമ്മങ്ങൾ നടത്തി ഭഗവൽപുരയിൽ കൊണ്ടുപോയി മാരോൺ ദേവന് സമർപ്പിക്കണമായിരുന്നു. അങ്ങനെ ദേവദാസിയായി ജീവിക്കുന്ന സ്ത്രീകൾക്ക് പിറക്കുന്ന പെൺകുട്ടികൾ അവളുടെ പാരമ്പര്യം പിൻതുടർന്ന് ദേവദാസിയായിത്തീരണം, പിറക്കുന്നത് ആൺകുട്ടിയാണെങ്കിൽ അഞ്ച് വയസ്സുവരെ അമ്മയോടൊപ്പം അവന് ഭഗവൽപുരയിൽ കഴിയാം, അതുകഴിഞ്ഞാൽ അവിടെ നിന്നും പറഞ്ഞയയ്ക്കും. ആരെങ്കിലും ദത്തെടുത്ത് വളർത്തുകയുമാകാം. ആരും ദത്തെടുത്തു വളർത്തിയില്ലെങ്കിൽ ഒരനാഥനായി അലഞ്ഞ് വളരേണ്ടി വരും.

രാജ്യത്തെ ബഹുഭൂരിപക്ഷം ജനങ്ങളും ശിൽപങ്ങൾ നിർമ്മിച്ചാണ് ഉപജീവനം നടത്തിയിരുന്നത്. ഉയർന്ന ഗോത്രത്തിൽ പിറന്നവർക്കു മാത്രമേ മാരോൺ ദേവന്റെ ക്ഷേത്രമതിൽ കടക്കുവാനും ക്ഷേത്രത്തിനുള്ളിൽ പ്രവേശിച്ച് പ്രാർത്ഥന നടത്തുവാനും അവകാശമുണ്ടായിരുന്നുള്ളൂ. താഴ്ന്ന ഗോത്രത്തിൽ പിറന്ന സാധാരണ ജനങ്ങൾക്ക് ക്ഷേത്രമതിൽക്കെട്ടിന് പുറത്ത് മുപ്പത് അടി അകലെ വരെ മാത്രമേ പ്രവേശനാനുമതി ഉണ്ടായിരുന്നുള്ളൂ. ക്ഷേത്രമതിൽക്കെട്ടിനോട് ചേർന്നുള്ള ഭഗവൽപുരയിൽ പ്രവേശിക്കുവാനും ദേവദാസികളെ പ്രാപിക്കുവാനും ഉയർന്ന ഗോത്രക്കാർക്ക് മാത്രമേ അവകാശമുണ്ടായിരുന്നുള്ളൂ.

ശാല്യരാജ്യത്ത്, രാജ്യത്തെ എല്ലാ പൗരന്മാർക്കുമായി മൂന്ന് വർഷത്തിലൊരിക്കൽ ശിൽപകലാ മത്സരം നടത്തുക പതിവായിരുന്നു. ഈ മത്സരത്തിൽ വിജയികളാവുന്ന പൗരന്മാർക്ക് ശിൽപകലാബിരുദം രാജാവിൽനിന്നും നേരിട്ട് ലഭിക്കുമായിരുന്നു. ഓരോ

പൗരനും മൂന്ന് തവണ മാത്രമേ മത്സരത്തിൽ പങ്കെടുക്കാൻ അവകാശമുണ്ടായിരുന്നുള്ളൂ. ആ ശിൽപകലാ മത്സരത്തിൽ വിജയിക്കുന്നവർക്ക് രാജാവ് ശിൽപകലാ ബിരുദം നൽകി ആദരിക്കുകയും ആ ബിരുദം നേടുന്നവരെ രാജ്യത്തെ ഉത്തമ പൗരന്മാരായി പരിഗണിക്കുകയും ചെയ്തിരുന്നു. അവർ താഴ്ന്ന ഗോത്രത്തിൽ പിറന്നവരായാലും ഉത്തമപൗരന്മാരായി ഗണിച്ചിരുന്നു. താഴ്ന്ന ഗോത്രത്തിൽ പിറന്നവർക്ക് രാജ്യത്തെ ഉത്തമ പൗരനാവാനുള്ള ഒരേയൊരു അവസരമായിരുന്നു ശിൽപനിർമ്മാണ മത്സരം. എന്നാൽ ശിൽപനിർമ്മാണ മത്സരത്തിൽ പങ്കെടുക്കുന്ന താഴ്ന്ന ഗോത്രത്തിൽ പിറന്നവർക്ക് ശിൽപനിർമ്മാണത്തിനുള്ള ശില തിരഞ്ഞെടുക്കുവാനുള്ള അവകാശമുണ്ടായിരുന്നില്ല. രാജശിൽപി കാട്ടികൊടുക്കുന്ന ശിലയിൽ ശിൽപം നിർമ്മിക്കേണ്ടതായും വരും. അക്കാരണത്താൽ തന്നെ പലപ്പോഴും ഉത്തമശില അവർക്ക് ലഭിക്കാറുമില്ല, മത്സരത്തിൽ വിജയിക്കാറുമില്ല.

ബൃഹത്തായ ദേവരാജ്യത്തേക്കും മറ്റു രാജ്യങ്ങളിലേക്കും അതിവിദൂരമായ നാടുകളിലേക്കുമെല്ലാമുള്ള ക്ഷേത്രനിർമ്മാണത്തിനും കൊട്ടാരനിർമ്മിതിക്കും മറ്റുമുള്ള ശിൽപവേലകളിൽ അധികവും നിർമ്മിക്കപ്പെടുന്നത് ശാല്യരാജ്യത്താണ്.

ശാല്യരാജ്യത്തെ ശിൽപങ്ങൾ അതിപ്രശസ്തങ്ങളാണ്. കൂടാതെ വസന്തകാലത്ത് ശാല്യരാജ്യത്തെ സായവർ കുന്നുകളിലെ മലമടക്കുകളിലും താഴ്വരകളിലും വിരിഞ്ഞുനിൽക്കുന്ന വിശിഷ്ടപുഷ്പങ്ങൾ കാണുവാനും അതിന്റെ മനോഹാരിത ആസ്വദിക്കുവാനും ധാരാളം സ്വദേശികളും വിദൂരദേശങ്ങളിൽ നിന്നുള്ള സഞ്ചാരികളും ശാല്യരാജ്യത്ത് എത്തിച്ചേരാറ് പതിവാണ്. അത്രയ്ക്ക് മനോഹരവും പ്രസിദ്ധവുമാണ് അവ.

മലകളും പുഴകളും മനോഹരശിൽപങ്ങളും വയലേലകളും ശിൽപചാരുതയുള്ള മാരോൺ ദേവന്റെ മനോഹര ക്ഷേത്രവും ശൃംഗരാജന്റെ കൊത്തുപണികളാൽ അലംകൃതമായ രാജകൊട്ടാരവും ശിൽപവേലകൾ നിറഞ്ഞ ഉദ്യാനങ്ങളും രാജവീഥികളും അങ്ങാടികളും നിറഞ്ഞ തന്റെ ശാല്യരാജ്യത്തെപ്പറ്റിയുള്ള ചിന്തയിൽ മുഴുകി രഘുരാമൻ ആ പുഴയോരത്ത് മണൽപരപ്പിന്റെ വിശാലതയിൽ ചാഞ്ഞിരുന്നു.

എത്ര മനോഹരമാണ് തന്റെ രാജ്യം. എന്നിട്ടും ഇവിടുത്തെ ജനങ്ങൾ എന്തിനിങ്ങനെ വർണങ്ങളുടെ പേരിൽ നീചനെന്നും ഉത്തമനെന്നും മനുഷ്യനെ തരംതിരിക്കുന്നു? ദുരാചാരങ്ങൾ പിൻതുടരുന്നു? ജാതികളും കുലങ്ങളും ഗോത്രങ്ങളുമായി വേറിട്ടുനിന്ന് മല്ലടിക്കുന്നു?

ഒരുപക്ഷേ മനുഷ്യർ മാത്രമേ ഇങ്ങനെ കലഹിക്കുന്നുണ്ടാകൂ. മൃഗങ്ങൾ മത്സരിക്കുന്നത് ജീവൻ നിലനിർത്താൻ വേണ്ടി മാത്രമാണ്. ദൈവം മനുഷ്യരെ മറ്റ് പക്ഷിമൃഗാദികളെപ്പോലെ നഗ്നരായിട്ടല്ലേ സൃഷ്ടിച്ചത്. എന്നിട്ടെന്തേ മനുഷ്യർ മാത്രം വസ്ത്രം ധരിച്ച് നടക്കുന്നു. മൃഗങ്ങളും പക്ഷികളുമൊന്നും വസ്ത്രം ധരിക്കാറില്ലല്ലോ. അവർ ജാതികളും കുലങ്ങളുമായി വേർതിരിഞ്ഞുനിന്ന് മല്ലടിക്കുന്നില്ലല്ലോ? മനുഷ്യർ മാത്രമെന്തിനിങ്ങനെ കലഹിക്കുന്നു?

തന്റെ രാജ്യത്തിന്റെ കുലദൈവമായ മാരോൺ ദേവന് എന്തിനാണ് ഇത്രയേറെ ദേവദാസികളെ കാഴ്ചവയ്ക്കുന്നത്? ശാല്യരാജ്യദേവൻ എന്താ ഒരു പെണ്ണുപിടിയനായ ദൈവമാണോ? മാരോൺ ദേവൻ പരമോന്നതനായ ദൈവമെങ്കിൽ പിന്നെ എന്തിനാണീ ക്ഷേത്രത്തിന് കോട്ടപോലെ ഇത്ര വലിയ മതിൽകെട്ടുകളും വാതിലുകളും പിന്നെ കൊട്ടാരത്തിൽ നിന്നുള്ള കാവൽക്കാരും?

ശാല്യരാജ്യത്തിൽ പട്ടിണിക്കോലങ്ങളായ നീചഗോത്രങ്ങളേയും രാജ്യം ഭരിക്കുന്ന സമ്പന്നരായ രാജഗോത്രത്തേയും മാരോൺ ദേവൻ എന്തിനു സൃഷ്ടിച്ചു? മനുഷ്യനെ എന്തിനിത്ര വേർതിരിവോടെ പാർപ്പിച്ചു? നീചഗോത്രക്കാർ രാജഗോത്രത്തിന്റെ പീഡനത്തിനിരയാവുമ്പോൾ ഈ മാരോൺ ദേവൻ അവിടെ തന്റെ ക്ഷേത്രത്തിനുള്ളിൽ എന്തേ മൗനത്തിലാണ്ടിരിക്കുന്നു?

അതോ, മാരോൺ രാജഗോത്രത്തിന്റെ മാത്രം ദേവനാണോ? മനുഷ്യർക്കിടയിൽ എന്തിനാണീ വേർതിരിവ്?

തന്റെ രാജ്യത്തെ വ്യവസ്ഥകളിൽ അവന്റെ മനസ് ഏറെ അസ്വസ്ഥമായിരുന്നു.

തന്റെ സംശയങ്ങൾ ആരോടാണ് ചോദിച്ച് മനസ്സിലാക്കേണ്ടത്, തന്റെ ഹൃദയവ്യഥ ആരോടാണ് പങ്കുവയ്ക്കേണ്ടത്?

ധർമയോട് പറയണമെന്ന് പലപ്പോഴും തോന്നിയിട്ടുണ്ട്. പക്ഷേ പറഞ്ഞിട്ടില്ല. പറഞ്ഞിട്ട് യാതൊരു കാര്യവുമുണ്ടാവില്ല. അതുതന്നെ കാര്യം.

ശിൽപ നിർമ്മാണത്തിലായിരിക്കുമ്പോൾ ധർമ വളരെ ഗൗരവത്തിലായിരിക്കും. മറ്റ് സമയങ്ങളിൽ അധികവും മദ്യലഹരിയിലുമായിരിക്കും.

"എന്തിനാണിങ്ങനെ മദ്യപിച്ച് നശിക്കുന്നത്?" പലപ്പോഴും ധർമയോട് ചോദിക്കണമെന്ന് കരുതിയതാണ്. എന്തോ ചോദിക്കാൻ കഴിഞ്ഞിട്ടില്ല. ജീവിതത്തിലെ ശരി തെറ്റുകളെപ്പറ്റി പഠിപ്പിക്കുവാൻ

പര്യാപ്തനായ ഒരാൾ തന്റെ ജീവിതത്തിൽ ഉണ്ടായിരുന്നെങ്കിൽ എത്ര നന്നായേനേ എന്നവൻ പലപ്പോഴും ആഗ്രഹിച്ചിട്ടുണ്ട്.

കുട്ടിക്കാലം മുതൽ ഏതൊരാളിനേയും സ്വാധീനിക്കാൻ ശേഷിയുള്ള, അങ്ങനെയുള്ള ഒരാൾ ഉണ്ടായിരിക്കുമ്പോഴേ ജീവിതം അതിന്റെ തന തായ ശോഭയിലേക്ക് എത്തപ്പെടാറുള്ളൂ.

ധർമ തനിക്ക് ശരിയായ ഒരു വഴികാട്ടി തന്നെയാണ്; പക്ഷേ, അദ്ദേഹം തന്നെ പൂർണമായും മനസ്സിലാക്കിയിട്ടില്ല എന്ന് പലപ്പോഴും തോന്നാറുണ്ട്.

ധർമ അവന്റെ വളർത്തച്ഛനാണ്. സുദേവൻ അതാണ് ധർമയുടെ ശരിയായ പേര്. ശാല്യരാജ്യത്തെ ഒരു ശിൽപിയാണ് സുദേവൻ. മറ്റുള്ളവർക്ക് ധർമ കുടിയനായ വെറുമൊരു ശിൽപിമാത്രമായി രിക്കാം. പക്ഷേ, അവന് ധർമ എല്ലാമാണ്. അവനെ പൂർണമായി ഇഷ്ടപ്പെടാൻ കഴിയുന്ന ഒരു മനുഷ്യൻ ഈ മഹാപ്രപഞ്ചത്തിന്റെ ഏതെങ്കിലും ഒരു കോണിൽ ഒരു ജീവാംശമായി നിലനിൽക്കുന്നു ണ്ടെങ്കിൽ അത് അവന്റെ പ്രിയപ്പെട്ട ധർമ മാത്രമാണ്. താൻ എത്ര ത്തോളമാണ് ധർമയെ ഇഷ്ടപ്പെടുന്നത് എന്ന് അദ്ദേഹം അറിഞ്ഞിരു ന്നെങ്കിൽ, തന്റെ ഹൃദയത്തെ പൂർണമായി ഗ്രഹിക്കുവാൻ അദ്ദേഹ ത്തിന് കഴിഞ്ഞിരുന്നെങ്കിൽ എന്ന് അവൻ പലപ്പോഴും ആശിച്ചിട്ടുണ്ട്.

താൻ ഈ പ്രപഞ്ചത്തിൽ ഏറ്റവും അധികം സ്നേഹിക്കുന്നത് തന്റെ പ്രിയപ്പെട്ട ധർമയെ ആണ്. അവൻ അത് പലപ്പോഴും അദ്ദേഹ ത്തോട് പറയാൻ ശ്രമിച്ചിട്ടുള്ളതാണ്. എങ്കിലും വാക്കുകൾക്ക് ഹൃദയ ത്തിന്റെ കിളിവാതിൽ ഭേദിച്ച് പുറത്തുവരാൻ കഴിഞ്ഞിട്ടില്ല.

ഒരുപക്ഷേ വാക്കുകൾകൊണ്ട് പ്രകടമാക്കാൻ കഴിയുന്നതിലും എത്രയോ അധികമാണ് ആ സ്നേഹം. അതുകൊണ്ടാകാം തനിക്ക് അദ്ദേഹത്തോട് അക്കാര്യം പറയുവാൻ കഴിയാത്തത്.

അന്ന് പ്രഭാതത്തിൽ ധർമ ശിൽപശാലയിൽ എത്തുമ്പോൾ ചിലത് പറയണമെന്ന് തീരുമാനിച്ചിരുന്നു.

ശിൽപശാലയിൽ തലേന്ന് ധർമ തന്നെ ഏൽപ്പിച്ച ആ ദാരു ശിൽപത്തിന്റെ കൊത്തുപണിയിൽ മുഴുകിയിരിക്കയായിരുന്നു അവൻ. അന്ന് രാവിലെ പതിവിലും നേരത്തെയാണ് ധർമ ശിൽപശാലയി ലെത്തിയത്. രാവിലെ നല്ല സന്തോഷത്തിലുമാണ്. അപൂർവ്വമായേ ധർമയെ സന്തോഷവാനായി കാണാറുള്ളൂ. മിക്കപ്പോഴും ഒരു നിസ്സംഗ ഭാവമാണ് ആ മുഖത്ത്. ഇന്നെന്തായാലും നല്ല ഉന്മേഷത്തിലാണ്. ധർമയുടെ മുഖത്തെ സ്വതവേ ഉള്ള ഗൗരവത്തിനും തെല്ലൊരു അയ വൊക്കെ വന്നിട്ടുണ്ട്.

അയാൾ ശിൽപശാലയിൽ തന്റെ ഇരിപ്പിടത്തിലിരുന്ന് ശിലയൊരുക്കാനുള്ള തയ്യാറെടുപ്പിലായിരുന്നു. ഇടയ്ക്ക് അവനെയും ശ്രദ്ധിക്കുന്നുണ്ടായിരുന്നു. അവൻ സ്നേഹത്തോടെയും തെല്ലൊരാശങ്കയോടെയും ആ മുഖത്തേക്ക് നോക്കിയിരുന്നു.

പതിവില്ലാതെയുള്ള അവന്റെ ഭാവവും സ്നേഹം തുളുമ്പുന്ന നോട്ടവും കണ്ട്, എന്താണെന്ന ഭാവത്തിൽ ധർമ തലയനക്കി.

''അങ്ങെന്തിനാണിങ്ങനെ മദ്യശാലയിൽപോയി നശിക്കുന്നത്? മദ്യസേവയിൽ അഭയം തേടുന്നത്? ആയുസ്സ് നശിപ്പിക്കുന്നത്?'' അവൻ അൽപം നീരസത്തോടെയും പരിഭവത്തോടയും ചോദിച്ചു.

അവന്റെ ചോദ്യം കേട്ട് അയാൾ അൽപനേരം അവനെതന്നെ നോക്കിയിരുന്നു. അവന്റെ കണ്ണുകൾ ഈറനണിഞ്ഞിരുന്നു. അവന്റെ പരിഭവത്തോടെയുള്ള ആ ചോദ്യം കേട്ടപ്പോൾ അവന്റെ ഹൃദയത്തിൽ സ്നേഹത്തിന്റെ, കരുണയുടെ ഒരു ഉറവ പൊട്ടിയൊഴുകുന്നത് ധർമ അറിയുന്നുണ്ടായിരുന്നു.

എങ്കിലും ഒരു നിസ്സംഗഭാവത്തിലെന്നോണം അയാൾ മറുപടി പറഞ്ഞു.

''നീ പറയുന്നത് ശരിയാണ് രഘുരാമാ. ഞാൻ ആയുസ്സ് നശിപ്പിക്കുകയാണ്. സമ്മതിക്കുന്നു. മദ്യസേവയില്ലെങ്കിൽ ഒരുപക്ഷേ എനിക്ക് ആയുസ്സ് കൂടുതൽ കിട്ടിയേക്കാം, ഈ വാർദ്ധക്യത്തിൽ നീട്ടിക്കിട്ടുന്നത് എന്റെ യൗവനമല്ലല്ലോ?''

അവനതിന് മറുപടി പറഞ്ഞില്ല. ധർമയോട് എന്തെങ്കിലും പറഞ്ഞിട്ട് പ്രയോജനമുണ്ടാവില്ല എന്നവനു തോന്നി. താൻ കൊത്തുപണി ചെയ്തുകൊണ്ടിരുന്ന ആ ദാരുശിൽപത്തിന്റെ നിർമ്മാണം പൂർത്തിയാക്കുന്നതിൽ ശ്രദ്ധയൂന്നി ശിൽപവേല അവൻ തുടർന്നു.

ശിൽപങ്ങൾ കൊത്തുന്നത് അവന് ഏറെ ഇഷ്ടമുള്ള കാര്യമാണ്. ധർമയാണ് അവനെ ശിൽപവിദ്യ പഠിപ്പിച്ചത്. ശിൽപവിദ്യയിലെ ഓരോ ഘട്ടത്തിലും എങ്ങനെയെല്ലാമാണ് കൊത്തുപണി നടത്തേണ്ടത്, എങ്ങനെയാണ് ഉത്തമശില തിരഞ്ഞെടുക്കേണ്ടത്, ശിലകൾ ഏതെല്ലാം തരമുണ്ട്, മരത്തിലും ശിലയിലും ലോഹത്തിലും ശിൽപങ്ങൾ നിർമ്മിക്കുന്ന വിദ്യകൾ അങ്ങനെ ശിൽപവിദ്യയിൽ ഒരു ശിൽപിക്ക് വേണ്ട എല്ലാ അറിവുകളും ധർമ അവന് പകർന്നു നൽകിയിട്ടുണ്ട്.

തന്നേക്കാൾ മികച്ച ഒരു ശിൽപിയായി രഘുരാമൻ വളർന്നു വരണമെന്ന് ധർമ ആഗ്രഹിച്ചു. ഏറ്റവും മികച്ച ഒരു ശിൽപിയായി ത്തീരണം എന്നതായിരുന്നു അവന്റെയും ആഗ്രഹം. എന്നിട്ട് ശാല്യ

രാജ്യത്തെ ശിൽപനിർമ്മാണ മത്സരത്തിൽ പങ്കെടുത്ത് വിജയിയാവണം, മഹാരാജാവിൽ നിന്ന് ശിൽപകലാബിരുദം നേടണം. അങ്ങനെ ശാല്യരാജ്യത്തെ ഉത്തമപൗരനായി ജീവിക്കണം.

പക്ഷേ താൻ ഇപ്പോൾതന്നെ രണ്ട് ശിൽപനിർമ്മാണ മത്സരങ്ങളിലും പങ്കെടുത്ത് പരാജയപ്പെട്ടുകഴിഞ്ഞു. ഇനി തന്റെ മുൻപിൽ ഒരവസരം കൂടിയേ ഉള്ളൂ. അതിൽ വിജയിച്ചേ മതിയാവൂ.

ശിൽപനിർമ്മാണ മത്സരത്തിൽ വിജയിച്ചാലേ തന്റെ ഇത്രകാലത്തേയും ശിൽപവിദ്യാപഠനം പൂർണ വിജയമാകൂ. തന്റെ ആഗ്രഹങ്ങൾ സഫലമാകൂ. ശിൽപനിർമ്മാണ മത്സരത്തിൽ താൻ ആദ്യമായി പങ്കെടുത്തതും പരിഹാസ്യനായി മടങ്ങേണ്ടിവന്നതും അവൻ ഓർത്തു.

ശിൽപവിദ്യയിൽ ബിരുദം നേടുവാനുള്ള തന്റെ ആദ്യ ശ്രമം. ശിൽപനിർമ്മാണ മത്സരത്തിൽ താനാദ്യമായി നിർമ്മിച്ച ആ മനോഹര ശിൽപത്തെപ്പറ്റിയും അവൻ ഓർത്തു. എന്തായിരുന്നു അന്ന് താൻ പരാജയപ്പെടുവാൻ ഉണ്ടായ കാരണം?

സുന്ദരിയായ ഒരു കന്യകയുടെ ജീവസ്സുറ്റ ശിൽപം ആയിരുന്നു അവൻ അന്ന് ശിൽപനിർമ്മാണ മത്സരത്തിൽ പങ്കെടുത്തപ്പോൾ നിർമ്മിച്ചത്.

അവന്റെ ഹൃദയത്തിൽ രൂപപ്പെട്ട സ്ത്രീരൂപം.

'സുന്ദരമായൊരു കന്യകാശിൽപം'

രാജമൈതാനത്ത് ശിൽപികൾ അവരവരുടെ ശിൽപങ്ങൾ നിർമ്മിക്കുന്ന തിരക്കിലായിരുന്നു. മൂന്ന് വർഷത്തിൽ ഒരിക്കൽ മാത്രം നടക്കുന്ന മത്സരമായതിനാലും വിജയികൾക്ക് മഹാരാജാവിൽനിന്നും ശിൽപവിദ്യയിൽ ബിരുദം ലഭിക്കുമെന്നതിനാലും രാജ്യത്തെ സമർത്ഥരായ ശിൽപികളെല്ലാം മത്സരത്തിൽ മാറ്റുരയ്ക്കുന്നുണ്ടായിരുന്നു.

രഘുരാമൻ തന്റെ ശിൽപം നിർമ്മിക്കുന്ന തിരക്കിലായിരുന്നു. താൻ നിർമ്മിക്കുന്ന കന്യകയുടെ ശിൽപം ഏറ്റവും മഹത്തരമായിരിക്കണം എന്ന് അവൻ ആഗ്രഹിച്ചു. അതിനാൽതന്നെ അവൻ പൂർണ്ണമായും ശിൽപനിർമ്മാണത്തിൽ ലയിച്ചു.

ദിവസങ്ങൾ കടന്നുപോയി. ശിൽപങ്ങൾ പൂർത്തിയാവാൻ ദിവസങ്ങൾ മാത്രം ബാക്കിയായി. രഘുരാമന്റെ ശിൽപം കണ്ടവരെല്ലാം അവനെ അഭിനന്ദിച്ചു. അത്ര മഹത്തരവും ജീവസ്സുറ്റതുമായിരുന്നു ആ ശിൽപം.

ശിൽപം പൂർത്തിയാക്കേണ്ട ദിവസത്തിനു തലേന്നാൾ രഘുരാമൻ തന്റെ ശിൽപത്തിന്റെ അവസാനവട്ട മിനുക്കുപണികളിൽ

മുഴുകിയിരിക്കെയായിരുന്നു. ആ കന്യകാശിൽപത്തിന്റെ അവസാനവട്ട കൊത്തുപണിക്കായി കൊത്തുളിവച്ചപ്പോൾ അപ്രതീക്ഷിതമായി ശിലയിൽ പൊട്ടൽ വീണുതുടങ്ങി. ഒളിയൻ ശില അതിന്റെ വികൃതി കാട്ടിത്തുടങ്ങി.

താൻ ഒളിയൻ ശിലയിൽ തീർത്ത ആ കന്യകാശിൽപം പൊട്ടൽ വീണ് അടർന്നുതുടങ്ങിയിരിക്കുന്നു.

വിജയത്തിന് മണിക്കൂറുകൾ ബാക്കിനിൽക്കേ ഒളിയൻ ശില ചതിച്ചെന്നു പറഞ്ഞാൽ മതിയല്ലോ.

ഒളിയൻ ശിലയെപ്പറ്റി അറിയില്ലേ?

ശിലകളെ പണ്ഡിതന്മാർ പല പേരുകളിൽ തരംതിരിക്കാറുണ്ട്. എന്നാൽ ഞങ്ങൾ ശിൽപികൾക്ക് അത്തരം പേരുകളൊന്നുമറിയില്ല. ശിലകളെ തരംതിരിക്കാൻ ഞങ്ങൾക്ക് തനതായ രീതികളുണ്ട്. ശിലകളെ തരംതിരിച്ച് അവയ്ക്ക് ഞങ്ങളുടേതായ രീതിയിൽ പേരുകളും നൽകും. അത്തരത്തിൽ ഏറ്റവും മോശം ശിലകളിൽപ്പെട്ട ഒന്നാണ് ഒളിയൻ ശിലകൾ.

ഒളിയൻ ശിലകൾ പുറമേ കണ്ടാൽ നല്ല ദൃഢവും ഉറപ്പുമുള്ളവയാണെന്ന് തോന്നും. എന്നാൽ ശിൽപനിർമ്മാണ സമയത്ത് കൊത്തുപണികൾ ചെയ്യുമ്പോൾ അപ്രതീക്ഷിതമായി അടർന്ന് വീഴും. അല്ലെങ്കിൽ പൊട്ടൽ വീണ് ഉപയോഗശൂന്യമായിത്തീരും. അത്തരം ശിലകൾ ശിൽപനിർമ്മാണത്തിന് യോജിച്ചവയല്ല.

ശിൽപനിർമ്മാണ മത്സരത്തിന് തനിക്കായി രാജശിൽപി കാട്ടിത്തന്ന ശില അപ്പോൾതന്നെ രഘുരാമൻ പരിശോധിച്ചു നോക്കിയതാണ്. അവനപ്പൊഴേ മനസ്സിലായി അത് ഒളിയൻ ശിലയാണെന്ന്. ഉറപ്പുള്ള മറ്റ് ശിലകളെപ്പോലെയല്ല ഒളിയൻ ശില എന്നും അവനറിയാം. പക്ഷേ ശില തിരഞ്ഞെടുക്കുവാൻ അവന് അവകാശമില്ലല്ലോ. രാജശിൽപി കാട്ടിത്തരുന്ന ശില ഏതാണോ അതിൽ ശിൽപം നിർമ്മിക്കുവാനേ അനുവാദമുണ്ടായിരുന്നുള്ളൂ. അവനൊരു ദേവദാസിയുടെ മകനായി പിറന്നുപോയി എന്നതുതന്നെ കാരണം.

ദേവദാസികൾ നീചഗോത്രക്കാരാണല്ലോ. ദേവദാസി രമണിക. അവരാണ് തന്റെ അമ്മ. ധർമയാണ് തന്നോട് അമ്മയെപ്പറ്റി പറഞ്ഞിട്ടുള്ളത്. അമ്മയെപ്പറ്റി അവന് വ്യക്തമായ ഓർമ്മയില്ല. അവന്റെ വളരെ ചെറിയ പ്രായത്തിലേ ധർമയോടൊപ്പമാണ് അവൻ വളർന്നത്. ഓർമ്മവച്ച കാലം മുതൽ അവൻ ധർമയുടെ സ്നേഹത്തിലും പരിലാളനയിലുമാണ് കഴിഞ്ഞത്.

ദേവദാസികൾക്ക് പിറക്കുന്ന ആൺകുഞ്ഞുങ്ങളെ വളരെ കുഞ്ഞായിരിക്കുമ്പോഴേ ഉപേക്ഷിക്കണമെന്ന ശാല്യരാജ്യത്തെ നിയമം

ധിക്കരിക്കുവാൻ ആരും ധൈര്യപ്പെട്ടില്ല. ലംഘിച്ചാൽ മരണമാണ് ഫലം. രാജശാസനം ഭയന്നാണ് തന്റെ അമ്മയ്ക്കും തന്നെ ഉപേക്ഷിക്കേണ്ടിവന്നത്. രാജശാസനം തന്റെ ബാല്യവും കൗമാരവും കവർന്നെടുത്തത് താനൊരു ദേവദാസിയുടെ മകനായതിനാലാണ്. മാരോൺ ദേവന്റെ ക്ഷേത്രമതിൽ കെട്ടിനോട് ചേർന്നുള്ള ഭഗവൽപുരയിൽ പോയി തന്റെ അമ്മ രമണികയെ തേടി കണ്ടുപിടിക്കണം എന്നവൻ പലപ്പോഴും ആഗ്രഹിച്ചിട്ടുണ്ട്. പക്ഷേ രാജശാസനം ഭയന്ന് അവൻ അതിനു മുതിർന്നില്ല. നീചഗോത്രക്കാർക്ക് അവിടേക്ക് പ്രവേശനമില്ലല്ലോ.

ഒളിയൻ ശില അതിന്റെ ശരിയായ ഗുണം കാണിച്ചു. ഒളിയൻ ശിലയ്ക്ക് പൊട്ടൽ വീണ് ശിൽപം ഉപയോഗശൂന്യമായി. അങ്ങനെ തന്റെ ആദ്യത്തെ മഹത്തായ പരിശ്രമം പരാജയപ്പെട്ടു. ശിൽപനിർമ്മാണ മത്സരത്തിലെ ആദ്യത്തെ പരാജയം!

അവൻ തന്റെ ശിൽപത്തിനരികെ നിന്ന് ആ രാജമൈതാനത്ത് ആകമാനം ഒന്നു കണ്ണോടിച്ചു. മറ്റ് ശിൽപികൾ അവരവരുടെ ശിൽപങ്ങളുടെ മിനുക്കുപണികളിൽ ലയിച്ചിരിക്കുന്നു. ഉപയോഗശൂന്യമായ പൊട്ടിയ തന്റെ ശിൽപത്തെ നോക്കി ഒരു യോദ്ധാവിനെപ്പോലെ അവൻ പറഞ്ഞു, 'ഇത്തവണ ഞാൻ പരാജയപ്പെട്ടേക്കാം പക്ഷേ വിജയത്തിന് എന്നെ തേടിയെത്താതെ തരമില്ല. ഇനിയും രണ്ട് മത്സരങ്ങൾകൂടി ഉണ്ടല്ലോ.'

ഇപ്രാവശ്യം രാജശിൽപി ചതിച്ചെന്നു പറഞ്ഞാൽ മതിയല്ലോ. ഓ, അല്ലെങ്കിൽതന്നെ രാജശിൽപിയെ കുറ്റം പറഞ്ഞിട്ടെന്തുകാര്യം. ഇത് തന്റെ വിധിയായിരിക്കാം, അല്ലെങ്കിൽ പിന്നെ ശിൽപനിർമ്മാണത്തിനായി രാജശിൽപി കാട്ടിത്തന്ന ശില എങ്ങനെ ഒളിയൻ ശിലയായി. ഇനി അതിനെപ്പറ്റിയൊന്നും ആലോചിച്ചിട്ട് ഒരു കാര്യവുമില്ല.

അന്ന് രാജമൈതാനം വിട്ട് പരാജിതനായി മടങ്ങുമ്പോൾ ആളുകളുടെ പരിഹാസച്ചുവയുള്ള കളിവചനങ്ങളെക്കാൾ അവനെ വേദനിപ്പിച്ചത്. ആ രാജശിൽപ്പിയുടെ പരുഷമായ വാക്കുകളായിരുന്നു. അയാൾ രഘുരാമനെ വെറുമൊരു ദേവദാസിയുടെ മകനായ ശിൽപിയായി മാത്രമേ കണക്കാക്കിയിരുന്നുള്ളൂ.

''വെറുമൊരു ദേവദാസിയുടെ മകന് ശിൽപവിദ്യയിൽ ബിരുദം നേടാൻ മോഹമോ, നല്ല തമാശതന്നെ.'' രാജശിൽപി പരിഹാസച്ചുവയോടെ അവനെ നോക്കി പറഞ്ഞു.

''നീ ദേവദാസിയുടെ മകനാണ്, കൂടാതെ വെറുമൊരു ശിൽപനിർമ്മാണ തൊഴിലാളിയും. ദൈവം നിന്നെ അങ്ങനെയാണ് സൃഷ്ടിച്ചത്.

എന്നിട്ടും നിനക്കിത്ര അതിമോഹമെന്തിന്? ശിൽപവിദ്യയിൽ ബിരുദം നേടാൻ മോഹിച്ചു നടക്കുന്നത് നിന്റെ അഹങ്കാരമല്ലേ, നിനക്ക് അർഹതയുള്ളതു മാത്രം ആഗ്രഹിച്ചാൽ പോരേ. വല്ല ശിൽപങ്ങളും നിർമ്മിച്ച് വിറ്റ് ജീവിച്ചാൽ പോരേ?''

ഇതു പറയുമ്പോൾ അയാളുടെ മുഖത്ത് ഒരു പരിഹാസച്ചിരി വിടർന്നത് അവൻ ശ്രദ്ധിച്ചു. അയാളോട് അവന് ദേഷ്യവും വെറുപ്പും തോന്നി എങ്കിലും അവൻ തലകുനിച്ച് മിണ്ടാതെ നിന്നതേയുള്ളൂ.

തനിക്കിപ്പോൾ അത്രമാത്രമേ കഴിയൂ എന്നവനറിയാം. ശാല്യ രാജ്യത്തെ നിയമവ്യവസ്ഥിതിയിൽ താൻ വെറുമൊരു ദേവദാസി യുടെ മകനായ ശിൽപി മാത്രമാണ്.

എന്തിനാണ് നിയമങ്ങൾ നിർമ്മിക്കപ്പെട്ടത്? മനുഷ്യർക്കു മാത്ര മല്ലേ നിയമങ്ങളും നിയന്ത്രണങ്ങളുമുള്ളൂ. പ്രപഞ്ചത്തിലെ മറ്റ് ജീവ ജാലങ്ങൾ എന്തേ നിയമങ്ങളില്ലാതെ സ്വതന്ത്രമായി ജീവിക്കുന്നു? ഓരോ രാജ്യത്തും നിയമങ്ങൾ ആർക്കുവേണ്ടിയാണ് നിർമ്മിച്ചിരി ക്കുന്നത്? ഓരോ ജാതിക്കും കുലങ്ങൾക്കും എന്തിനാണ് വ്യത്യസ്ത മായ നിയമങ്ങളും ശിക്ഷാവിധികളും ഏർപ്പെടുത്തിയിരിക്കുന്നത്? ശരിതെറ്റുകൾ ആപേക്ഷികമല്ലേ?

ശാല്യരാജ്യത്ത് ശിക്ഷിക്കപ്പെടുന്ന കുറ്റം ഒരുപക്ഷേ മറ്റു ദേശ ങ്ങളിൽ പുണ്യമാകാം. നിയമങ്ങളും ശരിതെറ്റുകളും കാലദേശങ്ങൾ ക്കനുസരിച്ച് മാറിക്കൊണ്ടിരിക്കും. പിന്നെയെന്താണ് നിയമങ്ങൾക്ക് പ്രസക്തി. ഈ ഭൂമിയിൽ തന്നെ പല ദേശങ്ങളും അവിടങ്ങളിൽ പല രാജ്യങ്ങളും പല നിയമങ്ങളും.

എല്ലാം അവന് വിചിത്രമായി തോന്നി.

താനൊരു ദേവദാസിയുടെ മകനായി പിറന്നത് തന്റെ കുറ്റമാണോ? ഒരാൾ എവിടെ ജനിക്കണമെന്നോ ആരുടെ മകനായി പിറക്കണ മെന്നോ അയാൾക്ക് സ്വന്തമായി തീരുമാനിക്കാൻ കഴിയുന്ന കാര്യ മല്ലല്ലോ, അതെല്ലാം ദൈവത്തിന്റെ സൃഷ്ടിപരമായ കാര്യങ്ങളല്ലേ. ദൈവം എന്തിനാണ് തന്നെ ദേവദാസിയുടെ മകനായി സൃഷ്ടിച്ചത്? ദൈവം എന്തിനാണീ പ്രപഞ്ചം സൃഷ്ടിച്ചത്, അതിൽ നിറയെ ജീവ ജാലങ്ങളേയും പിന്നെ കുറേയേറെ മനുഷ്യരേയും.

മനുഷ്യരെ ഗോത്രങ്ങളായും കുലങ്ങളായും പാർപ്പിച്ചത്. അവരെ ജാതികളും മതങ്ങളും വംശങ്ങളുമായി വിഭജിച്ച്, എന്തിനാണ് രാജാ വിനേയും അടിമകളേയും വേർതിരിവോടെ സൃഷ്ടിച്ചത്. കുറേപ്പേരെ നീചരായും മറ്റു ചിലരെ ഉന്നതകുലരായും കാണുന്നത്. ദൈവത്തിന് ഒരേ രീതിയിൽ മനുഷ്യരെ സൃഷ്ടിച്ചുകൂടെ, ശാന്തമനസ്കരായി ജീവിക്കുവാൻ അവരെ പഠിപ്പിച്ചുകൂടെ?

ദൈവമെന്തിനിങ്ങനെ വേർതിരിവ് കാട്ടുന്നു. ഉത്തരം കിട്ടാത്ത കുറേയേറെ നീറുന്ന ചിന്തകളുമായി അവൻ തന്റെ ശിൽപശാലയിലേക്ക് മടങ്ങി.

ആദ്യമത്സരത്തിൽ പരാജയപ്പെട്ടെങ്കിലും ശിൽപനിർമ്മാണമത്സരത്തിൽ പങ്കെടുത്തു വിജയിക്കണമെന്നുള്ള അവന്റെ ആഗ്രഹത്തിന് മാറ്റമുണ്ടായില്ല. പക്ഷേ തനിക്ക് വീണ്ടും ശിൽപനിർമ്മാണമത്സരത്തിൽ ലഭിക്കുന്നത് ഒളിയൻ ശില തന്നെയാകുമോ എന്ന ചിന്ത അവനെ അലട്ടിക്കൊണ്ടിരുന്നു. അടുത്ത മത്സരത്തിനായി ഇനി മൂന്നു വർഷങ്ങൾ കാത്തിരിക്കണം. അവൻ ധർമയുടെ ശിൽപനിർമ്മാണശാലയിൽ പുതിയ ശിൽപങ്ങൾക്ക് ജന്മം നൽകുന്ന തിരക്കിൽ മുഴുകി ദിവസങ്ങൾ കഴിച്ചു കൂട്ടി.

രണ്ടാമത്തെ ശിൽപനിർമ്മാണ മത്സരം വന്നെത്തി. അന്ന് അല്പം വൈകിയാണവൻ രാജമൈതാനത്തെത്തിയത്. എന്തോ അവന് ഒരു ഉത്സാഹം തോന്നിയില്ല. ആദ്യമത്സരത്തിലെ പരാജയം അവന്റെ ഉള്ളിൽ താൻ വീണ്ടും പരാജയപ്പെടുമോ എന്ന ഭയം നിറച്ചിരുന്നു. അവൻ രാജമൈതാനത്തെത്തുമ്പോൾ രാജശിൽപി മത്സരാർത്ഥികൾക്കുള്ള ശിലകൾ കാട്ടിക്കൊടുക്കുന്ന തിരക്കിലായിരുന്നു. അവനെ കണ്ട ഉടനെ ഇവൻ വീണ്ടും ശിൽപനിർമ്മാണ മത്സരത്തിനായി വന്നിരിക്കുന്നല്ലോ, ഇവന്റെ അഹങ്കാരം ഇനിയും മാറിയില്ലേ എന്ന മട്ടിൽ രാജശിൽപി അവിടെ നിരത്തിയിട്ടിരുന്ന ശിലകളിൽനിന്നും ഒരു ശില കാട്ടി 'നീ ഇതെടുത്തോളൂ' എന്ന് പറഞ്ഞുകൊണ്ട് അലസമട്ടിൽ നടന്നുപോയി. അവൻ അടുത്തു ചെന്ന് രാജശിൽപി അവനായി കാട്ടിക്കൊടുത്ത ശില പരിശോധിച്ചു നോക്കി. കൂടുതൽ പരിശോധിക്കേണ്ടി വന്നില്ല. തന്റെ കൈയിലുള്ള കൊത്തുളികൊണ്ട് അതിൽ കൊത്തിനോക്കിയപ്പോൾ തന്നെ അവന് മനസ്സിലായി അതും ഒളിയൻ ശില തന്നെയാണെന്ന്.

ഈ ഒളിയൻ ശിലയിൽ ശില്പം കൊത്തിയിട്ട് എന്തു കാര്യം. അത് പൂർത്തിയാകും മുമ്പേ പൊട്ടൽവീണ് ഉപയോഗശൂന്യമായി ത്തീരില്ലേ എന്നവൻ ചിന്തിച്ചു. മത്സരഫലം പരാജയമോ വിജയമോ ആവട്ടെ, ശിൽപം നിർമ്മിക്കുവാൻതന്നെ അവൻ തീരുമാനിച്ചു. എന്തു സംഭവിച്ചാലും തന്റെ പരിശ്രമത്തിൽനിന്നും പിൻതിരിയുവാൻ അവൻ തയ്യാറായില്ല.

ആ ഒളിയൻ ശിലയിൽ അവൻ തന്റെ രണ്ടാമത്തെ പരിശ്രമം ആരംഭിച്ചു. അതിൽ അവൻ ഒരു യോദ്ധാവിന്റെ ശിൽപത്തെയാണ് കൊത്തിയെടുക്കുവാൻ ആഗ്രഹിച്ചത്. തന്റെ ഹൃദയത്തിൽ ഉരുവായ

യോദ്ധാവിന്റെ ശില്പം. അവൻ മനസ്സർപ്പിച്ച് ശിൽപനിർമ്മാണത്തിൽ മുഴുകി. ലക്ഷ്യത്തിലേക്ക് അസത്രം എയ്തു നിൽക്കുന്ന ഒരു യോദ്ധാവ്.

ശിൽപനിർമ്മാണ മത്സരം പുരോഗമിച്ചു. അസ്ത്രം എയ്തു നിൽക്കുന്ന യോദ്ധാവിന്റെ പൂർണ്ണകായ ശിൽപം ആ ഒളിയൻ ശില യിൽ തെളിഞ്ഞുവന്നു. അവൻ വിശ്രമമില്ലാതെ ശിലയിൽ കൊത്തുളി വച്ച് ശിൽപനിർമ്മാണം തുടർന്നുകൊണ്ടിരുന്നു. ദിവസങ്ങളോളം നീണ്ട പരിശ്രമത്തിനൊടുവിൽ ശിൽപം ഏതാണ്ട് പൂർത്തിയാകാറായി. ഇനി അല്പം മിനുക്കുപണികൾ മാത്രമേ ശേഷിക്കുന്നുള്ളൂ.

നാളെ മുതൽ ശിൽപനിർമ്മാണം അല്പം വേഗത്തിലാക്കണം. അന്ന് ശിൽപവേല കഴിഞ്ഞ് രാജമൈതാനത്തു നിന്നും മടങ്ങുമ്പോൾ അവൻ കണക്കുകൂട്ടി.

അടുത്ത പ്രഭാതത്തിൽ നേരത്തെതന്നെ രാജമൈതാനത്തെത്തി ശിൽപനിർമ്മാണം ആരംഭിച്ചു. അന്ന് സായന്തനമായപ്പോഴേക്കും കൊത്തുളിവച്ച് ശിൽപം മിനുക്കുന്നതിനിടയിൽ ആ ശിൽപത്തിന്റെ മുകൾഭാഗത്ത് പൊട്ടൽ വീണുതുടങ്ങി. കൊത്തുളി വയ്ക്കുന്നതി നനുസരിച്ച് ക്രമേണ അത് ശിൽപത്തിന്റെ മറ്റു ഭാഗങ്ങളിലേക്കും പടർന്ന് ശിൽപം ഉപയോഗശൂന്യമായി.

ഒളിയൻ ശിലയുടെ പ്രകൃതം അങ്ങനെയാണ്. ചെറിയ ഒരു പൊട്ടൽ വീണു തുടങ്ങിയാൽ അത് പടർന്ന് മുഴുവൻ വ്യാപിച്ച് ശിൽപം ഉപയോഗശൂന്യമായി തീരും.

ഉപയോഗശൂന്യമായ തന്റെ ശിൽപത്തിനരികിൽ നിന്നു കൊണ്ട് അവൻ ചിന്തിച്ചു ഇപ്രാവശ്യവും ഒളിയൻ ശില തന്നെ പരാജയ പ്പെടുത്തി. നിരന്തരം ഈ ഒളിയൻ ശില തന്റെ വിജയത്തിലേക്കുള്ള യാത്രയ്ക്ക് തടസ്സമായി നിൽക്കുകയാണല്ലോ. ഈ കരിങ്കൽ പാളികളിൽ മറഞ്ഞിരിക്കുന്ന ഒളിയൻ ശിലയ്ക്ക് താൻ നിർമ്മിച്ച യോദ്ധാവിന്റെ ശിൽപരൂപത്തെ തകർക്കുവാനേ കഴിഞ്ഞിട്ടുള്ളൂ. തന്റെ ഹൃദയത്തിൽ ഉരുവായ യോദ്ധാവിനെ തകർക്കുവാൻ ഒളി യൻ ശിലയ്ക്കാവില്ല, ഒളിയൻ ശിലയ്ക്കെന്നല്ല മറ്റൊന്നിനും അതി നാവില്ല.

തന്റെ മഹത്തായ രണ്ട് പരിശ്രമങ്ങളും ഒളിയൻ ശിലയുടെ വികൃതിയിൽ പരാജയപ്പെട്ടെങ്കിലും തന്റെ മൂന്നാമത്തെയും അവ സാനത്തെയും ശിൽപനിർമ്മാണമത്സരത്തിനായി ഹൃദയാർപ്പണ ത്തോടെ അവൻ തയ്യാറെടുത്തു. എക്കാലത്തേയും മഹത്തായ തന്റെ സൃഷ്ടിക്കായി.

ശിൽപനിർമ്മാണ മത്സരം കഴിഞ്ഞതോടെ അവന്റെ ജീവിതം വീണ്ടും പഴയരീതിയിലായി. ധർമയുടെ ശിൽപശാലയിൽ ശിലകളോട് സംവദിച്ചുകൊണ്ടും ശിലകൾ കൊത്തിയശേഷം ശിലകളിൽ ചെത്തുളിവച്ച് പുതിയ ശിൽപനിർമ്മിതികൾ കൊത്തിയെടുക്കുന്ന തിരക്കിലുമായി.

ആ ശിൽപശാലയിലെ കോണിൽ ഒരു മരപ്പലകയിലാണ് അവന്റെ ഉറക്കം. ചിലപ്പോഴൊക്കെ രാത്രിയിൽ ഉറങ്ങുന്നതിനു മുൻപ് തന്റെ സ്വപ്നങ്ങളെപ്പറ്റി ആ ശിൽപ്പങ്ങളോട് പറഞ്ഞുകൊണ്ടിരിക്കും. അവ തന്നെ പരിഹസിക്കില്ലല്ലോ, എല്ലാം കേട്ടുകൊണ്ട് നിശ്ശബ്ദമായി നിന്നുകൊള്ളും.

ദിവസങ്ങൾ കടന്നുപോയി. രഘുരാമൻ പതിവുപോലെ ധർമയുടെ ശിൽപശാലയിൽ ശിൽപനിർമ്മാണത്തിൽ മുഴുകിക്കഴിഞ്ഞു. ശിൽപനിർമ്മാണത്തിന്റെ തിരക്കിൽ കഴിയുകയായിരുന്നെങ്കിലും അവന്റെ മനസ്സു മുഴുവനും രാജമൈതാനത്ത് നടക്കുവാൻ പോകുന്ന ശിൽപനിർമ്മാണ മത്സരത്തിൽ പങ്കെടുക്കുന്നതിനെപ്പറ്റിയായിരുന്നു. ഇനിയുള്ള ശിൽപനിർമ്മാണ മത്സരം തന്റെ അവസാനത്തെ അവസരം കൂടിയാണ്. അതിൽ പരാജയപ്പെട്ടുകൂടാ വിജയിച്ചേ മതിയാവൂ. ശിൽപനിർമ്മാണ മത്സരത്തിൽ വിജയിയായി ശിൽപകലാ ബിരുദം നേടണം. പിന്നെ തന്റെ ആഗ്രഹങ്ങൾ സഫലമാക്കണം.

ശാല്യരാജ്യത്തെ ശ്രേഷ്ഠയായ ഒരു കന്യകയെ വിവാഹം കഴിക്കണം. അവളുമൊത്ത് വസന്തകാലത്ത് ശാല്യരാജ്യത്തെ മലമടക്കുകളിൽ വിരിയുന്ന വർണപുഷ്പങ്ങൾ കണ്ട് നടക്കണം. പവിഴനിറവും മനോഹരനയനങ്ങളുമുള്ള കുട്ടികൾക്ക് ജന്മം നൽകണം അവരെ ഉത്തമന്മാരായി വളർത്തണം. അങ്ങനെ ഒരുപിടി വർണസ്വപ്നങ്ങൾ.

അവൻ ദിവസങ്ങളെണ്ണി കാത്തിരുന്ന ശിൽപനിർമ്മാണ മത്സരം വന്നെത്തി. വളരെ കരുതലോടും ശ്രദ്ധയോടും കൂടിയാണ് ആ മത്സരത്തിന് തയ്യാറെടുത്തത്, കാരണം അവന് പങ്കെടുക്കാൻ കഴിയുന്ന അവസാന മത്സരമായിരുന്നു അത്. അവന്റെ മൂന്നാമത്തെ ശ്രമം.

മത്സരാർത്ഥികൾക്കുള്ള ശിലകൾ രാജമൈതാനത്ത് നിരത്തിയിട്ടിരുന്നു. ദിവസങ്ങൾ നീണ്ടുനിൽക്കുന്ന മത്സരത്തിന്റെ ആദ്യദിനം മത്സരാർത്ഥികൾക്ക് ശിലകൾ നൽകുന്നതിനായിട്ടുള്ള ദിവസമാണ്. രഘുരാമൻ അന്ന് അതിരാവിലെ മറ്റ് ശിൽപികൾ എത്തും മുൻപേ തന്നെ രാജമൈതാനത്ത് ശിൽപനിർമ്മാണത്തിനായുള്ള ശിലകൾ നിരത്തിയിട്ടിരിക്കുന്ന സ്ഥലത്ത് എത്തി. നേരം പുലർന്നു തുടങ്ങിയിട്ടേ

ഉണ്ടായിരുന്നുള്ളൂ. അവൻ ആ മൈതാനത്ത് ശിലകൾക്കരികെ ചെന്ന് ഓരോ ശിലകളും പരിശോധിച്ചു നോക്കി ഉത്തമശിലകൾ പലതും കാണുകയും ചെയ്തു. പക്ഷേ തനിക്ക് ശില തിരഞ്ഞെടുക്കാൻ അവകാശമില്ലല്ലോ. താനൊരു ദേവദാസിയുടെ മകനല്ലേ. പോരാത്തതിന് നീചഗോത്രക്കാരനും.

അവൻ ആ രാജമൈതാനത്തെ ഒരു ശിലയ്ക്കു സമീപത്തായി രാജശിൽപി വരുന്നതും കാത്തിരുന്നു. അയാൾ വന്നാലേ ശിൽപ നിർമ്മാണത്തിനായി തനിക്കുള്ള ശില ഏതാണെന്ന് കാട്ടിത്തരുകയുള്ളൂ.

ഇപ്രാവശ്യം നല്ല ശിലതന്നെ ലഭിക്കണേ എന്ന് പ്രാർത്ഥിച്ചു കൊണ്ട് അവൻ രാജമൈതാനകവാടത്തിലേക്ക് നോക്കിയിരുന്നു.

രാജ്യത്തിന്റെ പല ഭാഗങ്ങളിൽ നിന്നായി ശിൽപ നിർമ്മാണ മത്സരത്തിനായി മത്സരാർത്ഥികൾ രാജമൈതാനത്തേക്ക് എത്തിച്ചേർന്നു തുടങ്ങി. വന്നവരിൽ അധികവും രാജഗോത്രത്തിൽ പിറന്നവരായിരുന്നു. അവർക്ക് ശില തിരഞ്ഞെടുക്കുവാൻ അവകാശമുണ്ടായിരുന്നതിനാൽ അവർ വന്നപാടേ അവിടെ നിരത്തിയിട്ടിരുന്ന ശിലകളോരോന്നും പരിശോധിച്ച് ഉത്തമമായവ കണ്ടെത്തി, രാജശിൽപി വരുമ്പോൾ തങ്ങൾ തിരഞ്ഞെടുത്ത ശില കാട്ടിക്കൊടുക്കുവാൻ തയ്യാറായി അവരവർ തിരഞ്ഞെടുത്ത ശിലകൾക്ക് സമീപം സ്ഥാനമുറപ്പിച്ചു.

മത്സരാർത്ഥികളിൽ, ദേവദാസിയുടെ മകനായി അവൻ മാത്രമേ ഉണ്ടായിരുന്നുള്ളൂ.

നേരം നന്നേ പുലർന്നുകഴിഞ്ഞു രാജമൈതാനത്ത് രാജശിൽപി എത്തുമെന്നറിയിപ്പു നൽകിക്കൊണ്ട് കൊട്ടാരമണി മുഴങ്ങിക്കഴിഞ്ഞു. രഘുരാമൻ തെല്ലൊരാശങ്കയോടെയും അക്ഷമയോടെയും കാത്തിരുന്നു.

മത്സരാർത്ഥികളുടെ തിരക്കായിത്തുടങ്ങിയ ആ രാജമൈതാനത്ത് അവൻ ആകെയൊന്ന് കണ്ണോടിച്ചു. നിരത്തിയിട്ടിരുന്ന ഉത്തമശിലകളിൽ പലതും നേരത്തെ വന്ന രാജഗോത്രക്കാരായ ശിൽപികൾ സ്വന്തമാക്കിക്കഴിഞ്ഞു.

എങ്കിലും അവിടവിടായി ഇനിയും ശിലകൾ നിരന്നുകിടപ്പുണ്ട്. അവയിൽ ഏതെങ്കിലുമൊരു ഉത്തമശില തനിക്ക് കിട്ടാതിരിക്കില്ല, അവൻ ആത്മഗതം ചെയ്തു.

രാജശിൽപി രാജമൈതാനത്തെത്തി, ആദ്യംതന്നെ രാജഗോത്രക്കാരായ ശിൽപികൾ തിരഞ്ഞെടുത്ത ശിലകൾ നോക്കി അവർക്കായി

അവ നൽകിയ ശേഷം മറ്റ് ഗോത്രക്കാരായ ശിൽപികൾക്ക് ശേഷിച്ച ശിലകൾ ഓരോന്ന് കാട്ടിക്കൊടുത്തുകൊണ്ടിരുന്നു. രഘുരാമൻ രാജശിൽപി തന്നെ കാണുവാൻ പാകത്തിൽ അദ്ദേഹത്തിന്റെ ദർശനം ലഭിക്കുന്ന സ്ഥലത്തേക്ക് മാറി മാറി നിന്നു. ഓരോരുത്തർക്കും ശില കാട്ടിക്കൊടുക്കുമ്പോഴും രാജശിൽപി രഘുരാമനെ ശ്രദ്ധിക്കുന്നുണ്ടായിരുന്നു. ഇവനിനിയും പരാജയപ്പെട്ടത് മതിയായില്ലേ എന്നായിരുന്നു അയാളുടെ ചിന്ത.

ദേവദാസിയുടെ മകനായ രഘുരാമനെ അൽപം പരിഹാസച്ചുവയോടെയാണ് അയാൾ നോക്കിക്കണ്ടത്. എല്ലാ മത്സരാർത്ഥികൾക്കും ശിലകൾ കാട്ടിക്കൊടുത്തശേഷം അയാൾ രഘുരാമനെ വിളിച്ച് അവനുള്ള ശില കാട്ടിക്കൊടുത്തു. എന്നിട്ട് രാജശിൽപി അവനെ നോക്കി. 'ദേവദാസിയുടെ മകന് ശിൽപകലാബിരുദം സമ്പാദിക്കാൻ മോഹമോ' എന്നൊരു പരിഹാസചോദ്യത്തോടെയാണ് രാജമൈതാനത്തുനിന്നും മടങ്ങിയത്.

രഘുരാമൻ തനിക്കായി രാജശിൽപി കാട്ടിത്തന്ന ശില പരിശോധിച്ചു. ശിലയുടെ മട്ടും മാതിരിയും കണ്ടിട്ട് ഒളിയൻ ശില തന്നെ. എന്തായാലും മത്സരത്തിൽ പങ്കെടുക്കുകതന്നെ. ഈ ഒളിയൻ ശിലയിൽ താനൊരുത്ഭുതം തീർക്കുവാൻ പോവുകയാണ്. തന്റെ ശിൽപനിർമ്മാണ നൈപുണ്യം ശാല്യരാജ്യത്തെ ജനങ്ങളെ അറിയിക്കാനുള്ള അവസാന അവസരം.

മനസ്സും ശരീരവും ഏകാഗ്രമാക്കി ശിൽപനിർമ്മാണം ആരംഭിച്ചു. തന്റെ ഹൃദയത്തിൽ ഉരുവായ ആ ദാർശനിക ശിൽപത്തെ ഒളിയൻ ശിലയിൽ പകർത്തുവാൻ മനസ്സർപ്പിച്ച് തന്റെ കൊത്തുവേലയിൽ മുഴുകി, ദിനരാത്രങ്ങൽ കടന്നുപോയി. ആ ഒളിയൻ ശിലയിൽ തന്റെ സ്വപ്നശിൽപം പണിതുയർത്തി.

കണ്ടവരെല്ലാം ആശ്ചര്യത്തോടെ ആ ശിൽപഭംഗി നോക്കി നിന്നു. അത്ര ജീവസ്സുറ്റ നിർമ്മിതിയായിരുന്നു അത്.

ശിൽപത്തിന്റെ അവസാന മിനുക്കുപണിയും പൂർത്തിയാക്കി നിശ്ചയിച്ചിരുന്നതിനും ഒരു ദിവസം മുൻപേ, ആ ദാർശനിക ശിൽപത്തിന്റെ നിർമ്മാണം പൂർത്തിയാക്കി. ഭാഗ്യം, ഒളിയൻ ശില ഇപ്രാവശ്യം തന്നെ ചതിച്ചില്ല.

നാളെയാണ് രാജാവും പരിവാരങ്ങളും രാജശിൽപിയും ശിൽപികൾ നിർമ്മിച്ച ശിൽപങ്ങൾ കാണുവാനും ജേതാക്കളെ പ്രഖ്യാപിക്കുവാനുമായി രാജമൈതാനത്ത് എത്തുന്നത്. തന്റെ ഈ മനോഹര ദാർശനിക ശിൽപം എല്ലാവർക്കും ഇഷ്ടമാകും. താനിതാ, ശിൽപ

നിർമ്മാണമത്സരത്തിൽ വിജയിയാകുവാൻ പോകുന്നു. തന്റെ എക്കാലത്തെയും ആഗ്രഹം പൂർത്തിയാകുവാൻ പോകുന്നതിന്റെ ആഹ്ലാദത്തിൽ, നാളെ രാജാവിൽനിന്നും ലഭിക്കുവാൻ പോകുന്ന ശിൽപകലാബിരുദവും സ്വപ്നം കണ്ടുകൊണ്ട് അവൻ തന്റെ ധർമയുടെ ശിൽപശാലയിലേക്ക് മടങ്ങി. ആ മരപ്പലകയിൽ കിടക്കുവാൻ പാകത്തിൽ പുതപ്പുവിരിച്ച് സുന്ദരസ്വപ്നങ്ങളുമായി കിടന്നുറങ്ങി.

അടുത്ത പ്രഭാതത്തിൽ ഉത്സാഹത്തോടെ എഴുന്നേറ്റ് പ്രഭാതകൃത്യങ്ങളെല്ലാം കഴിഞ്ഞ് നല്ല വസ്ത്രങ്ങളും ധരിച്ച് നേരെ ധർമയുടെ വീട്ടിലേക്കോടി. അവൻ അവിടെ എത്തുമ്പോൾ ധർമ വീടിന്റെ പടിക്കൽതന്നെ നിൽപ്പുണ്ടായിരുന്നു. തന്നെയും പ്രതീക്ഷിച്ച് നിന്നതുപോലെ തോന്നി ധർമയുടെ ആ നിൽപു കണ്ടിട്ട്.

വേഗത്തിൽ ചെന്ന് ധർമയുടെ കാൽ തൊട്ട് വന്ദിച്ച് അനുഗ്രഹം വാങ്ങി. ധർമ അവന്റെ ശിരസ്സിൽ കൈവച്ച് അനുഗ്രഹിച്ചു.

തന്റെ ജീവിതത്തിലെ ഏറ്റവും മഹത്തായ ദിവസമാണ് ഇന്ന്, തന്റെ ശിൽപം കാണുവാൻ ശാല്യരാജാവും രാജശിൽപിയും രാജമൈതാനത്തെത്തുന്നത് ഇന്നാണ്. തന്റെ ശിൽപം മാത്രമല്ല, മത്സരത്തിൽ പങ്കെടുത്ത എല്ലാ ശിൽപ്പികളുടേയും ശിൽപങ്ങൾ ഇന്നു മാറ്റുരയ്ക്കപ്പെടും.

മത്സരാർത്ഥികളായ ശിൽപികളുടെ ശിൽപങ്ങൾ കാണുവാൻ വലിയ ജനാവലിയും രാജമൈതാനത്തുണ്ടാവും. എല്ലാവരുടേയും മുൻപിൽ താനിന്ന് ജേതാവാകുവാൻ പോകുന്നു അവന് ആഹ്ലാദമടക്കുവാനായില്ല. അവൻ മനസ്സു നിറയെ സ്വപ്നങ്ങളും പുഞ്ചിരി വിടർന്ന മുഖവുമായി രാജമൈതാനത്തേക്ക് നടന്നു. തന്റെ ശിൽപത്തെ കാണുവാൻ.

അവൻ രാജമൈതാനത്ത് എത്തുമ്പോഴേക്കും ശിൽപികൾ അവരവർ നിർമ്മിച്ച ശിൽപങ്ങളിൽ അവസാനവട്ട മിനുക്കുപണികൾ നടത്തുന്ന തിരക്കിലായിരുന്നു.

നടന്ന് താൻ നിർമ്മിച്ച ആ ദാർശനിക ശിൽപത്തിനടുത്തേക്ക് ചെന്ന് അത് മൂടിയിരുന്ന മൂടുപടം മാറ്റി ശിൽപത്തെ ആകമാനം ഒന്നു നോക്കി, ഇനി എന്തെങ്കിലും മിനുക്കുപണികൾ നടത്താനുണ്ടോ എന്ന് പരിശോധിച്ചു.

അപ്പോഴാണ് അവൻ ആ കാഴ്ച കണ്ടത്. അവന്റെ മനസ് തളർന്നു പോയി. അതാ, തന്റെ ആ മനോഹരശിൽപം വിള്ളൽ വീണ് ഉപയോഗശൂന്യമായിരിക്കുന്നു. ശിൽപത്തിന്റെ ശിരസ്സിന്റെ മദ്ധ്യഭാഗത്തു നിന്നും താഴേക്ക് ഒരു വിള്ളൽ വീണ്, ഉപയോഗശൂന്യമായിരിക്കുന്നു.

തന്റെ മഹത്തായ നിർമ്മിതി വികൃതമായിരിക്കുന്നു. ഇനി ഒന്നും ചെയ്യാൻ കഴിയില്ല. ഒളിയൻ ശില അതിന്റെ ശരിയായ സ്വഭാവം കാട്ടി. അസമയത്ത് ശിൽപത്തെ ശിഥിലമാക്കിയിരിക്കുന്നു.

ഇന്ന് തന്റെ ജീവിതത്തിലെ ഏറ്റവും മനോഹരമായ ദിവസമായിട്ടാണ് കരുതിയത്. പക്ഷേ തന്റെ അനുഭവത്തിൽ അങ്ങനെയല്ല കരുതേണ്ടത്. ഇന്ന് ഒരു നശിച്ച ദിവസമായിട്ടാണ് തോന്നിയത്, നശിച്ചതോ നല്ലതോ എന്ന് അറിയില്ല. അല്ലെങ്കിൽ തന്നെ ദിവസം എന്തു പിഴച്ചു. ദിവസങ്ങളിൽ നശിച്ചത്, നല്ലത് എന്നൊന്നുമില്ല.

സത്യത്തിൽ ദിവസങ്ങളോ ആഴ്ചകളോ മാസങ്ങളോ അതുമല്ലെങ്കിൽ വർഷങ്ങളോ ഒന്നും തന്നെയില്ല. അതെല്ലാം മനുഷ്യമനസ്സിന്റെ സൃഷ്ടികളാണ്. അവന് മനസ്സിലാക്കാൻ വേണ്ടി സമയത്തെ പല കഷണങ്ങളാക്കി കീറിമുറിച്ച് കണക്കുകളുടെ ഒരു കൂട്ടമാക്കി അവയ്ക്ക് വർഷമെന്നോ മാസമെന്നോ ദിവസമെന്നോ പേരിട്ടിരിക്കുന്നു.

ശിൽപ നിർമ്മാണത്തിൽ ബിരുദം നേടിയവർക്കുള്ള രാജമുദ്ര പതിച്ച പത്രിക സമർപ്പണം നടക്കുന്ന വേദിയിൽ വിജയികൾ നിരനിരയായി നിൽക്കുന്നു.

രാജമൈതാനത്ത് മത്സരത്തിൽ പങ്കെടുത്ത എല്ലാവരും ഹാജരുണ്ടായിരുന്ന വേദിക്കരികിൽ, രഘുരാമൻ ശിരസ്സു കുനിച്ച് ചിന്തയിലാണ്ടിരുന്നു. ശാന്തമായിരുന്നെങ്കിലും ഹൃദയത്തിൽ ഒരായിരം രാക്ഷസത്തിരമാലകൾ ഉറഞ്ഞുതുള്ളുന്നുണ്ടായിരുന്നു.

തന്റെ സ്വപ്നങ്ങളിൽ താൻ പതിവായി കാണാറുള്ള ആ ദാർശനികരൂപം, തന്റെ എക്കാലത്തേയും ഏറ്റവും മികച്ച ശിൽപമായിരുന്നു തേജസുറ്റ ആ ദാർശനികരൂപമുള്ള ശിൽപം. തന്റെ ഹൃദയത്തിൽ രൂപപ്പെട്ട ദിവ്യമായ ഗുരുവര്യന്റെ തോജോമയമായ രൂപം അതായിരുന്നു ആ ഒളിയൻ ശിലയിൽ താൻ നിർമ്മിച്ചത്.

രാജമൈതാനത്ത് പരാജിതനായി നിൽക്കുമ്പോൾ അവന്റെ മനസ്സിൽ എന്താണുണ്ടായിരുന്നത്?

“വീണുടഞ്ഞ ഒരായിരം സ്വപ്നങ്ങളുടെ നിറച്ചാർത്തുകൾ.” അപ്പോൾ അവൻ മരണത്തെക്കുറിച്ചുപോലും ചിന്തിച്ചു.

ജീവിതം അവസാനിപ്പിച്ചാലോ? ഈ നശിച്ച ലോകത്ത് പരാജിതനായി ജീവിക്കുന്നതിലും നല്ലത് മരണമാണ്. മരണത്തോടെ തന്റെ എല്ലാ ദുഃഖങ്ങളും അവസാനിക്കുമല്ലോ.

തന്റെ മരണത്തോടെ എന്താണ് സംഭവിക്കാൻ പോകുന്നത്? ധർമയുടെ ശിൽപനിർമ്മാണശാലയുടെ ഗതിയെന്താവും? ധർമയുടെ അവസ്ഥയെന്താവും? അതിനെക്കാളുപരി തന്റെ സ്വപ്നങ്ങൾ...

താൻ മാത്രമല്ല, ഒരു ദിവസം പൊടുന്നനെ ഈ മനുഷ്യർ എല്ലാം തന്നെ മരണപ്പെട്ടുപോയാലോ? അതുമല്ലെങ്കിൽ, ഈ ശാല്യരാജ്യത്തെ മനുഷ്യർ മുഴുവൻ മരണമടഞ്ഞാലുള്ള അവസ്ഥ എന്തായിരിക്കും? പ്രജകളില്ലാത്ത ശാല്യരാജ്യത്തിന്റെ ഗതിയെന്താവും? മനോഹരങ്ങളായ കോട്ടകൊത്തളങ്ങളും കൊട്ടാരങ്ങളും കുതിരമാളികകളും ആര് പരിപാലിക്കും? കൊത്തുപണികളാലും ചിത്രവേലകളാലും അലങ്കരിക്കപ്പെട്ട ശാല്യരാജാവിന്റെ കൊട്ടാരവും അന്തപ്പുരവും എല്ലാം പരിപാലിക്കാൻ ആളില്ലാതെ കാടുപിടിച്ച് വന്യമൃഗങ്ങളുടെ വിഹാരകേന്ദ്രങ്ങളായി മാറും. കുറുക്കന്മാർ രാജവീഥികളിൽ ഓരിയിട്ടു നടക്കും.

മരണം ഒരവസാനമായിട്ടാണ് മനുഷ്യർ കരുതുന്നത്, എന്നാൽ മരണം വെറുമൊരു കൂടുമാറ്റം മാത്രമല്ലേ, പഴയതിൽനിന്ന് പുതിയതിലേക്ക്.

നാം ഉപയോഗശൂന്യമായ പഴയ വസ്ത്രം ഉരിഞ്ഞുമാറ്റി പുതിയത് ധരിക്കുംപോലെ ആത്മാവ് നിർജ്ജീവ ശരീരത്തെ വിട്ട് പുതിയതിൽ ചേക്കേറുന്ന പുതിയ ഒരു യാത്രയുടെ ആരംഭം. പുതിയ നിയോഗത്തിനായി. അതുമല്ലെങ്കിൽ പുതിയ കാഴ്ചകൾക്കായി...

പരാജിതനായി മരണത്തിനു കീഴടങ്ങാൻ അവൻ ഒരുക്കമായിരുന്നില്ല.

രാജമൈതാനത്ത് ശിൽപകലാമത്സരത്തിൽ അവനോടൊപ്പം പങ്കെടുത്ത രാജഗോത്രക്കാർ അവനെ കൂകിവിളിച്ചും പരിഹാസച്ചുവയുള്ള പഴിവാക്കുകൾ പറഞ്ഞും നിന്ദിച്ചുകൊണ്ടിരുന്നു. ചുറ്റിനും കൂടിനിന്നിരുന്നവരിൽ ചിലരും അവനെ പരിഹസിച്ച് ചിരിക്കുന്നുണ്ടായിരുന്നു. ചുറ്റിനും കൂടിനിന്നിരുന്ന ജനാവലിയുടെ പരിഹാസങ്ങളോ ശിൽപകലാമത്സരത്തിലെ വിജയികളുടെ കൂക്കിവിളികളോ വിജയാരവങ്ങളോ ഒന്നും അവൻ ശ്രദ്ധിച്ചതേയില്ല.

പരിഹാസ്യനായി നിൽക്കുമ്പോഴും അവൻ ഒന്നു തീർച്ചപ്പെടുത്തിയിരുന്നു. തന്റെ ഈ ഉടഞ്ഞ ദാർശനിക ശിൽപത്തെ ധർമയുടെ ശിൽപശാലയിലേക്ക് കൊണ്ടുപോകുമെന്ന്.

ആ ശിൽപത്തെ രാജമൈതാനത്ത് ഉപേക്ഷിച്ചു പോകുവാൻ അവന് കഴിയുമായിരുന്നില്ല. കാരണം ആ ശിൽപത്തിൽ തന്റെ ഹൃദയത്തിൽ ചേക്കേറാൻ ശക്തിയുള്ള പ്രപഞ്ചാംശം ഉള്ളതായി അവനു തോന്നി.

ഒരുപക്ഷേ തന്റെ ഈ ദാർശനിക ശിൽപത്തിന് ജീവനുണ്ടായിരുന്നുവെങ്കിലോ ഒരുവേള തന്റെ ഈ കഠിനദുഃഖത്തിൽ ഈ ശിൽപം

പോലും തന്നെ ആശ്വസിപ്പിക്കുമായിരുന്നുവെന്ന് അവൻ വെറുതെ ചിന്തിച്ചു.

ശിൽപങ്ങൾ നിർമ്മിക്കുക ശ്രമകരമായ കാര്യം തന്നെ. എന്നാൽ ജീവസ്സുറ്റ ശിൽപങ്ങൾ നിർമ്മിക്കുക എന്നുള്ളത് ആത്മാവിനെ ദർശിക്കുംപോലെ ഏറെ ദുഷ്കരമായ കാര്യമാണ്.

ശിൽപങ്ങൾക്ക് ജീവനുണ്ടാവുമോ ആവോ?

അറിയില്ല.

പക്ഷേ ഒന്നുണ്ട്. ശിലകൾ ചെത്തുളികൊണ്ട് ചെത്തി മുറിവേൽപ്പിക്കുമ്പോഴും ക്ഷമയോടെ തന്നിൽ ഉരുവാകുന്ന ശിൽപത്തെ കാണുവാൻ, അറിയുവാൻ വെമ്പൽ കൊള്ളുന്ന ഒരാത്മാവ് ആ ശിലയിൽ മറഞ്ഞിരിപ്പുണ്ടാവും. അത് തീർച്ച.

രഘുരാമൻ തന്റെ ശിൽപശാലയിലെ ഉന്തുവണ്ടിയുമായി വന്ന്, പൊട്ടൽ വീണ് അടർന്നുപോയ ആ ദാർശനിക ശിൽപത്തെ വളരെ ശ്രമപ്പെട്ട് ഉന്തുവണ്ടിയിൽ വലിച്ചു കയറ്റി. കൂടി നിന്നവരിൽ ആരൊക്കെയോ ചേർന്ന് ആ ശിൽപം ഉന്തുവണ്ടിയിൽ കയറ്റാൻ അവനെ സഹായിച്ചു.

കൊടിതോരണങ്ങളാൽ അലംകൃതമായ രാജമൈതാനവും കടന്ന് പൊട്ടിയ ശിൽപവും ഉന്തുവണ്ടിയിൽ കെട്ടിവലിച്ച് രഘുരാമൻ ശിൽപശാല ലക്ഷ്യമാക്കി നടന്നു. രാജമൈതാനത്തും വഴിയോരത്തും കൂടിനിൽക്കുന്നവരുടെ പരിഹാസങ്ങളും പൊട്ടിച്ചിരികളും കേൾക്കാമായിരുന്നു.

"പരിഹാസങ്ങൾക്കുള്ള മറുപടി മൗനമാണ്, പരാജയങ്ങൾക്കുള്ള മറുപടി ക്ഷമയും." രണ്ടും അവൻ ശീലിച്ചു കഴിഞ്ഞു.

ആളുകളുടെ പരിഹാസച്ചുവയുള്ള സംസാരം കേൾക്കുന്നത് ശീലമായിക്കഴിഞ്ഞു. പരാജിതന്റെ ഹൃദയം കാണുവാനും പഠിച്ചു കഴിഞ്ഞു.

എന്താണ് ചില മനുഷ്യർ ഇങ്ങനെ നിരന്തരം പരാജയപ്പെടുന്നത്? ഒരുപക്ഷേ പരാജയങ്ങൾ വിജയത്തിലേക്കുള്ള രാജവീഥികളായി മാറിയേക്കാം. മുന്നിലുള്ള മഹത്തായ വിജയം നേടുവാനായി ചെറിയ പരാജയങ്ങളിലൂടെ കടന്നുവന്നേ മതിയാവൂ.

പൊട്ടിയ ശിൽപവും ഉന്തുവണ്ടിയിൽ വലിച്ച് ശിൽപനിർമ്മാണശാലയിൽ എത്തിയപ്പോഴേക്കും നേരം ഏറെ വൈകിയിരുന്നു. പരാജിതനായി ഉന്തുവണ്ടിയിൽ തന്റെ പൊട്ടിയ ശിൽപ്പവുമായി ദുഃഖിതനായി വരുന്ന അവനേയും കാത്ത് ധർമ ആ ശിൽപനിർമ്മാണ

ശാലയുടെ മുൻപിൽതന്നെ നിൽപുണ്ടായിരുന്നു. അവനെ ആ രാജ മൈതാനത്ത് വച്ച് ആളുകൾ പരിഹസിക്കുന്നതെല്ലാം ധർമ കേൾക്കു ന്നുണ്ടായിരുന്നു.

രഘുരാമൻ തലകുനിച്ച് ആ ഉന്തുവണ്ടി വലിച്ച് ശിൽപ നിർമ്മാണ ശാലയ്ക്കുള്ളിൽ ആ ശിൽപം പൊട്ടി രണ്ടായിപ്പോകാതെ ഇറക്കി വയ്ക്കാൻ നേരം, ധർമ അവന്റെ അടുത്തേക്ക് ചെന്ന് അവനെ തന്നോട് ചേർത്ത് നിർത്തികൊണ്ടു പറഞ്ഞു.

''രഘുരാമാ, നിന്നെക്കുറിച്ച് ആരും എന്തും പറയട്ടെ. മുഖം വാടേണ്ട, മറുപടി പറയാനും പോകേണ്ട. അവർ വിമർശിക്കുമ്പോഴും കുലുങ്ങരുത്. വീണുപോകരുത്. മറിച്ച് അവർക്കായി തണലേകുക. സഹായഹസ്തം നീട്ടുക. ഒടുവിൽ നിന്റെ പ്രവൃത്തിയിലൂടെ, നിന്റെ നന്മയിലൂടെ അത് വെളിവാകുമ്പോൾ നിന്നെ പരിഹസിച്ചവർ അവര വരുടെ വാക്കുകൾ തിരുത്തുന്ന ഒരു കാലം വരും. പൊരുതുവാ നുള്ള മനസ്സുമായി പിടിച്ചു നിൽക്കുക. ഹൃദയത്തെ വഞ്ചിക്കാതി രിക്കുക. നിന്റെ സമയം എത്തുംവരെ കാത്തിരിക്കൂ. നീ ആരെന്ന് നിനക്ക് അറിയുന്നിടത്തോളം നിശ്ശബ്ദനായിരിക്കുക. നാളെയുടെ നാൾവഴികളിൽ നിന്നെ നിന്ദിച്ചവർ നിന്നിൽനിന്നും നന്മ അനു ഭവിക്കുന്ന ഒരു ദിനമുണ്ട്.''

ഇതു പറയുമ്പോൾ അയാളുടെ കണ്ണുകൾ നിറഞ്ഞിരുന്നു. ദുഃഖ ത്താൽ തല കുനിച്ച് നിന്ന അവനെ തന്റെ നെഞ്ചോട് ചേർത്തു പിടിച്ചുകൊണ്ട് അയാൾ അൽപനേരം അങ്ങനെ തന്നെ നിന്നു.

ഇന്നെന്തോ ധർമ മദ്യപിച്ചിട്ടില്ല. മദ്യശാലയിൽ പോകാത്ത, മദ്യ പിക്കാത്ത ധർമയെ തന്റെ ജീവിതത്തിൽ അവൻ മുൻപൊരിക്കലും കണ്ടിട്ടില്ല.

ധർമ തന്നെ എത്രമാത്രമാണ് ഇഷ്ടപ്പെടുന്നത്. ആ സ്നേഹ ത്തിന്റെ പരിലാളനം അവൻ അറിഞ്ഞു. അവൻ ചാഞ്ഞ് ആ ചുമ ലിൽ അൽപനേരം അങ്ങനെതന്നെ കിടന്നു.

''നീ ഇന്നിനി ഇവിടെ കിടക്കേണ്ട. എന്നോടൊപ്പം പോന്നോളൂ.''

ധർമ അവനെ തന്റെ ഒറ്റമുറി വീട്ടിലേക്ക് വിളിച്ചു.

അവൻ അതിന് ഇല്ല എന്ന ഭാവത്തിൽ തലയാട്ടുക മാത്രം ചെയ്തു.

അൽപനേരം മൗനമായി അവനെതന്നെ നോക്കി നിന്നതിനു ശേഷം ധർമ തന്റെ വീട്ടിലേക്കു പോയി. ധർമ നടന്നകലുന്നത് അവൻ നോക്കി നിന്നു.

ധർമയുടെ ആശ്വാസവചനങ്ങൾക്കും സ്നേഹപരിലാളനകൾക്കും

അവന്റെ ദുഃഖത്തിന്റെ കാഠിന്യം കുറയ്ക്കുവാനേ കഴിഞ്ഞുള്ളൂ. അതില്ലാതാക്കുവാനായില്ല.

ധർമ പോയതിനുശേഷം അവൻ എഴുന്നേറ്റ് ആ ദാർശനിക ശിൽപം ശ്രമപ്പെട്ട് വലിച്ച് നീക്കി, ശിൽപശാലയിൽ താൻ കിടന്നുറാങ്ങാറുള്ള മരപ്പലകയ്ക്ക് അഭിമുഖമായി എപ്പോഴും കാണത്തക്ക വണ്ണം വച്ചിട്ട് മരപ്പലകയിൽ കയറി ചിന്തയിലാണ്ടു കിടന്നു.

എപ്പോഴോ ഉറങ്ങിപ്പോയി. എപ്പോഴാണെന്നറിയില്ല. തന്റെ ഉറക്കിത്തിനങ്ങനെ നേരവും കാലവുമൊന്നുമില്ല. ചിലപ്പോൾ ഏറെ വൈകുംവരെ ശിൽപങ്ങൾ നിർമ്മിച്ച് ക്ഷീണിതനായി ഉറങ്ങിപ്പോകും. മറ്റ് ചിലപ്പോൾ ഇതുപോലെ ചിന്തയിലാണ്ടു ഉറങ്ങിപ്പോകും. ഒന്നിനും ഒരടുക്കും ചിട്ടയുമില്ല. അല്ലെങ്കിൽതന്നെ എന്തിനാണ് കൃത്യത യുള്ളത്?

ശിൽപം ഉന്തുവണ്ടിയിൽ വലിച്ച് കൊണ്ടുവന്ന ക്ഷീണവും ശിൽപനിർമ്മാണത്തിൽ പരാജിതനായതിന്റെ നിരാശയുംകൂടി ആയപ്പോഴേക്കും അവൻ ആകെ തളർന്നുറങ്ങിപ്പോയി.

സംസാരിക്കുന്ന ദാർശനിക ശിൽപം

ആരോ വിളിക്കുന്നതു കേട്ടാണ് അവൻ ഉണർന്നത്. കണ്ണ് തുറന്ന് നോക്കുമ്പോൾ ആരെയും കണ്ടില്ല. അവൻ അവിടമാകെ നോക്കി. രാത്രിവിളക്കിന്റെ അരണ്ട വെളിച്ചത്തിൽ തന്റെ പൊട്ടിയ ശിൽപത്തെ മാത്രമേ കാണുന്നുള്ളൂ. ധർമയാണ് തന്നെ വിളിച്ചതെന്നാണ് ആദ്യം കരുതിയത്. എന്നാൽ ഈ അർദ്ധരാത്രിയിൽ ധർമ ശിൽപശാലയിൽ വരാറില്ല, ഇവിടെ കിടന്നുറങ്ങാറ് പതിവുമില്ല. ഓ... തനിക്ക് തോന്നിയതായിരിക്കും. ആ മരപ്പലകയിൽതന്നെ ചരിഞ്ഞും പിരിഞ്ഞും ഉറക്കച്ചടവോടെ കിടന്നു.

വീണ്ടും അരണ്ട മയക്കത്തിലായപ്പോൾ തന്നെ ആരോ വിളിക്കുന്നതായി തോന്നി. ഇനി ചിലപ്പോൾ തനിക്ക് തോന്നിയതായിരിക്കുമോ?

അല്ല, തനിക്ക് തോന്നിയതല്ല. ഇപ്രാവശ്യം നല്ല വ്യക്തമായി കേട്ടു. തന്റെ പേരെടുത്തു വിളിച്ചിരിക്കുന്നു. ധർമയുടെ ശബ്ദമല്ല, അതു തനിക്ക് പരിചിതമാണ്. താനിതുവരെ കേട്ടു പരിചിതമല്ലാത്ത ശബ്ദം തന്നെ തീർച്ച. ഇനി ഒരു പക്ഷേ ഈ ദാർശനിക ശിൽപമെങ്ങാനുമാകുമോ വിളിച്ചത്? ശിൽപത്തിന് സംസാരിക്കാൻ കഴിയുമോ? അല്ലെങ്കിൽ തന്നെ ശിൽപത്തിന് എങ്ങനെയാണ് സംസാരിക്കാൻ കഴിയുന്നത്, തന്റെ ഹൃദയം കാണുവാൻ കഴിയുന്നത്, അത് വെറുമൊരു ശിലയല്ലേ?

അവൻ ചിന്തിച്ചു.

വീണ്ടും അതേ ശബ്ദം അവൻ കേട്ടു. അവന് ഉറങ്ങുവാൻ കഴിഞ്ഞില്ല. എഴുന്നേറ്റ് രാത്രിവിളക്കിന്റെ തിരിനാളം ഉയർത്തി.

ശിൽപശാലയാകെ നല്ല വെളിച്ചം പരന്നു. അപ്പോൾ സമയം ഏതാണ്ട് അർദ്ധരാത്രി കഴിഞ്ഞിട്ടുണ്ടാവും. അവൻ ശിൽപശാലയിലാകെ നോക്കി. ഇനി ഇവിടെ എവിടെയെങ്കിലും ആരെങ്കിലും

മറഞ്ഞിരുന്ന് തന്നെ വിളിക്കുന്നതാവുമോ? ഇല്ല ഇവിടെയെങ്ങും ആരുമില്ല.

ശിൽപശാലയിലെങ്ങും മറ്റാരുമില്ല എന്നുറപ്പുവരുത്തിയതിനു ശേഷം അവൻ തന്റെ ദാർശനിക ശിൽപത്തിന്റെ അടുത്തേക്ക് ചെന്നു. രാത്രിവിളക്കിന്റെ വെളിച്ചത്തിൽ ആ ദാർശനിക ശിൽപത്തിന്റെ മുഖത്തേക്ക് നോക്കി. എന്തെങ്കിലും ശബ്ദം വരുന്നുണ്ടോ എന്ന് ശ്രദ്ധിച്ചു.

അതാ വീണ്ടും അതേ ശബ്ദം.

ശബ്ദം കേൾക്കുന്നത് ആ ദാർശനിക ശിൽപത്തിൽനിന്നാണ്. അത് തീർച്ച.

''രഘുരാമാ, ഞാൻ തന്നെയാണ് നിന്നെ വിളിച്ചത്. നീ സംശയിക്കേണ്ട. ശിൽപത്തിന് സംസാരിക്കാൻ കഴിയും. കാരണം ശിൽപം പിറവിയെടുക്കുന്നത് ശിൽപിയുടെ ഹൃദയത്തിൽ നിന്നാണ്. അതിനാൽ അവന്റെ ഹൃദയത്തിന്റെ സ്വരം ശ്രവിക്കുവാനും കഴിയും. ശിൽപങ്ങൾക്കും പ്രപഞ്ചാംശം തുടിക്കുന്ന ഒരു ഹൃദയമുണ്ട്. ശിൽപികളുമായി സംവദിക്കുന്നതിനുള്ള ഭാഷയും വശമാണ്. ഒരു പക്ഷേ ഹൃദയങ്ങൾ തമ്മിൽ സംവദിക്കുന്നതിന് ഭാഷതന്നെ ആവശ്യമില്ല. ഭാഷ ആശയങ്ങൾ കൈമാറാൻവേണ്ടി മാത്രമേ ആവശ്യമുള്ളൂ. ഹൃദയങ്ങൾ ഭാഷയ്ക്കും അതീതമാണ്.'' ശിൽപം പറഞ്ഞു.

അതെ, തന്നെ വിളിച്ചത് ശിൽപം തന്നെ. അവന് വ്യക്തമായി. അവൻ ഒരു നിമിഷം പകച്ച് നിന്നുപോയി. നല്ല മഞ്ഞുള്ള രാത്രിയായിട്ടുകൂടി ദേഹമാസകലം ചൂടുപിടിക്കുന്നുണ്ടായിരുന്നു. ആദ്യമായി ശിലയിൽ കൊത്തുളിവയ്ക്കുവാൻ തന്നെ പഠിപ്പിച്ചപ്പോൾ ധർമ പറഞ്ഞുതന്നിട്ടുള്ള കാര്യങ്ങൾ അവന്റെ ഓർമ്മയിൽ തെളിഞ്ഞു വന്നു.

''ഒരു ശിൽപം ആദ്യം ശിൽപിയുടെ ഹൃദയത്തിലാണ് ഉരുവാകുന്നത്. തന്റെ ഹൃദയത്തിൽ ഉരുവാകുന്ന ശിൽപത്തെ ശിൽപി തന്റെ ഹൃദയം പകുത്താണ് കൊത്തിയുണ്ടാക്കുന്നത്. മറ്റുള്ളവർക്ക് ആ ശിൽപം കൊത്തുപണികളാൽ മനോഹരമായ വെറുമൊരു ശില മാത്രമായിരിക്കും. പക്ഷേ, ശിൽപിക്ക് അത് തന്റെ ഹൃദയത്തിന്റെ ഭാഗം തന്നെയാണ്. തന്റെ ആത്മാംശത്തിന്റെ, നൊമ്പരങ്ങളുടെ, സ്വപ്നങ്ങളുടെ, പ്രതീക്ഷകളുടെ ജീവകണികകൾ. ശിൽപി ശിലയിൽ ഓരോ തവണ കൊത്തുളിവയ്ക്കുമ്പോഴും ശിൽപിയുടെ ഹൃദയത്തിലും അതിന്റെ അലയൊലികൾ ഉണ്ടാകും. ശിലയുടെ നൊമ്പരത്തിന്റെ അലയൊലികളാണവ.

ശിലയുടെ ആത്മാംശത്തെ തേടിയുള്ള അനശ്വരമായ അന്വേഷണങ്ങളാണ് ഓരോ ശിൽപത്തിലും ശിൽപി നടത്തുന്നത്. തന്റെ

ഹൃദയത്തെ പൂർണ്ണമായും അർപ്പിച്ച അനശ്വരമായ ഒരു തപസ്സ്. അതിൽനിന്നും പിറവികൊള്ളുന്ന ശിൽപം ജീവസ്സുറ്റതായിരിക്കും. അവയ്ക്ക് ശിൽപിയുടെ ഹൃദയത്തെ തൊട്ടറിയുവാൻ ശേഷിയുണ്ടാവും, അവന്റെ നൊമ്പരങ്ങളറിയുവാനും.''

തന്റെ ശബ്ദം കേട്ട് ഒരു സ്വപ്നത്തിലെന്നോണം നിൽക്കുന്ന രഘുരാമനെ നോക്കി ശിൽപം ചോദിച്ചു.

''രഘുരാമാ, നീ എന്തിനെച്ചൊല്ലിയാണ് വിഷാദിച്ചിരിക്കുന്നത്?''

''നിന്നെച്ചൊല്ലിതന്നെ. എന്റെ സ്വപ്നങ്ങൾ തകർത്ത നിന്നെച്ചൊല്ലി. എന്റെ വീണുടഞ്ഞ സ്വപ്നങ്ങളെച്ചൊല്ലി.'' അവൻ പറഞ്ഞു.

''എന്നെച്ചൊല്ലിയോ? എന്ത് ഞാൻ നിന്റെ സ്വപ്നങ്ങൾ തകർത്തെന്നോ? ആട്ടെ എന്താണ് നിന്റെ സ്വപ്നങ്ങൾ?'' ശിൽപം ചോദിച്ചു.

''എന്തിനാണ് എന്റെ സ്വപ്നങ്ങൾ അറിയുന്നത്? ഇന്ന് രാജമൈതാനത്ത് ആ ജനാവലി എന്നെ പരിഹസിച്ചതുപോലെ എന്നെ പരിഹസിക്കുവാനാണോ?''

''ഞാൻ എന്തിനു നിന്നെ പരിഹസിക്കണം? അല്ലെങ്കിൽതന്നെ ജനാവലി നിന്നെ പരിഹസിച്ചപ്പോൾ നീ എന്തേ തളർന്നുപോയി, നിന്നെ പൂർണമായും അറിയുന്നവർ ആ ജനാവലിയാണോ? അതോ നീയോ? ചെറിയ പരാജയങ്ങളിൽ നീ എന്തേ തളർന്നുപോകുന്നു?''

അതിനവൻ മറുപടി പറഞ്ഞില്ല, തലകുനിച്ച് ശിൽപം പറയുന്നതും കേട്ടു നിന്നു.

''രഘുരാമാ, നക്ഷത്രങ്ങൾ തിളങ്ങുന്ന ആകാശത്തേക്കു നോക്കൂ, അതിന് ഇത്ര വശ്യമനോഹാരിത നൽകുന്നതെന്താണ്?''

''തിളങ്ങി നിൽക്കുന്ന ആ മനോഹര നക്ഷത്രങ്ങളുടെ ആ വശ്യപ്രകാശം തന്നെ.'' അവൻ പറഞ്ഞു.

''ആ മനോഹര നക്ഷത്രങ്ങൾക്ക് ഇത്ര വശ്യമനോഹാരിത നൽകുന്നതെന്താണെന്നറിയാമോ?''

''അവയുടെ പ്രകാശത്തെ ഇത്ര മനോഹരമാക്കുന്നത് ആകാശത്തെ മറച്ചുനിൽക്കുന്ന ഇരുട്ടാണ്.''

''മനുഷ്യജീവിതങ്ങളും അങ്ങനെയാണ്, പക്ഷേ അവരെ മറച്ചുനിൽക്കുന്ന പരാജയങ്ങളുടെ കൂരിരുട്ടിൽ തങ്ങളാകുന്ന നക്ഷത്രങ്ങളുടെ തിളക്കം പലരും തിരിച്ചറിയുന്നില്ലന്നു മാത്രം.''

ശിൽപത്തിന്റെ വാക്കുകൾ അവന് അത്ര രസിച്ച മട്ടില്ല. അത് തന്റെ മുഖഭാവം കൊണ്ട് അവൻ പ്രകടിപ്പിക്കുകയും ചെയ്തു. എന്നിട്ട് അൽപം നീരസത്തോടെ പറഞ്ഞു.

''ഓ അങ്ങനെ വലിയ സ്വപ്നങ്ങളൊന്നുമില്ല.''

''നിന്റെ സ്വപ്നങ്ങളെപറ്റി പറയൂ, ഞാൻ കേൾക്കട്ടെ. അറിയുവാൻ ആഗ്രഹമുണ്ട്.''

ശിൽപം വീണ്ടും അവനെ നിർബന്ധിച്ചു.

''അങ്ങ് എന്തിനുവേണ്ടിയാണ് എന്റെ സ്വപ്നങ്ങളെപ്പറ്റി അറിയുന്നത്?''

''നിന്റെ നിയോഗത്തെപ്പറ്റി പറയുവാൻ, പിന്നെ നിന്റെ മഹത്തായ യാത്രകളെപറ്റി പറയുവാനും.''

''എന്റെ നിയോഗത്തെപ്പറ്റിയോ? മഹത്തായ യാത്രകളോ?''

''അതെ നിന്റെ നിയോഗത്തെപ്പറ്റി തന്നെ. നിന്റെ ശാല്യരാജ്യത്തിനുമപ്പുറം അനവധി മനോഹര രാജ്യങ്ങളും ജനപദങ്ങളും അവരുടേതായ സംസ്കാരങ്ങളുമുണ്ട്. അങ്ങകലെ വ്യത്യസ്തവും ശോഭയാർന്നതുമായ മലനിരകളും മനോഹര താഴ്വരകളും ഉത്തമമായ സംസ്കാരവുമുള്ള ശ്രേഷ്ഠമായ ഒരു രാജ്യമുണ്ട്. ആ മഹത്തായ സാമ്രാജ്യത്തിന്റെ വെറുമൊരു സാമന്തരാജ്യം മാത്രമാണ് നിന്റെ ശാല്യരാജ്യം.

മലനിരകളും പുഴകളും മരുപ്രദേശങ്ങളും താണ്ടി നീ ആ മനോഹരരാജ്യത്ത് എത്തേണ്ടതുണ്ട്. അവിടെയാണ് നിന്റെ നിയോഗം. അത് വെറുമൊരു ശിൽപിയുടേതല്ല. അതിനാലാണ് നീ ഉത്തമനായ ഒരു ശിൽപിയായിരുന്നിട്ടുകൂടി ശിൽപനിർമ്മാണമത്സരങ്ങളിൽ നിരന്തരം പരാജയപ്പെട്ടത്, നിനക്ക് എപ്പോഴും ഒളിയൻ ശിലകൾ മാത്രം ലഭിച്ചതും.

നീ ശാല്യരാജ്യത്തെ രാജാവിനെ കണ്ടിട്ടുണ്ട്. ധാരാളം രാജാക്കന്മാരെപ്പെറ്റിയും കേട്ടിട്ടുണ്ടാവാം എങ്കിലും 'രാജാവ്' എന്നത് എന്താണെന്നറിഞ്ഞിട്ടുണ്ടാവില്ല. ജീവിതത്തിൽ ചിലത് കണ്ട് മനസ്സിലാക്കേണ്ടതാണ്. മറ്റ് ചിലത് കേട്ടറിയേണ്ടതാണ്. എന്നാൽ അപൂർവ്വം ചിലത് രുചിച്ചറിയേണ്ടതുതന്നെ, ആവോളം. ഒരുപക്ഷേ മതിവരുവോളം.''

ശിൽപത്തിന്റെ വാക്കുകൾ കേട്ട് അവൻ മറുപടിയൊന്നും പറഞ്ഞില്ല. പകരം ചിന്തയിലാണ്ടിരിക്കുക മാത്രം ചെയ്തു. അൽപനേരത്തെ മൗനത്തിനുശേഷം ശിൽപത്തിന്റെ നിർബന്ധത്തിനു വഴങ്ങി അവൻ പറഞ്ഞുതുടങ്ങി. തന്റെ ആഗ്രഹങ്ങളെക്കുറിച്ച്, തന്റെ ജീവിതസ്വപ്നങ്ങളെപ്പറ്റി.

''രാജമൈതാനത്ത് നടത്തപ്പെടുന്ന ശിൽപനിർമ്മാണ മത്സരത്തിൽ വിജയിക്കണം, ശിൽപ നിർമ്മാണകലയിൽ ബിരുദം നേടണം. എന്നിട്ട്

തന്റെ രാജ്യത്തെ ജനങ്ങളോട് ഉറക്കെ വിളിച്ചുപറയണം. ദേവദാസിയുടെ മകനായ രഘുരാമൻ ശിൽപനിർമ്മാണ വിദ്യയിൽ ബിരുദം നേടിയെന്ന്, ജേതാവായെന്ന്. എന്നിട്ട് തന്റെ ശാല്യരാജ്യത്തെ ഉത്തമയായ ഒരു കന്യകയെ വിവാഹം കഴിക്കണം, അവളുടെ ഹൃദയം കവരണം. അവളുടെ ഹൃദയത്തിന്റെ ഉടമയാവണം. അവളുടെ സ്വപ്നങ്ങളിലെ രാജകുമാരനാവണം. പിന്നെ തങ്ങളുടെ അനശ്വര പ്രണയത്തിന്റെ നിറവിൽ കോമളനയനങ്ങളും പവിഴനിറവുമുള്ള കുട്ടികൾക്ക് ജന്മം നൽകണം, അവരുമൊത്ത് ഈ ശാല്യരാജ്യം മുഴുവൻ ചുറ്റിക്കാണണം. ശാല്യരാജ്യത്തിന്റെ മുഴുവൻ സൗന്ദര്യവും കണ്ടു രസിക്കണം. ശാല്യരാജ്യത്തെ മലമടക്കുകളിൽ വിരിയുന്ന വിശിഷ്ട പുഷ്പങ്ങൾ ദർശിക്കണം, അവയുടെ സൗരഭ്യം നുകരണം. അങ്ങനെ എത്രയെത്ര വർണ്ണസ്വപ്നങ്ങൾ! പക്ഷേ എല്ലാം നീ തകർത്തുകളഞ്ഞില്ലേ? ഓ... നിന്നെ കുറ്റം പറഞ്ഞിട്ടെന്തുകാര്യം. ഒളിയൻ ശിലയിൽ നിന്നെ കൊത്തിയെടുത്ത ഞാൻതന്നെ തെറ്റുകാരൻ.''

രഘുരാമന്റെ വാക്കുകൾ കേട്ട് ദാർശനിക ശിൽപം ഇപ്രകാരം പറഞ്ഞു.

''നിന്റെ നിയോഗം വെറുമൊരു ശിൽപിയുടേതല്ല രഘുരാമാ. ഒരു രാജാവിന്റേതാണ്, ഉത്തമനായ രാജാവിന്റേത്. നീ ജനിച്ചത് ശിൽപിയാവാനല്ല, രാജാവാകാനാണ്. അല്ല, നീ രാജാവുതന്നെ, ശിലയ്ക്കു ജീവൻ നൽകിയ രാജാവ്. രഘുരാമാ, ശിലയുടെ ആത്മാവിനെ കണ്ടെത്തുവാൻ നീ പഠിച്ചുകഴിഞ്ഞു. ഇനി നിന്നെ ഞാൻ മനുഷ്യരുടെ ആത്മാവിനെ കണ്ടെത്തുവാൻ പഠിപ്പിക്കും. നന്മയിൽ നിന്നാണ് അത് ഉറവയെടുക്കുന്നത്. അത് മാനുഷികമല്ല. ദൈവദത്തമാണ്.''

രഘുരാമൻ അൽപം ശങ്കയോടെ ചോദിച്ചു.

''നിന്നെ ഞാനെങ്ങനെ വിശ്വസിക്കും? നീ വെറുമൊരു ശിലയല്ലേ. ഒളിയൻ ശിലയിൽ തീർത്ത അപൂർണ ശിൽപം. പിന്നെങ്ങനെ നീ പറയുന്നത് ഞാനെന്റെ നിയോഗമായി കരുതണം?''

''വെറുമൊരു ശിലയായ ഞാൻ പറയുന്നത് നിനക്ക് കേൾക്കുവാൻ കഴിയുന്നുവെങ്കിൽ, എന്റെ പൂർണതയെ നിന്റെ കണ്ണുകൾ കാണുന്നുവെങ്കിൽ, എന്റെ വാക്കുകളെ വിശ്വസിക്കൂ. പരിപൂർണ്ണമായി. നിന്റെ ശാല്യരാജ്യത്തിനുമപ്പുറം നിനക്കായി വിശാലമായ ഒരു ലോകമുണ്ട്. ധാരാളം ജനപദങ്ങളും മനോഹരമായ ഒട്ടനവധി കാഴ്ചകളുമുണ്ട്. നീ നിന്റെ രാജ്യംവിട്ട് പലരാജ്യങ്ങളും ജനപദങ്ങളും പിന്നിട്ട് മനുഷ്യരുടെ പറുദീസയായ ദേവരാജ്യത്തേക്കു പോകണം. നിന്റെ ആവശ്യം ഇപ്പോൾ ദേവരാജ്യത്താണ്. നീ അവിടെ

എത്തുമ്പോൾ എന്താണ് ചെയ്യേണ്ടതെന്ന് നിന്റെ ഹൃദയം നിന്നോട് മന്ത്രിക്കും. നീ അവിടേക്കുള്ള മഹത്തായ യാത്രയ്ക്ക് ഒരുങ്ങേണ്ട തുണ്ട്. യാത്ര ചിലപ്പോഴെല്ലാം ദുഷ്കരമായേക്കാം. ചിലപ്പോൾ ആനന്ദപ്രദവും. എങ്കിലും യാത്രകൾക്ക് എപ്പോഴും അതിന്റേതായ ചാരുതയുണ്ടാവും അതു തീർച്ച. എന്നന്നേക്കുമായി നിന്റെ ശിൽപ ശാലയേയും നിന്റെ വളർത്തച്ഛൻ ധർമയേയും നിന്റെ രാജ്യവും വിട്ട് നീ യാത്രയാവണം, ഒരു യോദ്ധാവിനെപ്പോലെ.

മഹാവിജയത്തിലേക്കുള്ള ഒരു പുതിയ തുടക്കത്തിനായി നിന്നിലെ ചൈതന്യത്തെ കണ്ടെത്തുവാൻ, അറിയുവാൻ. മഹാജനപദങ്ങളി ലൊക്കെയും അതിനെ പകരുവാൻ നീ ശാല്യരാജ്യം വിട്ട് യാത്ര പുറപ്പെട്ടേ മതിയാവൂ. യാത്ര പുറപ്പെടുമ്പോൾ, ശിൽപവിദ്യയിൽ വിജയിയാവുമ്പോൾ ഉപയോഗത്തിനായി നീ കരുതിവച്ചിരുന്ന സ്വർണ്ണ നാണയങ്ങളും വെള്ളിനാണയത്തുട്ടുകളും എടുക്കുവാൻ മറക്കേണ്ട.''

ശിൽപത്തിന്റെ വാക്കുകൾ പൂർണമായി വിശ്വസിക്കാമോ? മനു ഷ്യനെതന്നെ വിശ്വസിക്കാൻ കഴിയുന്നില്ല. പിന്നയല്ലേ ശിൽപത്തെ. അവൻ ചിന്തിച്ചു.

തന്റെ ശിൽപശാലയേയും ധർമയേയും ശാല്യരാജ്യവും എല്ലാ ഉപേക്ഷിച്ചു പോകുവാനാണീ ശില്പം പറയുന്നത്. അല്ലെങ്കിൽ തന്നെ ഉപേക്ഷിച്ചു പോകുവാൻ തനിക്കെന്താണിവിടെ ഉള്ളത്? അനാഥനായ താനില്ലെങ്കിൽ എന്താണിവിടെ ഒരു കുറവ് സംഭവി ക്കുവാനുള്ളത്? താനില്ലെങ്കിലും എല്ലാം പഴയപടിതന്നെ ഉണ്ടാവും. ശാല്യരാജ്യവും ഇവിടുത്തെ ജനങ്ങളും വാണിഭകേന്ദ്രങ്ങളും ശിൽപ ശാലകളും എല്ലാം അതിന്റെ വഴിക്ക് തനതു രീതിയിൽ ചരിക്കും. കാലം എപ്പോഴും അങ്ങനെയാണ്. ആർക്കുവേണ്ടിയും ഒന്നിനു വേണ്ടിയും കാത്തുനിൽക്കാറില്ല.

ഈ ശിൽപത്തിന് എന്താണ് തന്നോട് പറയുവാനുള്ളത്? അതു മല്ലെങ്കിൽ എന്താണ് തെളിയിക്കുവാനുള്ളത്? താൻ പരാജിതന ല്ലെന്നോ? തനിക്കും വിജയിക്കാനാവുമെന്നോ? അതോ തന്നെ വിശ്വ വിജയിയാക്കി മാറ്റുമെന്നോ? നല്ല തമാശ തന്നെ. തമാശകൾ രസകരം തന്നെ.

പക്ഷേ ചില തമാശകൾ വേദനാജനകവും ചിലത് ആനന്ദ പ്രദവും ആയേക്കാം. എന്നാൽ മറ്റ് ചിലത് ജീവിതം തന്നെ മാറ്റിമറി ച്ചേക്കാം. പുതുമയുള്ളതാക്കിയേക്കാം. ചിലത് ജീവിതത്തിൽ അവ്യ ക്തതകളുടെ പുകമറകൾ തീർക്കുമ്പോൾ മറ്റു ചിലത് വെളിച്ചത്തി ലേക്ക് നയിച്ചേക്കാം.

''നീ പറയും പ്രകാരം ഞാൻ ദേവരാജ്യത്തേക്ക് യാത്രയാവാം.

പക്ഷേ, നീ പറയുന്നതിനെല്ലാം എന്താണൊരടയാളമായിരിക്കുക?'' അവൻ ശിൽപത്തോട് ചോദിച്ചു.

''ഞാൻ പറയുന്നത് നീ വിശ്വസിച്ചാലും ഇല്ലെങ്കിലും നാളെ നിന്റെ ശിൽപനിർമ്മാണശാലയിൽ ദേവരാജ്യത്തെ ദിനകരൻ എന്ന ശിൽപവ്യാപാരി ശിൽപങ്ങൾ വാങ്ങുവാനായി എത്തും. അത് തീർച്ച യാണ്. അയാൾ ദേവരാജ്യത്തെ പ്രമുഖനായ ശിൽപവ്യാപാരിയാണ്. മുൻപൊരിക്കൽ ദിനകരൻ ഈ ശിൽപശാലയിൽ വന്നിട്ടുണ്ട്. അന്ന് പക്ഷേ നീ അയാളെ ശ്രദ്ധിച്ചിട്ടുണ്ടാവില്ലെന്നു മാത്രം. നാളെ നീ ശ്രദ്ധയോടെ കാത്തിരുന്നോളൂ. നിനക്കയാളെ കണ്ടുമുട്ടുവാൻ കഴി യുകതന്നെ ചെയ്യും.''

ശിൽപത്തിന്റെ വാക്കുകൾ തമാശയായി തള്ളിക്കളയുവാൻ മനസ്സു വന്നില്ല. എന്തായാലും ശിൽപം പറഞ്ഞതുപോലെ നാളെ പ്രഭാതത്തിൽ ദേവരാജ്യത്തെ ആ ശിൽപവ്യാപാരി ശിൽപങ്ങൾ നിർമ്മിച്ചു കിട്ടുവാനുള്ള ആവശ്യവുമായി ഈ ശിൽപ നിർമ്മാണ ശാലയിൽ വരുമോ എന്ന് നോക്കട്ടെ. എന്നിട്ടാലോചിക്കാം ശിൽപ ത്തിന്റെ വാക്കുകളുടെ മഹത്വം.

ശിൽപശാലയിൽ താൻ സ്ഥിരമായി കിടന്നുറങ്ങാറുള്ള മരപ്പലക യിൽ മനോരാജ്യം കണ്ടു കിടന്നു. ഇന്നെന്തോ പതിവുപോലെയല്ല. കിടന്നിട്ട് ഉറങ്ങാൻ കഴിയുന്നില്ല. എന്തെല്ലാമോ ചിന്തകൾ ഹൃദ യത്തെ സ്പർശിച്ചുകൊണ്ട് കടന്നുപോയി.

അടുത്തദിവസം പ്രഭാതത്തിൽ വൈകിയാണവൻ എഴുന്നേറ്റത്. അതിന് ധർമ തന്നെ വഴക്കുപറയുമെന്നാണ് കരുതിയത്, പക്ഷേ അതുണ്ടായില്ല. ഇവനിന്നിതെന്തുപറ്റി എന്ന മട്ടിൽ ഒന്നു നോക്കുക മാത്രം ചെയ്തു.

അവൻ വേഗം എഴുന്നേറ്റു പ്രഭാതകൃത്യങ്ങളെല്ലാം നിർവ്വഹിച്ചു. അതിനുശേഷം ശിൽപശാലയിലേക്ക് കയറി ആ ദാർശനിക ശിൽപത്തെ ആകെ ഒന്നു നോക്കി അൽപനേരം നിന്നു.

ധർമ വാതിൽപ്പടിയോട് ചേർന്നുള്ള മരക്കസേരയിൽ ഇരുന്ന് അവനെ നോക്കുന്നുണ്ടായിരുന്നു. അവൻ ആ ദാർശനിക ശിൽപത്തിൽ നിന്നും നോട്ടം പിൻവലിച്ചു. തിരിഞ്ഞ് താൻ ശിൽപം കൊത്തുന്ന ഭാഗത്തേക്ക് നടക്കുവാൻ തുടങ്ങിയപ്പോൾ ധർമ തന്നെത്തന്നെ ഉറ്റു നോക്കി ഇരിക്കുന്നത് കണ്ട് അവന് ജാള്യത തോന്നി. ജാള്യത മറ യ്ക്കുവാൻ ചെറുചിരിയൊക്കെ വരുത്തി വേഗം നടന്ന് തന്റെ സ്ഥാന ത്തിരുന്ന് എല്ലാ ദിവസത്തേയും പോലെ ശിൽപവേല തുടർന്നു.

ഇന്നെന്തോ ശില്പനിർമ്മാണത്തിൽ തീരെ ശ്രദ്ധിക്കുവാൻ കഴി യുന്നില്ല. മനസ്സുമുഴുവനും തലേന്ന് രാത്രിയിൽ ശിൽപം പറഞ്ഞ

കാര്യങ്ങളായിരുന്നു. എല്ലാം വ്യക്തമായി ഓർമ്മയുണ്ട്. അന്നു മുഴുവൻ ശിൽപശാലയിൽ എത്തുന്നവരിൽ അവന്റെ കണ്ണുകൾ ദേവരാജ്യത്തെ ശില്പവ്യാപാരിയെ തിരഞ്ഞുകൊണ്ടിരുന്നു. ശിൽപശാലയിൽ ഓരോരുത്തർ വരുമ്പോഴും പോകുമ്പോഴും ധർമയോട് സംസാരിക്കുമ്പോഴും അവൻ ശ്രദ്ധയോടെ നോക്കിയിരുന്നു.

ഉച്ചവരെ പല രാജ്യത്തുനിന്നുള്ള ഏതൊക്കെയോ വ്യാപാരികൾ ശിൽപങ്ങൾ തിരഞ്ഞെടുക്കുവാനും മറ്റുമായി വന്നുപോയി. ഓരോ വ്യാപാരികൾ വരുമ്പോഴും ആകാംക്ഷയോടെ നോക്കി. നേരം ഉച്ച കഴിഞ്ഞിട്ടും ദേവരാജ്യത്തെ ശിൽപികളാരും വന്നതുമില്ല.

സായന്തനത്തിൽ ധർമ പതിവുപോലെ ശിൽപശാലയിലെ കാര്യങ്ങൾ അവനെ ഏൽപ്പിച്ച് മദ്യശാലയിലേക്ക് പോയി. ഇന്നെന്തോ മനസ്സിനൊരു സുഖം തോന്നുന്നില്ല. ശിൽപശാല നേരത്തെ അടച്ചിട്ട് നദിക്കരയിൽ പോയിരുന്നാലോ എന്നുപോലും അവൻ ചിന്തിച്ചു.

കുറച്ചുകൂടി കഴിയട്ടെ. എന്നിട്ടാകാം നദിക്കരിയിലേക്ക് പോകുന്നത്. അല്പം ജോലി കൂടി ചെയ്തു തീർക്കുവാനുണ്ട്. തന്റെ ജോലിയിൽ ശ്രദ്ധേയൂന്നി. അൽപനേരം ശിൽപവേല ചെയ്തപ്പോഴേക്കും നേരം വൈകിയതിനാൽ അന്നത്തെ കൊത്തുപണികളെല്ലാം നിർത്തി, ശിൽപശാലയിലെ പണിസാധനങ്ങളെല്ലാം ഒരുക്കിവച്ച് ശിൽപശാല പൂട്ടുവാൻ തുടങ്ങിയ നേരം ഒരാൾ അതാ, ധർമയുടെ ശിൽപശാല അന്വേഷിച്ചു വന്നിരിക്കുന്നു.

‘‘ഇത് സുദേവന്റെ ശിൽപശാലയല്ലേ?’’ ധൃതിയിൽ ശിൽപശാലയിലേക്ക് വന്നയാൾ രഘുരാമനെ നോക്കി ചോദിച്ചു.

അതേ എന്നർത്ഥത്തിൽ അവൻ തലയാട്ടി.

‘‘ഞാൻ ഒരു ശിൽപവ്യാപാരിയാണ്, അങ്ങ് പിങ്കള രാജ്യത്തിനുമപ്പുറമുള്ള ദേവരാജ്യമാണ് എന്റെ ദേശം. എനിക്ക് ശിൽപങ്ങൾ നിർമ്മിച്ചു കിട്ടുവാനായി ശിൽപമാതൃകാചിത്രങ്ങളുമായിട്ടാണ് വന്നിരിക്കുന്നത്.’’

സുദേവൻ ഇവിടില്ലേ എന്ന അയാളുടെ ചോദ്യത്തിന് ധർമ നാളെ പ്രഭാതത്തിലേ വരൂ. ഇന്ന് കൊത്തുപണികഴിഞ്ഞ് വീട്ടിലേക്ക് മടങ്ങിയെന്നും അവൻ അറിയിച്ചു.

‘‘എന്റെ പേര് ദിനകരൻ എന്നാണ്. ഞാൻ മുൻപൊരിക്കൽ ഇവിടെ വന്നിട്ടുണ്ട്, അന്ന് കുറെ ശിൽപങ്ങളും വാങ്ങിയിട്ടുമുണ്ട്.’’

അവൻ ഓർത്തുനോക്കി, ഓർത്തെടുക്കുവാൻ കഴിയുന്നില്ല. കാലങ്ങളായി ശിൽപങ്ങൾ വാങ്ങുവാൻ പലരും വന്നുപോകാറുണ്ട്, താനതൊന്നും ശ്രദ്ധിക്കാറില്ല. ഇപ്പോൾ ശിൽപം പറഞ്ഞതിനാലാണ് ശ്രദ്ധിച്ചത്.

അവൻ ബഹുമാനപൂർവ്വം അയാളെ അവിടെയുള്ള മരക്കസേര ചൂണ്ടി ഇരിക്കുവാൻ ആവശ്യപ്പെട്ടു. അയാൾ ഇരിപ്പിടത്തിൽ ഇരുന്നു കൊണ്ട് തന്റെ കൈയിലുള്ള ശിൽപമാതൃകകളുടെ ചിത്രങ്ങൾ കാട്ടി കൊടുത്തു. അവന് അതിലൊന്നും അത്ര താൽപ്പര്യം തോന്നിയില്ല. മനസ്സുമുഴുവനും ദേവരാജ്യത്തെ വിശേഷങ്ങൾ അറിയുന്നതിലായി രുന്നു താൽപര്യം. ദേവരാജ്യത്തെക്കുറിച്ച് അയാളോട് ഓരോന്ന് ചോദിച്ചുകൊണ്ടിരുന്നു. അവിടെ ശിൽപിയായ തനിക്ക് എന്തെങ്കിലും ജോലി ലഭിക്കുവാൻ സാധ്യതയുണ്ടോ... അവിടുത്തെ ജനങ്ങളെ ക്കുറിച്ചും ജീവിത രീതികളെക്കുറിച്ചും നിയമങ്ങളെക്കുറിച്ചും രാജാ വിനെക്കുറിച്ചും അവിടെ എത്തിച്ചേരേണ്ട യാത്രാ മാർഗ്ഗങ്ങളെ ക്കുറിച്ചും... അങ്ങനെ എല്ലാം അവൻ ചോദിച്ചറിഞ്ഞു.

ശിൽപനിർമ്മാണശാലയിൽ കൊത്തിവച്ചിരുന്ന ശിൽപങ്ങളെല്ലാം അവൻ അയാൾക്ക് കാട്ടിക്കൊടുത്തു. അയാൾ താൽപ്പര്യത്തോടെ എല്ലാം നോക്കിക്കണ്ടു.

അവൻ നിർമ്മിച്ച ആ ദാർശനികശിൽപം കണ്ടപ്പോൾ അയാൾക്ക് പരിചിതമായതെന്തോ നോക്കുംപോലെ കുറേ നേരം അയാൾ ആ ശിൽപത്തെതന്നെ നോക്കിനിന്നു. എന്നിട്ടയാൾ ആ ശിൽപം നിർ മ്മിച്ചതരാണെന്ന് അവനോട് ചോദിക്കുകയും ചെയ്തു. അതിനു ത്തരം പറയാൻ അവന് തീരെ താൽപര്യം ഉണ്ടായിരുന്നില്ല. പിന്നെ അയാളെ നീരസപ്പെടുത്തേണ്ടല്ലോ എന്നു കരുതി താനാണ് ആ ദാർശനികശിൽപം നിർമ്മിച്ചതെന്നു പറഞ്ഞു. അത് വിൽക്കുവാ നുള്ളതല്ല എന്നു പറയുവാനും അവൻ മറന്നില്ല.

ശിൽപനിർമ്മാണത്തിന് നിർദ്ദേശം നൽകി അതിനുള്ള മാതൃകാ ചിത്രങ്ങളും അതിനായി ആവശ്യമുള്ള തുകയും അവനെ ഏൽപ്പിച്ച് അയാൾ യാത്രയായി. അവൻ ആ നാണയത്തുട്ടുകൾ കൃത്യമായി എണ്ണിത്തിട്ടപ്പെടുത്തി എല്ലാം പണപ്പെട്ടിയിൽ ഭദ്രമായി സൂക്ഷിച്ചുവച്ച് ശിൽപശാല പൂട്ടി ശിൽപശാലയ്ക്ക് പുറത്തേക്കിറങ്ങി.

ഇന്നിനി നദിക്കരയിൽ പോകാൻ നേരമില്ല. ഏറെ വൈകിയിരി ക്കുന്നു. ആകാശം ഇരുണ്ട കമ്പളം പുതച്ച് നിദ്രയ്ക്കായി വളരെ നേരത്തെ തയ്യാറെടുക്കും പോലെ. അവൻ നേരെ ധർമയുടെ വീട്ടി ലേക്കു പോയി.

ധർമയുടെ വീട്ടിൽ അവനെത്തുമ്പോൾ, ധർമ മദ്യശാലയിൽ നിന്നും എത്തിയിരുന്നില്ല. അവൻ മുറ്റത്തുള്ള മരക്കട്ടിലിൽ ധർമ യേയും കാത്ത് ആ ചെമ്മൺപാതയിലേയ്ക്ക് നോക്കിയിരുന്നു.

കുറേ നേരം കാത്തിരുന്നിട്ടും കാണാഞ്ഞ് തിരികെ ശിൽപ ശാലയിലേക്ക് പോകാൻ തുടങ്ങുമ്പോൾ അതാ ധർമ നടന്നുവരുന്നു.

ഇന്നെന്തോ അധികം മദ്യപിച്ച മട്ടുണ്ട്. നടത്തയ്ക്ക് അൽപ്പം വേഗത കുറവാണ്. ഒന്നുരണ്ട് കുപ്പി മദ്യം കൈയിൽ കരുതിയിട്ടുമുണ്ട്. ധർമയെ കണ്ടയുടൻ അവൻ ബഹുമാനത്തോടെ എഴുന്നേറ്റു നിന്നു. ധർമ നടന്നുവന്ന് ആ മരക്കട്ടിലിന്റെ ഒരു ഭാഗത്തായി താൻ കൊണ്ടു വന്ന മദ്യകുപ്പികൾ ഒതുക്കിവച്ചതിനുശേഷം ആ മരക്കട്ടിലിൽ ഇരുന്നു. എന്നിട്ട് അവനെ അടുത്തേക്ക് വിളിച്ച് ചേർത്തിരുത്തി സ്നേഹ വാത്സല്യത്തോടെ തോളിൽ തലോടിക്കൊണ്ടയാൾ പറഞ്ഞു.

''രഘുരാമാ, നീ ഹൃദയത്തിൽ നന്മയുള്ളവനാണ് നല്ലൊരു ശിൽപിയും. പക്ഷേ ഈ ശാല്യരാജ്യത്തെ ദുരാചാരങ്ങൾ നിന്നിലെ നന്മയെ കെടുത്തിക്കളയും. അതിനു മുൻപേ നീ ഇവിടം വിട്ട് യാത്ര യാവണം. എങ്കിലേ നിന്നിലെ കഴിവുകൾ ലോകം അറിയൂ. ദൈവം നിനക്കായി കരുതിവച്ച നന്മ നുകരുവാനാവൂ. മണ്ണിൽ പുതഞ്ഞു കിടക്കുന്ന മനോഹര ഫലവൃക്ഷവിത്തുപോലെയാണത്. വസന്ത ത്തിന്റെ കുളിർമയിൽ ആ വിത്തിൽ സൂര്യപ്രകാശം പതിക്കുമ്പോൾ മുളപൊട്ടി പുത്തൻനാമ്പുകൾ പുനർജനിക്കുംപോലെ.

നിനക്ക് ശാല്യരാജ്യത്തിനുമപ്പുറം പ്രപഞ്ചവിശാലതയിൽനിന്ന് പലതും പഠിക്കുവാനുണ്ട്. അതിനാൽ നീ ഇവിടം വിട്ട് യാത്ര പോകണം. എന്നെ വിട്ട് ഈ ശിൽപശാലയും ശാല്യരാജ്യവും ഉപേ ക്ഷിച്ച് ജനപഥങ്ങൾ താണ്ടി യാത്രപോകണം. അതുപക്ഷേ എന്നോട് പറയാതെയാവണം. കാരണം നീ യാത്രയാകുന്നത് കാണുമ്പോൾ എന്റെ കണ്ണുകൾ നിറഞ്ഞേക്കാം. എന്റെ ഹൃദയം നൊമ്പരപ്പെട്ടേക്കാം. അത്രമേൽ ഞാൻ നിന്നെ സ്നേഹിക്കുന്നു. അതിനാൽ എന്റെ സ്നേഹം നിന്റെ യാത്രയ്ക്ക് തടസ്സമാകാൻ പാടില്ല.

പക്ഷേ കാലം ഒന്നിനുംവേണ്ടി കാത്തുനിൽക്കാറില്ല. യാത്രയിലെ തടസ്സങ്ങളല്ല മുന്നിലുള്ള സ്വപ്നത്തിന്റെ തീവ്രതയാണ് മനസ്സിന് കരുത്തു പകരേണ്ടത്. ഒരിക്കൽ നീ തിരിച്ചുവരുമെന്ന പ്രതീക്ഷയിൽ ഞാൻ ഈ ശിൽപശാലയിൽ ശിലകളോട് സല്ലപിച്ചുകൊണ്ട് നിന ക്കായി കാത്തിരിക്കും.

ഒരിക്കൽ ഞാനും ഈ ശാല്യരാജ്യം വിട്ട് വിശാലമായ ലോക ത്തേക്ക് യാത്ര പോകുവാൻ ആഗ്രഹിച്ചിരുന്നു. എന്തോ, അന്നതിനു കഴിഞ്ഞില്ല. പിന്നീട് പലപ്പോഴും ശ്രമിച്ചിട്ടുണ്ട്. അപ്പോഴെല്ലാം ഓരോരോ കാരണങ്ങളാൽ അതിന് സാധിച്ചില്ല. ഇന്നിപ്പോൾ വാർദ്ധക്യമായി രിക്കുന്നു. ഇനി ഒരു യാത്രയുമില്ല, ഒരു ലക്ഷ്യവുമില്ല ശിലകളോട് സല്ലപിച്ച് ഈ ശിൽപശാലയിൽതന്നെ കഴിയണം.''

അത് പറയുമ്പോൾ നഷ്ടബോധത്തിന്റെ ഒരു വിങ്ങൽ ആ ഹൃദയ ത്തിൽ അലയടിക്കുന്നതായി തോന്നി. അൽപം പരുക്കനാണെങ്കിലും

ഹൃദയത്തിൽ കാരുണ്യവും സ്നേഹവുമുള്ള ഒരു പച്ചയായ മനുഷ്യനാണ് ധർമ.

പുതിയ ശിൽപങ്ങൾ നിർമ്മിക്കുവാനുള്ള ആവശ്യവുമായി ശിൽപശാലയിൽ ദേവരാജ്യത്തെ ശിൽപവ്യാപാരി ദിനകരൻ വന്നതും ശിൽപങ്ങൾ നിർമ്മിക്കുവാനായി അയാൾ ശിൽപമാതൃകകളുടെ ചിത്രങ്ങളും നാണയത്തുട്ടുകളും നൽകിയതും അവയെല്ലാം ശിൽപശാലയിൽ ധർമയുടെ മേശയിൽ ഭദ്രമായി സൂക്ഷിച്ചു വച്ചിട്ടുണ്ടെന്നുമെല്ലാം ധർമയെ പറഞ്ഞ് കേൾപ്പിച്ചു.

അൽപ്പനേരം കൂടി അവിടെ ചെലവഴിച്ചിട്ട് ധർമയോട് യാത്ര പറഞ്ഞ് അവൻ നടന്ന് ശിൽപശാലയിലെത്തി. രാത്രിവിളക്കിന്റെ തിരിനാളമുയർത്തിവച്ച് ശിൽപശാലയിലെ ആ മരക്കസേരയിൽ അൽപനേരം ചിന്തയിലാണ്ടിരുന്നു, പിന്നെ താൻ കിടന്നുറങ്ങാറുള്ള ആ മരപ്പലകയ്ക്കടിയിൽ അടുക്കിവച്ചിരുന്ന തന്റെ ദിനവൃത്താന്തമെഴുതുന്ന എഴുത്തു സാമഗ്രികളെടുത്ത് അതിലെ ഒരു താൾ നിവർത്തിവച്ച് ഇങ്ങനെ എഴുതി തുടങ്ങി.

പ്രിയപ്പെട്ട ധർമയ്ക്ക്,

ഞാൻ നമ്മുടെ ശാല്യരാജ്യത്തിനുമപ്പുറം മലനിരകളും പുഴകളും താണ്ടി അനവധി ജനപഥങ്ങളിലൂടെ ദേവരാജ്യത്തേക്ക് യാത്ര പോവുകയാണ്. എന്നോടൊപ്പം അങ്ങയുടെ അനുഗ്രഹവും പ്രാർത്ഥനകളും എന്നുമുണ്ടാവുമെന്ന വിശ്വാസത്തോടെയാണെന്റെ യാത്ര. അങ്ങയുടെ സ്നേഹപരിലാളനങ്ങൾ എന്റെ അനാഥബാല്യത്തിന് എന്നും താങ്ങും തണലുമായിരുന്നു. അങ്ങയുടെ പാദങ്ങളിൽ ഹൃദയം കൊണ്ട് നമസ്ക്കരിച്ചുകൊണ്ട് ഞാൻ യാത്രയാകുന്നു.

സ്നേഹത്തോടെ,

രഘുരാമൻ

അവനെഴുതിയ ആ ദിനവൃത്താന്തതാളെടുത്ത് ധർമയുടെ മേശയിൽ ആ ചിത്രമാതൃകകളും നാണയങ്ങളും സൂക്ഷിച്ചിരുന്നതിനോടൊപ്പം ഭദ്രമാക്കിവച്ചിട്ട് താൻ കിടന്നുറങ്ങാറുള്ള മരപ്പലകയിൽ പോയി കിടന്നു.

ദേവരാജ്യത്തേക്ക് ദേവശിൽപി

അന്ന് നേരം പുലരുംമുൻപേ അവൻ എഴുന്നേറ്റു ദിശാഘടികാരത്തിൽ നോക്കിയപ്പോൾ സമയം അർദ്ധരാത്രി കഴിഞ്ഞിട്ടേ ഉണ്ടായിരുന്നുള്ളൂ. ഇനി കിടന്നാൽ ഉറക്കം വരില്ല. തന്റെ യാത്രയെക്കുറിച്ച് മാത്രമായിരുന്നു അവന്റെ ചിന്ത.

ധർമയെ ഉപേക്ഷിച്ചു പോകുവാൻ മനസ്സു വരുന്നില്ല. പക്ഷേ, തനിച്ച് യാത്രയായേ മതിയാവൂ.

ധൃതിയിൽ എഴുന്നേറ്റ് പ്രഭാതകൃത്യങ്ങൾ നിർവ്വഹിച്ച് ശിലപശാലയിൽ കിടന്നുറങ്ങാറുള്ള ആ മരപ്പലകയ്ക്കടിയിൽ ഒളിപ്പിച്ചുവച്ചിരുന്ന മരപ്പെട്ടിയെടുത്ത് തുറന്ന്, അതിൽ നിധിപോലെ സൂക്ഷിച്ചുവച്ചിട്ടുള്ള ആ സ്വർണ്ണ നാണയങ്ങളും വെള്ളി നാണയത്തുട്ടുകളും എടുത്ത് കിഴിയഴിച്ച് എണ്ണിത്തിട്ടപ്പെടുത്തി. ഇരുപത്തിനാല് വെള്ളി നാണയങ്ങളും പിന്നെ അഞ്ച് സ്വർണനാണയത്തുട്ടുകളും.

ശിൽപങ്ങൾ വിൽക്കുമ്പോൾ പലപ്പോഴും ധർമ തനിക്ക് നൽകിയതാണ് ഈ വെള്ളിനാണയത്തുട്ടുകൾ. ആ സ്വർണ്ണനാണയത്തുട്ടുകൾ ഒരിക്കൽ ഒരു ശിൽപം നിർമ്മിച്ചു നൽകിയതിന് ഒരു പരദേശി വ്യാപാരി തനിക്ക് സമ്മാനമായി നൽകിയതാണ്. അന്ന് ആ പരദേശി വ്യാപാരിയുടെ രാജ്യം ഏതാണെന്ന തന്റെ ചോദ്യത്തിന് അയാളുടെ മറുപടി ഇപ്പോഴും അവനോർമ്മയുണ്ട്. 'ദേവരാജ്യം'.

അന്ന് സായന്തനത്തിൽ തനിക്ക് ലഭിച്ച ആ സ്വർണനാണയത്തുട്ടുകൾ ധർമയ്ക്കു നേരെ നീട്ടിക്കൊണ്ട് പരദേശി വ്യാപാരി സ്വർണ്ണനാണയങ്ങൾ തനിക്ക് സമ്മാനിച്ച വിവരം പറഞ്ഞപ്പോൾ, നിനക്ക് സമ്മാനമായി ലഭിച്ചതല്ലേ നീ തന്നെ സൂക്ഷിച്ചോളൂ, എന്നെങ്കിലും ആവശ്യം വന്നേക്കും എന്നു പറഞ്ഞുകൊണ്ട് ആ നാണയങ്ങൾ അവന്റെ കൈയിൽതന്നെ തിരിച്ചുകൊടുത്തുകൊണ്ട് ധർമ

ഒരു കുസൃതിച്ചിരിയോടെ മദ്യശാലയിലേക്ക് നടന്നുപോയതുമെല്ലാം അവൻ ഓർത്തു.

ശരിക്കും ആ സ്വർണ്ണനാണയത്തുട്ടുകൾക്ക് ഇപ്പോൾ ആവശ്യം വന്നിരിക്കുന്നു. യാത്രയിൽ അൽപം പണം കൈയിൽ കരുതുന്നത് ഒരു ധൈര്യംതന്നെയാണ് എന്നവൻ കരുതി. ആ സ്വർണ്ണനാണയ ത്തുട്ടുകൾ ഒരു ചെറുതുണിയിൽ കെട്ടി അരയിലെ ചരടിൽ കെട്ടി ഭദ്രമാക്കി. ആ നാണയത്തുട്ടുകൾ അരയിൽ കെട്ടിവയ്ക്കുന്നത് കണ്ടാൽ ഇനി ഒരിക്കലും ഒരാവശ്യത്തിനും അഴിച്ചെടുക്കേണ്ട ആവ ശ്യമില്ല എന്നു തോന്നും.

വെള്ളിനാണയങ്ങൾ ഒരു കിഴിയായി കെട്ടി തന്റെ തുണിസഞ്ചി യിലെ ചെറിയ കള്ളിയിൽ ഭദ്രമാക്കി വച്ചു. സഞ്ചിയിൽ ഒരു ജോടി കുപ്പായവും പിന്നെ തന്റെ ദിനവൃത്താന്തക്കുറിപ്പെഴുതുവാനുള്ള സാമഗ്രികളും എടുത്ത് ഭദ്രമാക്കി വച്ചു.

ധർമയാണ് തന്നെ ദിനവൃത്താന്തമെഴുതുവാൻ പഠിപ്പിച്ചത്. അത് ധർമയുടെ ഒരു ശീലമാണ്. ഓരോ ദിവസത്തേയും താൻ ചെയ്ത കാര്യങ്ങൾ, കണ്ടുമുട്ടിയ ആളുകളെപ്പറ്റി, സഞ്ചരിച്ച സ്ഥലങ്ങളെ പ്പറ്റി, ആ ദിവസങ്ങളിൽ തനിക്കുണ്ടായ സന്തോഷത്തെപ്പറ്റി, കഷ്ടത കളെപ്പറ്റി അങ്ങനെ ഒരു പിടി ഓർമ്മകൾ. എല്ലാം കുറിച്ചു വയ്ക്കുന്നത് അദ്ദേഹത്തിന്റെയും ശീലമാണ്.

തന്നെയും അങ്ങനെ ദിനവൃത്താന്തപുസ്തകം എഴുതുവാൻ ശീലിപ്പിച്ചു. ആദ്യമൊക്കെ ദിനവൃത്താന്തപുസ്തകം എഴുതുവാൻ മടിയായിരുന്നു. ധർമയെ വിഷമിപ്പിക്കേണ്ടല്ലോ എന്നു കരുതി എഴുത്ത് തുടർന്നു. ക്രമേണ അത് അവന്റെയും ശീലമായി. ഇപ്പോൾ ഏറ്റവും ഇഷ്ടമുള്ള ശീലമാണത്.

യാത്രപോകാനായി കരുതിവച്ചിരുന്ന പുറംകുപ്പായവുമിട്ട് തുണി സഞ്ചിയും തോളിൽ തൂക്കി നേരെ ധർമയുടെ വീട് ലക്ഷ്യമാക്കി നടന്നു. നേരം പുലർന്നിട്ടുണ്ടായിരുന്നില്ല. നടന്നു കിതച്ച് ധർമയുടെ വീട്ടുമുറ്റത്ത് എത്തിയപ്പോൾ അവിടെ വീടിന്റെ നടുമുറ്റത്ത് നിൽക്കുന്ന ആ ഓക്കുമരച്ചുവട്ടിൽ ഒരു മരക്കട്ടിലിൽ ധർമ കിടക്കുന്നു. നല്ല ഉറക്കത്തിലാണ്.

നല്ല തണുപ്പുള്ള ദിവസമായിരുന്നിട്ടും അതൊന്നും തനിക്കൊരു പ്രശ്നമല്ലെന്ന മട്ടിലാണ് കിടപ്പ്. മദ്യലഹരിയിലുമാണ്. അവിട മാകെ മദ്യത്തിന്റെ രൂക്ഷഗന്ധം തളംകെട്ടി നിൽക്കുന്നു. തലേന്ന് രാത്രി കഴിച്ച മദ്യത്തിന്റെ ഗന്ധമാണ്.

ധർമ അങ്ങനെയാണ്. സായന്തനമായാൽ പിന്നെ മദ്യലഹരിയി ലാണ്. മദ്യപിക്കരുതെന്ന് താൻ പലപ്പോഴും പറഞ്ഞിട്ടുള്ളതാണ്.

ഒരു പ്രയോജനവും ഉണ്ടായിട്ടില്ലെന്നു മാത്രമല്ല, അപ്പോഴൊക്കെ ഓരോ ന്യായവാദങ്ങൾ പറഞ്ഞിട്ടുമുണ്ട്. ന്യായവാദങ്ങൾ നിരത്തി ഒരു വിജയിയുടെ ഭാവത്തിൽ ഒരിരുപ്പുമുണ്ടാവും.

അവൻ ധർമയെ ഉണർത്താതെ തന്നെ അദ്ദേഹത്തിന്റെ കാൽ തൊട്ട് വന്ദിച്ച് അൽപനേരം അവിടെ നിന്നു.

എന്തെല്ലാമോ ഓർമ്മകൾ മനസ്സിലൂടെ അപ്പോൾ കടന്നുപോയി. ആരോരുമില്ലാത്ത തന്നെ ഇത്രയും കാലം സ്നേഹവാത്സല്യങ്ങൾ നൽകി ഒരച്ഛന്റെ സ്നേഹത്തോടെ വളർത്തിയ ആ മനുഷ്യന്റെ മുഖത്തേക്ക് അൽപനേരം ഹൃദയവ്യഥയോടെ നോക്കി നിന്നു. പിന്നെ ആ ഓക്കുമരച്ചുവട്ടിൽ നിന്നും നടുമുറ്റവും കടന്ന് അവൻ പുറത്തേക്കുള്ള വഴിയിലൂടെ നടക്കുന്നതിനിടയിൽ ഇടയ്ക്കെപ്പോഴോ തിരിഞ്ഞു നോക്കി.

ശാല്യരാജ്യത്തിന്റെ ദക്ഷിണദിക്ക് ലക്ഷ്യംവച്ചായിരുന്നു അവന്റെ നടത്തം. അതിർത്തിരാജ്യമായ കോസലത്തിലെത്താൻ അതാണ് എളുപ്പവഴി. ആ രാജ്യം വഴി സഞ്ചരിച്ചു വേണം ദേവരാജ്യത്തെത്താൻ. ദേവരാജ്യത്തേക്കുള്ള യാത്രയ്ക്കാവശ്യമായ വിവരങ്ങളെല്ലാം താൻ ആ ശിൽപവ്യാപാരിയിൽനിന്നും ചോദിച്ചറിഞ്ഞിട്ടുണ്ട്.

നേരം പുലർന്ന് തുടങ്ങുന്നേ ഉണ്ടായിരുന്നുള്ളൂ. പ്രഭാത കവാത്ത് നടത്തുന്ന രാജഭടന്മാരുടെ കുതിരവണ്ടികൾ ആ ചെമ്മൺപാതയിലൂടെ പൊടിപറത്തിക്കൊണ്ട് അവന്റെ അരികിലൂടെ അതിവേഗം പാഞ്ഞുപോയി. അവൻ നടത്തത്തിന് അൽപം വേഗം കൂട്ടി സൂര്യാസ്തമയത്തിന് മുൻപ് കോസല ദേശത്തേക്ക് ചരക്കുമായി പോകുന്ന ഏതെങ്കിലും കുതിരവണ്ടിയിൽ കയറിപ്പറ്റണം. അതിനു കഴിഞ്ഞില്ലെങ്കിൽ സുരക്ഷിതമായ ഏതെങ്കിലും വഴിയമ്പലത്തിലെങ്കിലും എത്തിച്ചേർന്നേ മതിയാവൂ.

അസമയത്തുള്ള യാത്ര ഏറെ അപകടം നിറഞ്ഞതുതന്നെ. ഒരു പക്ഷേ അസമയത്ത് വഴിയോരങ്ങളിൽ പതുങ്ങിയിരുന്ന് ചോരന്മാർ എല്ലാം കവർന്ന് കൊണ്ടുപോയേക്കാം. ചില നേരങ്ങളിൽ ഇരുളിൽ ദിക്കറിയാതെ വലഞ്ഞുപോയേക്കാം. അതിനാൽ സന്ധ്യമയങ്ങും മുൻപ് സുരക്ഷിതമായ ഒരിടം കണ്ടുപിടിച്ചേ മതിയാവൂ. അവൻ വിചാരിച്ചു.

പാതയ്ക്കിരുവശവും ചെറുതും വലുതുമായ ശിൽപനിർമ്മാണ ശാലകളും അവ വിൽക്കുന്ന കച്ചവടകേന്ദ്രങ്ങളും ലഘുഭക്ഷണ ശാലകളും മറ്റ് വാണിഭ കേന്ദ്രങ്ങളും പിന്നിട്ട് അവൻ യാത്ര തുടർന്നു. സൂര്യൻ ഉദിച്ചുവരുന്നതും വേനൽച്ചൂടിന് കാഠിന്യമേറി വരുന്നതുമൊന്നും ഗൗനിക്കാതെയാണ് അവന്റെ നടത്തം. വേനൽച്ചൂടിന്റെ

കാഠിന്യം നിമിത്തം പാതയോരത്തെ മരച്ചുവട്ടിൽ വിശ്രമിക്കുന്ന കാൽനടയാത്രക്കാരെ കണ്ടപ്പോൾ ആ മരച്ചുവട്ടിൽ എവിടെയെങ്കിലും അൽപനേരം വിശ്രമിച്ചാലോ എന്നവൻ വിചാരിച്ചതാണ്. എന്നാൽ എന്തോ നടത്തം നിർത്തുവാൻ തോന്നിയില്ല.

ഇപ്പോൾ തന്റെ നടത്തത്തിന് ഒരു താളമൊക്കെ വന്നിട്ടുണ്ട്. വെയിലിന് തുടക്കത്തിലുള്ളതുപോലെയുള്ള കാഠിന്യം ഇപ്പോൾ തോന്നുന്നില്ല. വെയിലിന്റെ കാഠിന്യം കുറഞ്ഞിട്ടൊന്നുമല്ല, വെയിലേറ്റ് ശരീരം വെയിലും ചൂടും കൊണ്ട് പരിചിതമായി. അതുമായി പൊരുത്തപ്പെട്ടതിന്റെ സൂചനയാണ്.

ജീവിതത്തിൽ മനുഷ്യരുടെ കാര്യം എപ്പോഴും അങ്ങനെയാണ്. എല്ലാം നമുക്ക് അനുകൂലമായി തീരുകയല്ല, മറിച്ച് നാം സാഹചര്യങ്ങൾക്കനുസരിച്ച് ഇണങ്ങിച്ചേരുകയാണ് ചെയ്യുന്നത്.

അതിരാവിലെതന്നെ നടത്തം ആരംഭിച്ചത് എന്തായാലും നന്നായി ഉച്ചയായപ്പോഴേക്കും ചെമ്മൺപാതകൾ പിന്നിട്ട് രാജ്യത്തിന്റെ പ്രധാന പാതകളിൽ ഒന്നിൽ കൂടിയായി നടത്തം. പാതയോരത്ത് കണ്ട ലഘുഭക്ഷണശാലകളിൽ ഒന്നിൽ കയറി ഭക്ഷണം കഴിച്ച് യാത്ര തുടർന്നു. അപ്പോഴേക്കും ഉച്ചവെയിലിന്റെ കാഠിന്യം അൽപം കുറഞ്ഞ് ആകാശം സായാഹ്നശോഭയുടെ വരവിനായി കാത്തു തുടങ്ങിയിരുന്നു. പാതയുടെ ഓരം പറ്റിയുള്ള നടത്തം അതിന്റെ താളത്തിൽ തുടർന്നുകൊണ്ടിരുന്നു.

നേരം സന്ധ്യമയങ്ങുന്നതിന്റെ ലക്ഷണങ്ങൾ കണ്ടുതുടങ്ങി. അവന്റെയുള്ളിൽ അൽപം പരിഭ്രമമൊക്കെ തോന്നിത്തുടങ്ങി. നേരം ഇത്ര വൈകിയിട്ടും ഇതുവരെ ഒരു സത്രത്തിലും എത്തിച്ചേരാൻ കഴിഞ്ഞില്ല, കച്ചവടക്കാരുടെ കുതിരവണ്ടികളിൽ ഏതെങ്കിലുമൊന്നിൽ കയറിപ്പറ്റാനുമായില്ല. കച്ചവടസാധനങ്ങളുമായി മറുനാടുകളിലേക്ക് പോകുന്ന കുരിരവണ്ടിക്കാരെയൊക്കെ കൈകാട്ടി സഹായം അഭ്യർത്ഥിച്ചെങ്കിലും ആരും സഹായിക്കുവാൻ സന്നദ്ധരായില്ല.

സന്ധ്യമയങ്ങിത്തുടങ്ങിയതിനാൽ അതുവഴി പോകുന്ന കുതിരവണ്ടികളും നന്നേ കുറഞ്ഞുതുടങ്ങിയിരുന്നു. വരുന്നവയിൽ ഏറെയും കോസലരാജ്യത്തെ വ്യാപാരികളായ യാത്രക്കാരുമാണ്. നടത്തത്തിനിടയിൽ ഇടയ്ക്കിടയ്ക്ക് അവൻ തിരിഞ്ഞുനോക്കുന്നുണ്ട് ഏതെങ്കിലും കുതിരവണ്ടി വന്നാൽ കൈകാട്ടി സഹായം അഭ്യർത്ഥിക്കാമല്ലോ. ചിലപ്പോൾ ഏതെങ്കിലും കുതിരവണ്ടിക്കാരൻ തന്നോട് കനിവ് കാട്ടിയാലോ.

തന്നെയും കുതിരവണ്ടിയിൽ കയറ്റുവാൻ സന്മനസ്സുള്ള ഏതെങ്കിലുമൊരു കച്ചവടക്കാരൻ അതുവഴി വരാതിരിക്കില്ല. അവൻ

പ്രതീക്ഷയോടെ പിന്നിലേക്ക് നോക്കി. പിന്നോട്ടുള്ള നോട്ടത്തിനിട യിൽ അകലെ നിന്നും ഒരു കുതിരവണ്ടി വരുന്നത് ശ്രദ്ധയിൽപെട്ടു. അത് വളരെ വേഗത്തിലൊന്നുമല്ല വരുന്നത്, പോയിട്ട് അത്ര ധൃതി യൊന്നുമില്ല എന്ന മട്ടിലാണ് അതിന്റെ വരവ്. തന്റെ നടത്തം അൽപ്പം പതിയെ ആക്കി ആ കുതിരവണ്ടി അടുത്തെത്തുമ്പോൾ കൈകാട്ടി സഹായം അഭ്യർത്ഥിക്കാൻ പാകത്തിൽ നടന്നു.

ആ കുതിരവണ്ടി അടുത്തെത്തിയപ്പോൾ പ്രതീക്ഷയോടെ കൈ കാട്ടി നിർത്തുവാനുള്ള ആംഗ്യം കാട്ടി. ഭാഗ്യം, കുതിരവണ്ടി നിർത്തി. കുതിരവണ്ടിയിൽ വണ്ടിക്കാരൻ മാത്രമേ ഉള്ളൂ എന്നു തോന്നുന്നു. വേറെ ആരെയും കണ്ടില്ല.

''ഞാൻ ശാല്യരാജ്യത്തെ പാണ്ടു ഗ്രാമത്തിലെ ഒരു ശിൽപിയാണ്. പേര് രഘുരാമൻ. ദേവരാജ്യത്തേക്ക് പോകുവാനായി ഇറങ്ങി ത്തിരിച്ചതാണ്. അതിനായി എനിക്ക് കോസലരാജ്യത്ത് പോകേണ്ട തുണ്ട്. അങ്ങയുടെ യാത്ര അവിടേക്കാണെങ്കിൽ എന്നെക്കൂടി കൊണ്ടു പോകാമോ?'' പ്രതീക്ഷയോടെ അവൻ ചോദിച്ചു.

അതിന് കുതിരക്കാരനിൽ നിന്നും മറുപടിയൊന്നും ലഭിച്ചില്ല.

''അങ്ങേയ്ക്ക് ഒരു ബുദ്ധിമുട്ടും ഉണ്ടാക്കാതെ ഞാൻ ശ്രദ്ധിച്ചു കൊള്ളാം. കൂടാതെ അങ്ങ് ആവശ്യപ്പെടുന്ന കൂലിയും നൽകാം.'' അവൻ ധൃതിയിൽ പറഞ്ഞു നിർത്തി. ആ കുതിരവണ്ടിക്കാരൻ അവൻ പറഞ്ഞതെല്ലാം ശ്രദ്ധയോടെ കേട്ടുകൊണ്ടിരുന്നു. ഭാവം കണ്ടിട്ട് അയാൾക്ക് തന്നെ കുതിരവണ്ടിയിൽ കയറ്റുവാൻ സമ്മതമാണെന്ന മട്ടാണ്. എങ്കിലും അവൻ മടിച്ചങ്ങനെ നിന്നു.

കാഴ്ചയിൽ ഒരു യോദ്ധാവിന്റേതെന്നു തോന്നുന്ന ശരീരപ്രകൃതി യാണയാൾക്ക്; കൈകളിൽ തുകലുറകൾ ധരിച്ചിട്ടുണ്ട്. മനോഹര മായ പുറംകുപ്പായവും മേലങ്കിയും ധരിച്ചിട്ടുണ്ട്. തലമുടി തൈലം പൂശി ചീകി ഒതുക്കിവച്ചിരിക്കുന്നു. ഒരു കുതിരവണ്ടിക്കാരന് ചേരാത്ത തരത്തിലുള്ള വസ്ത്രധാരണം. ഗോതമ്പുമണിയുടെ നിറമുള്ള സുന്ദരനായ അയാളെ കണ്ടാൽ ഒരു പ്രഭുകുമാരനാണെന്നേ തോന്നൂ.

പ്രത്യേക ഭാവഭേദങ്ങളൊന്നുമില്ലാതെയുള്ള അയാളുടെ ഇരുപ്പ് കണ്ടിട്ട് താൻ പറഞ്ഞതൊന്നും അയാൾ ഗൗനിച്ച മട്ടില്ല. ഇനി അയാൾക്ക് തന്നെ ഇഷ്ടമായില്ലേ, അതോ കൂടെക്കൂട്ടുവാൻ താൽപ്പര്യ മുണ്ടാവില്ലേ എന്നൊക്കെ എന്തെല്ലാമോ ആലോചിച്ചു നിൽക്കുമ്പോ ഴാണ് കുതിരവണ്ടിക്കാരൻ കയറിക്കോളൂ എന്ന് സമ്മതം മൂളിയത്. പിന്നെ ഒന്നും ചിന്തിച്ചില്ല. ആ കുതിരവണ്ടിയിൽ പുറംകാഴ്ചകൾ കാണുവാൻ പാകത്തിൽ ഒരു മൂലയിൽ കയറി ഇരിപ്പുറപ്പിച്ചു. തന്റെ തുണിസഞ്ചി മടിയിൽതന്നെ ഭദ്രമായി പിടിച്ചുകൊണ്ടായിരുന്നു അവന്റെ ഇരിപ്പ്.

അവനെയും കയറ്റി ആ കുതിരവണ്ടി അതിന്റെ തനതു വേഗത്തിൽ ചലിച്ചുതുടങ്ങി. ചരിവുകളും വളവുകളും തിരിവുകളും നിറഞ്ഞ ആ മലമ്പാതയിലൂടെ കുതിരവണ്ടി ഒരു പ്രത്യേക താളത്തിൽ ശബ്ദമുണ്ടാക്കിക്കൊണ്ട് മുന്നോട്ട് നീങ്ങി.

കുതിരവണ്ടിയിലിരുന്ന് ആ മലഞ്ചെരുവുകളുടെ ഭംഗി ആസ്വദിച്ചു. എത്ര വശ്യസുന്ദരമാണ് ആ കാഴ്ച. മലഞ്ചെരുവുകളും താഴ്വരകളും കൗതുകത്തോടെ നോക്കിക്കണ്ടു. അവിടെയുള്ള വഴിയോര ഗോപുരങ്ങളിൽ ദീപങ്ങൾ തെളിയിച്ചു തുടങ്ങിയിട്ടേ ഉണ്ടായിരുന്നുള്ളൂ.

കുതിരവണ്ടിക്കാരൻ കുതിരകളെ തെളിക്കുന്നതിനിടയിൽ ഇടയ്ക്കിടയ്ക്ക് രഘുരാമനെയും ശ്രദ്ധിക്കുന്നുണ്ട്. കുതിരവണ്ടിയിൽ കയറി ഇത്ര നേരം വരെയും അയാൾ അവനോട് ഒന്നും സംസാരിച്ചതുമില്ല. കുതിരവണ്ടിക്കാരനോട് എന്തെങ്കിലും സംസാരിക്കണം എന്ന് കരുതിയിരിക്കുമ്പോഴാണ് താൻ എന്തിനാണ് ദേവരാജ്യത്തേക്ക് പോകുന്നത് എന്നുള്ള അയാളുടെ ചോദ്യം വന്നത്.

ആ ചോദ്യത്തിന് എന്തുത്തരം പറയുമെന്ന് സംശയിച്ച് ഒരു നിമിഷം മിണ്ടാതിരുന്നു. തന്റെ ചോദ്യം കേട്ടില്ലേ എന്ന ഭാവത്തിൽ അയാൾ തന്നെ നോക്കുന്നതു കണ്ടപ്പോൾ ശിൽപ്പിയായ തനിക്ക് ദേവരാജ്യത്ത് വല്ല ജോലിയും കിട്ടുമെന്ന പ്രതീക്ഷയിൽ പോവുകയാണെന്ന് പറഞ്ഞു.

''നിങ്ങൾ ഒരു ശിൽപിയല്ലേ?''

''ശിൽപികൾക്ക് ശാല്യരാജ്യത്തേക്കാൾ നല്ല അവസരം മറ്റെവിടെ ലഭിക്കുവാനാണ്?'' കുതിരക്കാരൻ ചോദിച്ചു.

ശിൽപികൾക്ക് ദേവരാജ്യത്തും ധാരാളം അവസരങ്ങളുണ്ടല്ലോ എന്നൊരു മറുചോദ്യം ചോദിക്കുവാനാണ് കരുതിയത്, എന്തോ അപ്പോൾ അങ്ങനെ പറയുവാൻ തോന്നിയില്ല.

''ദേവരാജ്യത്തേക്ക് പോകുവാൻ മനസു പറഞ്ഞു. അതിനാൽ പോകുന്നു.'' അതായിരുന്നു അവന്റെ മറുപടി.

രഘുരാമന്റെ മറുപടി കുതിരക്കാരന് നന്നേ ബോധിച്ച മട്ടാണ്. അത് അയാളുടെ മുഖഭാവം കണ്ടാലറിയാം. അയാളോട് വിശേഷങ്ങൾ ചോദിക്കണമെന്ന് രഘുരാമന് തോന്നിയതാണ്. അയാൾക്ക് ഇഷ്ടമായില്ലെങ്കിലോ എന്ന് കരുതി മിണ്ടാതിരുന്നു.

കുതിരകളെ തെളിക്കുന്നതിനിടയിൽ കുതിരവണ്ടിക്കാരൻ അവനെക്കുറിച്ചും ശിൽപനിർമ്മാണത്തെക്കുറിച്ചുമെല്ലാം ഓരോന്നു ചോദിച്ചുകൊണ്ടിരുന്നു. രഘുരാമൻ അതിനെല്ലാം മറുപടിയും പറഞ്ഞു.

ഏകദേശം അഞ്ഞൂറ് മൈൽ യാത്ര ചെയ്താലേ ശാല്യരാജ്യം കടന്ന് കോസലദേശത്ത് എത്തിച്ചേരൂ. ഇനിയുള്ള ഇരുപത് മൈലുകൾ കഴിഞ്ഞ് പിന്നെ വനമേഖലയിലൂടെയാണ് യാത്ര ചെയ്യേണ്ടത്. പത്ത്, പതിനൊന്നു മൈലുകൾ കൂടി താണ്ടിയാൽ മനേസിലെത്താം, അതാണ് ശാല്യരാജ്യത്തെ ദക്ഷിണദിക്കിലെ അവസാനപട്ടണം. അവിടെ ഒന്നുരണ്ട് മദ്യശാലകളും ധാരാളം ഭക്ഷണശാലകളും സത്രങ്ങളുമുണ്ട്. കോസലരാജ്യത്തേക്കുള്ള വഴിയാത്രക്കാരുടെ ഒരു ഇടത്താവളം കൂടിയാണ് ആ പട്ടണം. സന്ധ്യ മയങ്ങിത്തുടങ്ങിയതിനാൽ കുതിരവണ്ടിയിൽ റാന്തൽ തെളിയിക്കുവാനായി വണ്ടി നിർത്തി വിളക്കിന്റെ തിരി തെളിയിക്കുന്നതിനിടയിൽ കുതിരവണ്ടിക്കാരൻ ഒരു ചെറുപുഞ്ചിരിയോടെ ചോദിച്ചു.

‘‘ദേവരാജ്യത്തേക്ക് പോകണമെന്ന് മനസ്സു പറയുന്നത് നീ എങ്ങനെ കേട്ടു?’’

ആ ചോദ്യത്തിൽ അൽപം കുസൃതി കലർന്നിരുന്നു. അതിനു മറുപടിയായി അവനിൽനിന്ന് ഒരു നിറഞ്ഞ ചിരി മാത്രമാണുണ്ടായത്.

കുതിരവണ്ടിയിൽ റാന്തൽ തെളിയിച്ച് അവർ യാത്ര തുടർന്നു. കുതിരവണ്ടിയുടെ വേഗം സാധാരണ ഗതിയിലാക്കി അൽപം ഉല്ലാസത്തോടെയും തെല്ലൊരുത്സാഹത്തോടെയും കുതിരവണ്ടിക്കാരൻ തന്നെപ്പറ്റിയും തന്റെ യാത്രകളെപ്പറ്റിയുമെല്ലാം രഘുരാമനോട് പറഞ്ഞു തുടങ്ങി.

‘‘രഘുരാമാ, ഞാനും എന്റെ മനസ്സുപറഞ്ഞ പ്രകാരമാണ് യാത്രകൾ ചെയ്യുന്നത്, കുതിരവണ്ടിക്കാരനായത്, കച്ചവടക്കാരനായത്, പിന്നെ ജീവിതം ആസ്വദിക്കുന്നത്. ശരിക്കും ജീവിതം ആസ്വദിക്കുവാനുള്ളതാണ്. ഞാനത് മതിയാവോളം ആസ്വദിക്കുന്നുമുണ്ട്. ആളുകൾ എന്തിനൊക്കെയോ വേണ്ടി പരക്കംപായുകയാണ്. പലതും വെട്ടിപ്പിടിക്കുവാൻ വേണ്ടി ധൃതികൂട്ടുന്നു. ഞാനിവിടെ എന്റെ കുതിരകളുമായി കുശലം പറഞ്ഞ് രാജ്യങ്ങൾ തോറും ചുറ്റിക്കറങ്ങി മനോഹര നഗരങ്ങളും കണ്ട് സുന്ദരിമാരുടെ സൗന്ദര്യമാസ്വദിച്ചും രുചികരമായ ഭക്ഷണങ്ങൾ രുചിച്ചും ഒരു നാടോടിയായി ജീവിതം ആസ്വദിക്കുന്നു. ചിലരാകട്ടെ, ആവശ്യത്തിലേറെ ധനമുണ്ടായിട്ടും നല്ല രുചികരമായ ഭക്ഷണം കഴിക്കാതെയും നല്ല വസ്ത്രങ്ങളും ആടയാഭരണങ്ങളും അണിയാതെയും പണം സമ്പാദിച്ചുകൂട്ടി ജീവിതം തള്ളിനീക്കുന്നു. എന്തിനോ വേണ്ടി പണം കരുതിവയ്ക്കുന്നു. നാളെയെന്താവുമെന്ന് തീർച്ചയില്ലെങ്കിലും അവർ ഭാവികാര്യങ്ങൾ കണക്കുകൂട്ടുന്നു. എല്ലാം ശരിക്കും വിഡ്ഢിത്തം തന്നെ.

നിന്നെയെനിക്കിഷ്ടമായി. നീയും എന്നെപ്പോലെ തന്നെ മനസ്സു പറയുന്നത് കേൾക്കുന്നു. കാരണം നിന്റെ ഹൃദയത്തിൽ സ്വപ്ന ങ്ങളുണ്ട്. ഞാനൊരു കുതിരവണ്ടിക്കാരനാണെന്നല്ലേ നീ കരുതി വച്ചിരിക്കുന്നത്, ഓ, അല്ലെങ്കിൽ ദേശങ്ങൾ താണ്ടിക്കച്ചവടം നട ത്തുന്ന വെറുമൊരു വ്യാപാരി. എന്നാൽ ഞാൻ അതൊന്നുമല്ല. നമ്മുടെ കുതിരവണ്ടി മനേസിലെത്താൻ ഇനിയും ഏറെ സമയ മുണ്ടല്ലോ. അതുവരെ ഞാൻ ആ കഥ പറയാം. വളരെ രസകരമായ കഥ. ഞാനെങ്ങനെ കുതിരവണ്ടിക്കാരനായെന്ന്, കച്ചവടക്കാരനാ യെന്ന്.

ജീവാനന്ദ് എന്നാണ് എന്റെ പേര്. ഞങ്ങൾ പാരമ്പര്യമായി ഭിഷ ഗ്വരന്മാരാണ്. ഭിഷഗ്വരവിദ്യ ഏറ്റവും ശ്രേഷ്ഠമായ ജോലി തന്നെ. പക്ഷേ എനിക്കെന്തോ അതിനോട് വലിയ താൽപ്പര്യമുണ്ടായിരു ന്നില്ല. കുട്ടിക്കാലം മുതൽക്കേ യാത്രചെയ്യുവാനായിരുന്നു എനിക്കിഷ്ടം. ഒരു സഞ്ചാരിയായി ജനപദങ്ങൾതോറും ചുറ്റി സഞ്ചരിക്കണം, അതാ യിരുന്നു ഏറ്റവും പ്രിയം. എന്റെ ഗ്രാമത്തിലെ ഏറ്റവും അറിയപ്പെടുന്ന ഭിക്ഷഗ്വരനായ അച്ഛന്റെ നിർബന്ധത്തിനു വഴങ്ങി ഭിഷഗ്വരവിദ്യ യിൽ പ്രാവീണ്യം നേടിയെങ്കിലും ഒരു സഞ്ചാരിയാവാൻ തന്നെ തീരുമാനിച്ചു. ആദ്യമൊക്കെ അച്ഛനും അമ്മയ്ക്കും വലിയ എതിർ പ്പായിരുന്നു. എന്നാൽ സഞ്ചാരിയാവണമെന്ന എന്റെ ഉത്കടമായ ആഗ്രഹത്തിനു മുന്നിൽ എന്നെ ഭിഷഗ്വരനാക്കണമെന്ന അച്ഛന്റെ ആഗ്രഹം ക്രമേണ തണുത്തുറഞ്ഞ് ഇല്ലാതെയായി.

ആകെയുള്ള ഒരു സഹോദരി തമേരയെ അച്ഛൻ ഞങ്ങളുടെ സമുദായത്തിൽ തന്നെയുള്ള ഒരു ഭിഷഗ്വരനെക്കൊണ്ടു വിവാഹം കഴിപ്പിച്ചു. എന്നെ ഒരു ഭിഷഗ്വരനാക്കാനുള്ള ആഗ്രഹം അച്ഛൻ ഏതാണ്ട് ഉപേക്ഷിച്ച മട്ടാണ്. മരുമകനായ മിയ ഭിഷഗ്വരവിദ്യയിൽ ഉന്നത വിദ്യാഭ്യാസം നേടിയ ആളാണ്. മിയയെ അച്ഛൻ തങ്ങളുടെ പാരമ്പര്യം സംരക്ഷിക്കുന്ന ഭിഷഗ്വരനായി കണ്ടുതുടങ്ങിക്കഴിഞ്ഞെന്നു തോന്നുംപോലെയാണ് അച്ഛന്റെ പ്രവൃത്തികൾ.

എന്തൊക്കെയായാലും എന്റെ സഞ്ചാരിയാവാനുള്ള ആഗ്രഹ ത്തിന് ഭംഗം വരുത്തുവാൻ അച്ഛന്റെ പ്രവൃത്തികൾക്കൊന്നും കഴി ഞ്ഞില്ല.''

ജീവാനന്ദ് പിന്നെ തന്റെ യാത്രകളെപ്പറ്റി പറഞ്ഞു.

താൻ യാത്രചെയ്ത രാജ്യങ്ങളിലെ കൊട്ടാരങ്ങളെപ്പറ്റി, പട്ടണ ങ്ങളിലെ സുന്ദരശിൽപ്പങ്ങളെപ്പറ്റി, വിചിത്രമായ ആചാരങ്ങളെപ്പറ്റി, ചെന്നെത്തിയ ദേശങ്ങളിലെ സുന്ദരിമാരെപ്പറ്റി, ജനപദങ്ങളിലെ സംസ്കാരങ്ങളെപ്പറ്റി അങ്ങനെ ഒരു പാട് കാര്യങ്ങൾ.

തന്റെ യാത്രകളെപ്പറ്റി പറയുമ്പോൾ ജീവാനന്ദിന് എന്തെന്നില്ലാത്ത ഒരുത്സാഹമാണ്. രഘുരാമൻ കൗതുകത്തോടെ അതെല്ലാം കേട്ടു കൊണ്ടിരുന്നു. ഒരുപക്ഷേ യാത്രകളെ അയാൾ അത്രമേൽ ഇഷ്ട പ്പെടുന്നുണ്ടായിരിക്കാം. ചില മനുഷ്യർ അങ്ങനെയാണ്. അവരുടെ സ്വപ്നങ്ങൾക്ക് പിന്നാലെ ചിറകുവിരിച്ച് ഒരു ചിത്രശലഭത്തെപ്പോലെ പാറി നടക്കും. ലോകത്തിൽ മറ്റെന്തിനേക്കാളും അവർ ഇഷ്ടപ്പെ ടുന്നത് അത്തരം ആഗ്രഹങ്ങളെ, കാമനകളെ ആയിരിക്കും. തീർച്ച.

അവർ മനേസിൽ എത്തിയപ്പോഴേക്കും അർദ്ധരാത്രി ആയിരുന്നു. മനേസിലെ ഭക്ഷണശാലകളിൽ അധികവും വിളക്ക് തെളിയിച്ച് യാത്രക്കാരെ വരവേൽക്കാൻ ഒരുങ്ങിയിരുന്നു. വളരെ വൈകിയും അവിടെ യാത്രക്കാർ വന്നു പോകുന്നത് പതിവാണ്. രാത്രിവിളക്കു കളുടെ ശോഭയിൽ മഞ്ഞിൽ പൊതിഞ്ഞു നിൽക്കുന്ന മനേസ് പട്ടണം മനോഹരമായൊരു കാഴ്ച തന്നെ. ഈശ്വരൻ രാത്രിക്ക് ഇത്രയേറെ ശോഭ നൽകിയത് എന്തിനായിരിക്കും എന്നു തോന്നിപ്പോകും വിധ മാണ് രാത്രിവിളക്കുകളുടെ ശോഭയിൽ ആ പട്ടണത്തിന്റെ നിൽപ്.

ജീവാനന്ദിന് അവിടുത്തെ തെരുവുകളും ഭക്ഷണശാലകളും മദ്യ ശാലകളുമെല്ലാം സുപരിചിതംതന്നെ. അവൻ എത്രയോ തവണ അതുവഴി യാത്ര ചെയ്തിട്ടുണ്ട്, അവിടുത്തെ രീതികളും പരിചിത മാണ്.

ആ പട്ടണത്തിന്റെ കിഴക്കേ ചരുവിൽ മലമടക്കുകൾക്ക് ചാരെ പടർന്നു പന്തലിച്ചു നിൽക്കുന്ന ആൽമരത്തോട് ചേർന്നുള്ള ഭക്ഷണ ശാലയ്ക്കരുകിൽ കുതിരവണ്ടി നിർത്തി ജീവാനന്ദ് അവനേയും കൂട്ടിക്കൊണ്ട് അവിടേക്ക് കയറിച്ചെന്നു.

ഭക്ഷണശാല നടത്തിപ്പുകാരൻ ജീവാനന്ദിനെ കണ്ടയുടനെ അഭി വാദ്യം ചെയ്തു. ആ രാത്രിവിളക്കിന്റെ അരണ്ട വെളിച്ചത്തിലും അയാൾ ജീവാനന്ദിനെ തിരിച്ചറിഞ്ഞു. അവൻ അതുവഴി പോകു മ്പോഴെല്ലാം സ്ഥിരമായി കയറാറുള്ള ഭക്ഷണശാലയാണത്. മനേ സിൽ ഏറ്റവും സ്വാദിഷ്ഠമായ ഭക്ഷണം ലഭിക്കുന്ന കടകളിലൊ ന്നാണത്.

മരപ്പലകകൾ പാകിയ ചുവരുകളോടു കൂടിയ വിശാലമായ ഒരു ഹാളായിരുന്നു അത്. ചുവരുകൾ ചിത്രങ്ങൾ പാകി മനോഹരമാക്കി വച്ചിരിക്കുന്നു. മേശകളും കസേരകളും നല്ല അടുക്കിലും ചിട്ടയിലും നിരത്തിയിരിക്കുന്നു. നല്ല വൃത്തിയും വെടിപ്പും തോന്നിപ്പിക്കുന്ന അന്തരീക്ഷം. അവർ ശുചിമുറിയിൽ പോയി ദേഹശുദ്ധിവരുത്തി ആ ഹാളിന്റെ ഒരറ്റത്തുള്ള മേശയ്ക്കിരുവശവുമായി ഇരുന്നു.

ജീവാനന്ദിന് മാംസാഹാരമായിരുന്നു ഏറെയിഷ്ടം. അവൻ അവന്റെ ഇഷ്ടവിഭവങ്ങൾ ഓരോന്നായി വിളമ്പുകാരനോടായി പറഞ്ഞുകൊണ്ടിരുന്നു. രഘുരാമന് കഴിക്കുവാൻ എന്ത് വിഭവ ങ്ങളാണ് വേണ്ടതെന്നാരായാനും അവൻ മറന്നില്ല. രഘുരാമൻ അവനുവേണ്ട ഭക്ഷണമെന്താണെന്ന് വിളമ്പുകാരനെ അറിയിച്ചു. അവൻ ഗോതമ്പുമാവിൽ ഉണ്ടാക്കിയ മൂന്ന് ഗോമോറുകളും പരിപ്പു കറിയുമാണ് ആവശ്യപ്പെട്ടത്. ഗോമോർ ഗോതമ്പ് മാവ് കുഴച്ച് എണ്ണ യില്ലാതെ ചുട്ട് അതിൽ ഇലക്കറികൾ വച്ച് ചുരുട്ടിയെടുക്കുന്ന ഒരു തരം വിഭവമാണ്. ശാല്യരാജ്യത്തെ സാധാരണക്കാരന്റെ ഭക്ഷണ മാണത്.

അൽപസമയത്തിനുള്ളിൽ അവരുടെ തീൻമേശ ഭക്ഷണവിഭവ ങ്ങളാൽ നിറഞ്ഞു. ഏറിയ പങ്കും ജീവാനന്ദ് ആവശ്യപ്പെട്ടവയായി രുന്നു. ജീവാനന്ദ് ഭക്ഷണം കഴിക്കുന്ന രീതി ഏറെ രസകരമായി രുന്നു. ഭക്ഷണവിഭവങ്ങൾ അതിന്റെ തനതായ രുചി ആസ്വദിച്ച് കഴിക്കുന്നത് അയാളുടെ ശീലമാണ്. അയാൾ ഓരോ വിഭവങ്ങളും ക്രമത്തിൽ വളരെ സാവധാനം ആസ്വാദ്യമായ രീതിയിൽ കഴിക്കു ന്നത് രഘുരാമൻ കൗതുകത്തോടെ നോക്കിയിരുന്നു.

ആഹാരത്തിനു ശേഷം അവർ അവിടെ നിന്നും അടുത്തുള്ള ഒരു ഇരുനില മരക്കെട്ടിടത്തിലേക്കാണ് പോയത്. അതിന്റെ മട്ടും മാതിരിയും കണ്ടിട്ട് അതൊരു സത്രമാണെന്ന് രഘുരാമന് മനസ്സി ലായി. പ്രവേശനകവാടവും കടന്ന് ആ കെട്ടിടത്തിന്റെ സ്വീകരണ മുറിയിലേക്ക് ജീവാനന്ദ് അവനേയും കൂട്ടിക്കൊണ്ട് കയറിച്ചെന്നു.

ആ സത്രത്തിന്റെ സ്വീകരണമുറിയിലെ മേശയ്ക്കരുകിൽ നീളം കുറഞ്ഞ് കുറുകിയ ഒരു കിഴവൻ ഇരിപ്പുണ്ടായിരുന്നു. അയാളെ കണ്ടാൽ ഏതോ അതിപുരാതന നൂറ്റാണ്ടിൽ ജനിച്ചതാണെന്നു തോന്നും. കിഴവന്റെ തലമുടി വെള്ളിനാരുപോലെ തിളക്കമുള്ളതും സുന്ദരവുമാണ്. അവ പിറകിലേക്കും വശങ്ങളിലേക്കും പാറിപ്പറന്നു കിടക്കുന്നു. ഉറക്കച്ചടവുള്ള കണ്ണുകളോടെ ആ കിഴവൻ കയറിവന്ന് അതിഥികളെ നോക്കി. ജീവാനന്ദിനെ കണ്ട മാത്രയിൽ പ്രിയ സ്നേഹിതാ, ജീവാനന്ദ് നിങ്ങൾക്ക് സുഖം തന്നെയല്ലേ എന്ന് കുശലം ചോദിച്ചുകൊണ്ട് അവരുടെ അടുത്തേക്കു വന്ന് അഭിവാദ്യമർപ്പിച്ചു. എന്നിട്ട് ജീവാനന്ദിന്റെ യാത്രകളെപ്പറ്റിയും മറ്റും അന്വേഷണങ്ങൾ നടത്തി. അവർ നല്ല ചങ്ങാതിമാരാണെന്ന് അവരുടെ സംസാരം കേട്ടപ്പോൾ രഘുരാമന് മനസ്സിലായി. അല്ലെങ്കിൽതന്നെ ആരാണ് ജീവാനന്ദിനെ ഇഷ്ടപ്പെടാത്തത്. നല്ല സുന്ദരനും ആരോഗ്യദൃഢ ഗാത്രനും പോരാത്തതിന് ജനപദങ്ങൾതോറും ഒരു ദേശാടനപ്പക്ഷി യെപ്പോലെ ജീവിതം ആസ്വദിച്ച് യാത്ര പോകുന്നവനും.

അൽപനേരം ജീവാനന്ദിനോട് കുശലം പറഞ്ഞതിനുശേഷം കിഴവൻ ഒരു പരിചാരകനെ വിളിച്ച് തങ്ങൾക്കുള്ള മുറികാട്ടിത്തരുവാൻ നിർദ്ദേശിച്ച് ഞങ്ങളോടൊപ്പം അയച്ചു. മറ്റൊരു പരിചാരകനെ വിളിച്ച് ജീവാനന്ദിന്റെ കുതിരകൾക്ക് തീറ്റനൽകിയതിനുശേഷം അവയെ സുരക്ഷിതമായി ലായത്തിൽ കെട്ടുവാനും കുതിരവണ്ടി സുരക്ഷിതമായി സൂക്ഷിക്കുവാനും നിർദ്ദേശം നൽകി പറഞ്ഞയച്ചു.

പരിചാരകൻ തങ്ങളെയും കൂട്ടിക്കൊണ്ട് ആ സത്രത്തിന്റെ മുകളിലത്തെ നിലയിലേക്കുള്ള പടവുകൾ കയറി. അവർ പരിചാരകനോടൊപ്പം ആ മരപ്പലകയിൽ തീർത്ത കോവണിപ്പടികളിലൂടെ നടന്ന് മുകളിലേക്കു കയറുമ്പോൾ അവ താളത്തിൽ ശബ്ദിച്ചുകൊണ്ടിരുന്നു. മുകളിലെ ഇടനാഴിയിലെത്തി അൽപനേരം മുന്നോട്ട് നടന്ന് ആ സത്രത്തിന്റെ കിഴക്കേ കോണിലുള്ള ഒരു മുറിയുടെ മുൻപിൽ തങ്ങളെ എത്തിച്ച പരിചാരകൻ ആ മുറിയുടെ വാതിലുകൾ തുറന്നു തന്നു.

അതിരാവിലെ തങ്ങളെ വിളിച്ചുണർത്തണമെന്ന് ജീവാനന്ദ് ആ പരിചാരകനെ പറഞ്ഞേൽപ്പിച്ചിട്ട് അയാളെ പറഞ്ഞയച്ചു.

ജീവാനന്ദ് മനേസിൽ വരുമ്പോഴെല്ലാം ആ സത്രത്തിന്റെ കിഴക്കേ കോണിലുള്ള ഈ മുറിയിലാണ് താമസിക്കുന്നത് അയാൾക്ക് ഏറെ ഇഷ്ടമുള്ള ഒരിടമായിരുന്നു അത്. ആ സത്രം നടത്തിപ്പുകാരനായ കിഴവനും അത് നന്നായറിയാം അതിനാൽ ജീവാനന്ദ് അവിടെയെത്തുമ്പോഴെല്ലാം കിഴവൻ ആ മുറി അവനായി നൽകും.

ആ മുറിയുടെ ബാൽക്കണിയിൽ നിന്നു നോക്കിയാൽ മനോഹരമായ മനേസിന്റെ മലഞ്ചെരുവുകളും താഴ്‌വാരത്തെ ഗ്രാമവും എല്ലാം വ്യക്തമായി കാണാം. മഞ്ഞിൽ പൊതിഞ്ഞു നിൽക്കുന്ന മനേസിന്റെ താഴ്‌വാരവും മലഞ്ചെരുവുകളിലെ ഗ്രാമവീടുകളും ചാഞ്ഞൊഴുകുന്ന ശ്യാമോർ നദിയും എല്ലാംകൂടി ഒരു വശ്യതയുള്ള കാഴ്ചതന്നെ.

സ്വർണ്ണചിലന്തിയുടെ ദംശനം

അതിരാവിലെ മനേസിനോട് വിടപറഞ്ഞ് അവർ യാത്രയായി. വശ്യ സൗന്ദര്യം പേറുന്ന മനേസ് പട്ടണം പിന്നിട്ട് ശാല്യരാജ്യത്തിന്റെ അതിർത്തിപ്രദേശമായ രാമോറിലെത്തിയപ്പോൾ മഴ ചെറുതായി പെയ്യുവാൻ തുടങ്ങി. രാമോറിനെയും പിന്നിട്ട് കുറേക്കൂടി മുന്നോട്ട് നീങ്ങിയപ്പോൾ ശാന്തീവനിപ്പുഴ കാണാറായി. ശാന്തീവനിയുടെ ചാരത്തുള്ള ചെമ്മൺപാതയിലൂടെ കുറേക്കൂടി മുന്നോട്ട് യാത്ര ചെയ്ത് വനപാതയും താണ്ടി ശാന്തീവനിയുടെ കൈവഴിയായൊഴുകുന്ന ഷോളപ്പുഴയ്ക്കു കുറുകെയുള്ള ഇടുങ്ങിയ പാലം കടന്നതോടെ കോസലരാജ്യത്തെ ആദ്യ ഗ്രാമമായ വീരേശ്വര എന്ന പ്രദേശത്തെത്തി. കോസലദേശത്തിന്റെ കവാടം എന്നറിയപ്പെടുന്ന ഗ്രമമാണ് വീരേശ്വര.

പാതയോരത്തെ കൃഷിയിടങ്ങളിൽ പച്ചക്കറി ഇനങ്ങൾ ശേഖരിക്കുന്ന കർഷകരുടെ ചെറുസംഘങ്ങളേയും പിന്നിട്ട് അവരുടെ കുതിരവണ്ടി പ്രധാന ചെമ്മൺപാതയിലേക്ക് പ്രവേശിച്ചു. ആട്ടിൻപറ്റങ്ങളുടെ കൂട്ടങ്ങൾ പാതയോരങ്ങൾ ചേർന്ന് അവിടെവിടെയായി നിൽപ്പുണ്ടായിരുന്നു ഇടയന്മാരുടെ ശിക്ഷണത്തിൽ ഒത്തൊരുമയോടെ നിൽക്കുന്ന ആട്ടിൻപറ്റങ്ങൾ ഒരു മനോഹര കാഴ്ചതന്നെ. രഘുരാമൻ കൗതുകത്തോടെ ആ ആട്ടിൻപറ്റങ്ങളെ നോക്കി. അവന്റെ കൗതുകം കണ്ട് ജീവാനന്ദ് കുതിരവണ്ടി അവയ്ക്കരികിൽ അൽപനേരം നിർത്തി. കുതിരവണ്ടി അടുത്തുചെന്ന് നിർത്തിയതൊന്നും അവയ്ക്കൊരു പ്രശ്നമല്ലെന്ന മട്ടാണ്. ആ കൂട്ടത്തിൽ ഒരു മാസം മാത്രം പ്രായമുള്ള കുഞ്ഞാടുകൾ മുതൽ വലിയ മുട്ടനാടുകൾ വരെ ഉണ്ടായിരുന്നു. അൽപനേരം കഴിഞ്ഞപ്പോൾ നേരം വൈകി യാത്ര ബുദ്ധിമുട്ടാകാതിരിക്കാൻ ജീവാനന്ദ് കുതിരകളെ മുന്നോട്ടു തെളിച്ച് യാത്ര തുടർന്നു.

ശാല്യരാജ്യത്തിന്റെ അതിർത്തി പ്രദേശങ്ങളും കടന്ന് കുതിരവണ്ടി കോസലദേശത്തെ ഗ്രാമക്കാഴ്ചകളിലേക്ക് അവരെ നയിച്ചു.

ആദ്യമായിട്ടാണ് അവൻ തന്റെ രാജ്യവും കടന്ന് പുതിയൊരു ദേശത്തെത്തുന്നത്. മുൻപൊരിക്കലും അവൻ തന്റെ രാജ്യം വിട്ട് യാത്ര പോയിട്ടില്ല, എല്ലാം പുതിയൊരനുഭവം തന്നെ. ഓരോ ദേശങ്ങൾക്കും അതിന്റേതായ ഒരു തനത് ഭംഗിയുള്ളതായി അവനു തോന്നി.

തന്റെ രാജ്യം പോലെയല്ല കോസലദേശം. തികച്ചും വ്യത്യസ്തം. വയലേലകളും കുന്നുകളും കർഷകരും ഭിഷഗ്വരന്മാരും നിറഞ്ഞ രാജ്യം. ജനങ്ങളിലധികവും കൃഷിയെ ആശ്രയിച്ചു കഴിയുന്നവർ, ഔഷധ നിർമ്മാണത്തിലും അവർ നിപുണരായിരുന്നു. അവിടുത്തെ ഭിഷഗ്വരന്മാർ ലോകപ്രശസ്തരായിരുന്നു.

ചെറിയ മൊട്ടക്കുന്നുകളും അതിനു ചാരെ പച്ചപ്പരവതാനി വിരിച്ചതുപോലെ മനോഹരമായിക്കിടക്കുന്ന പുൽപ്പാടങ്ങളും കടന്ന് അവരുടെ കുതിരവണ്ടി മുന്നോട്ടു പൊയ്ക്കൊണ്ടിരുന്നു. നേരം ഏതാണ്ട് നട്ടുച്ചനേരമായതിനാൽ പാതയോരത്തു കണ്ട ചെറിയൊരു ഭക്ഷണശാലയിൽ കയറി ഭക്ഷണവും കഴിച്ച് അവർ യാത്ര തുടർന്നു.

കുതിരവണ്ടി കുറേ ദൂരം ഓടിക്കഴിഞ്ഞപ്പോൾ ധാരാളം മലഞ്ചെരുവുകളും മൊട്ടക്കുന്നുകളുമുള്ള ഒരു പ്രദേശത്തുകൂടിയായി അവരുടെ യാത്ര. അങ്ങകലെ ആ മൊട്ടക്കുന്നുകളിലായി ഒരു നേർത്ത വര പോലെ കാണുന്ന ഒരു കോട്ട ചൂണ്ടിക്കാട്ടി ജീവാനന്ദ് രഘുരാമനോടായി പറഞ്ഞു, ''അതാ ആ മൊട്ടക്കുന്നിനു മുകളിൽ കാണുന്നതാണ് സുവർണ്ണ ചിലന്തിക്കോട്ട.''

രഘുരാമൻ, ജീവാനന്ദ് ചൂണ്ടിക്കാട്ടിയ മൊട്ടക്കുന്നിനു മുകളിലെ ആ കോട്ടയിലേക്ക് നോക്കി. വളരെ ദൂരെ നിന്ന് ആ കോട്ട കാണുമ്പോൾ മലമുകളിൽ പടുത്തുയർത്തിയ ഒരതിർത്തിരേഖപോലെ അവനു തോന്നി. പണ്ട് പരദേശികൾ വന്ന് തമ്പടിച്ച് ദേവരാജ്യത്തിനെതിരെ യുദ്ധത്തിന് പുറപ്പെട്ടത് അവിടെ നിന്നായിരുന്നു. പരദേശികൾ പരാജിതരായി ആ കോട്ട ഉപേക്ഷിച്ച് പോയതിനുശേഷം ആൾപ്പാർപ്പില്ലാതെ കിടന്ന് സുവർണ ചിലന്തികൾക്കും മറ്റ് ഇഴജന്തുക്കൾക്കും പാർപ്പിടമായി മാറിയ പ്രദേശം.

കോട്ടയുടെ പല ഭാഗങ്ങളും കാലപ്പഴക്കത്തിൽ ഇടിഞ്ഞുപൊളിഞ്ഞ് നിലംപൊത്തിയ അവസ്ഥയിലാണിപ്പോൾ. പണ്ട് പരദേശികൾ വന്ന് ഈ പ്രദേശം കീഴടക്കി കോട്ടകെട്ടി ദേവരാജ്യത്തിനെതിരെ പട നയിച്ച കാലത്ത് പുറത്തുനിന്നാർക്കും ഇവിടേക്ക് പ്രവേശനമുണ്ടായിരുന്നില്ല. ഇപ്പോൾ സുവർണചിലന്തിയുടെയും മറ്റും ഒരാവാസവ്യവസ്ഥയായി ആ കോട്ട മാറിയിരിക്കുന്നു. പകൽ നേരങ്ങളിൽ ധാരാളം പേർ ആ കോട്ട കാണുവാൻ എത്താറുണ്ട്. ഇപ്പോൾ അവിടുത്തെ ഏറ്റവും വലിയ ആകർഷണം ആ സുവർണചിലന്തികൾ തന്നെ.

സുവർണചിലന്തികൾ കാഴ്ചയിൽ മനോഹരമായ ചിത്രവേല ആണെന്നേ തോന്നൂ. പക്ഷേ അവ മാരകവിഷമുള്ള ചിലന്തികളാണ്. അവയുടെ കടിയേറ്റാൽ മരണംവരെ സംഭവിക്കാം. രാത്രിയുടെ ഇരുളിൽ അവ യുടെ സ്വർണ്ണ വർണ്ണ വരകൾ പ്രകാശിച്ചുനിൽക്കും, അത് കാണുവാൻ വളരെ ആകർഷകമാണ്. പക്ഷേ ആ പ്രകാശത്തിൽ ആകൃഷ്ടരായി ഇരകൾ ചെന്നുപെടുകയും ചെയ്യും.

സുവർണചിലന്തികളെപ്പറ്റിയും പരദേശികൾ വന്ന് തമ്പടിച്ച കോട്ടയെപറ്റിയുമെല്ലാമുള്ള കഥകൾ കേട്ടപ്പോൾ അവിടെപ്പോയി ആ കോട്ടയ്ക്കരികിൽ ചെന്ന് അവയെല്ലാം നേരിൽ കാണണമെന്ന് രഘുരാമന് അതിയായ ആഗ്രഹം തോന്നി. അവനത് ജീവാനന്ദിനോട് പറയുകയും ചെയ്തു.

പോകുന്നതിൽ കുഴപ്പമൊന്നുമില്ല. അപകടം സംഭവിക്കാതെ നോക്കണം എന്ന് പറഞ്ഞുകൊണ്ട് സുവർണ ചിലന്തിക്കോട്ട കാണണ മെന്നുള്ള രഘുരാമന്റെ ആഗ്രഹം സാധിക്കുവാനായി ജീവാനന്ദ് കുതിരവണ്ടി വഴിതിരിച്ച് ആ മൊട്ടക്കുന്നിലെ കോട്ടയെ ലക്ഷ്യമാക്കി കുതിരകളെ തെളിച്ചു. അപ്പോഴേക്കും വെയിൽ ചാഞ്ഞ് തുടങ്ങി യിട്ടുണ്ടായിരുന്നു. ആ മൊട്ടക്കുന്നിലേക്കുള്ള വളഞ്ഞുപുളഞ്ഞ കയറ്റിറക്കങ്ങളുള്ള ചെമ്മൺപാതയിലൂടെ അവരുടെ കുതിരവണ്ടി ആ ചിലന്തികോട്ടയെ ലക്ഷ്യമാക്കി മുന്നോട്ട് പോയിക്കൊണ്ടിരുന്നു.

സൂര്യൻ മറഞ്ഞുതുടങ്ങിയ ആ സായന്തനത്തിൽ അവരുടെ കുതിരവണ്ടി ആ കോട്ടയുടെ മുന്നിലെത്തി. ജീവാനന്ദ് കുതിരവണ്ടി ചിലന്തിക്കോട്ടയ്ക്ക് അഭിമുഖമായി നിർത്തിയിട്ട് അതിൽ തന്നെ ഇരുന്നു. കുതിരവണ്ടി നിർത്തിയ ഉടനെ കോട്ടയുടെ മുൻപിലിറ ങ്ങിയ രഘുരാമൻ ആവേശത്താൽ മതിമറന്ന് കോട്ടയും പരിസര ങ്ങളും ഓടിനടന്ന് കാണുവാൻ തുടങ്ങി.

''അധികം വൈകരുത് സുഹൃത്തേ, വേഗം തിരിച്ചെത്തണം. എങ്കിലേ പുലരും മുൻപേ വീട്ടിൽ എത്തിച്ചേരുവാനാവൂ.''

കുതിരവണ്ടിയിൽ ഇരുന്നുകൊണ്ട് ജീവാനന്ദ് വിളിച്ചു പറയു ന്നുണ്ടായിരുന്നു.

രഘുരാമൻ അത് കേട്ടതായി നടിച്ചില്ല, ആകാംക്ഷയോടെ എല്ലാം കണ്ടുനടക്കുന്നതിലായിരുന്നു അവന്റെ ശ്രദ്ധ മുഴുവൻ.

സന്ധ്യമയങ്ങുന്നതിന്റെ ലക്ഷണങ്ങൾ മൊട്ടക്കുന്നിലും കോട്ട യിലുമായി കണ്ടുതുടങ്ങി. ഇരുട്ട് വലിയൊരു പുതപ്പായി മൊട്ടക്കുന്നു കളെ മൂടിത്തുടങ്ങി. ജീവാനന്ദ് അക്ഷമയോടെ രഘുരാമനേയും കാത്ത് ആ കുതിരവണ്ടിയിൽ ഇരുന്നു.

നേരം ഏറെ വൈകിയിട്ടും അവനെ കാണാതായപ്പോൾ ജീവാനന്ദ് കുതിരവണ്ടിയിൽ നിന്നിറങ്ങി ആ കോട്ടയ്ക്കുള്ളിലും പരിസരങ്ങളിലുമായി അവനെ പരതി നടന്നു. അൽപം അമർഷത്തോടെയാണ് ജീവാനന്ദ് അവിടെയെല്ലാം അവനെ തിരഞ്ഞു നടന്നത്. 'അവന്റെ വാക്കുംകേട്ട് ഈ സായന്തനത്തിൽ ചിലന്തികോട്ടയിലേക്ക് കുതിരകളെ തെളിച്ച താനാണ് ഇപ്പോൾ വിഡ്ഢിയായിരിക്കുന്നത്. അവന്റെ വാക്കു കേൾക്കാതിരുന്നെങ്കിൽ തന്റെ കുതിരവണ്ടി ഇപ്പോഴേക്കും തന്റെ ഗ്രാമാതിർത്തിയിലെത്തിയേനേ. ഏതാണ്ട് അർദ്ധരാത്രിയാവുമ്പോഴേക്കും തനിക്ക് വീട്ടിലെത്താനുമായേനേ.'

ജീവാനന്ദ് അങ്ങനെ ഓരോന്നും ആലോചിച്ച് അൽപം നീരസത്തോടെ നടന്നു. അവിടെ അടുത്തെങ്ങും അവനെ കാണാഞ്ഞ് ജീവാനന്ദ് പരിഭ്രമത്തോടെ കോട്ടയ്ക്കുള്ളിലെ ഓരോ ഇടത്തിലും തിരഞ്ഞു നടന്നു. ഇനി ഒരുപക്ഷേ അവനെന്തെങ്കിലും അപകടം പിണഞ്ഞിട്ടുണ്ടാവുമോ? ജീവാനന്ദിന് സംശയമായി.

അവൻ ആ കോട്ടയുടെ അകത്തളങ്ങളിലെ ഓരോ മുക്കിലും മൂലയിലും അതീവ ശ്രദ്ധയോടെ അവനെ തിരഞ്ഞുകൊണ്ടിരുന്നു. അതാ, ആ കോട്ടയുടെ അകത്തളത്തിലെ വടക്കേ കോണിൽ സ്വർണ ചിലന്തികളുടെ തിളക്കത്തിനരികെ രഘുരാമൻ കമഴ്ന്നു വീണു കിടക്കുന്നു. അവൻ ഓടിച്ചെന്ന് തനിക്ക് സുവർണചിലന്തികളുടെ ആക്രമണം ഏൽക്കാതെ ശ്രദ്ധയോടെ രഘുരാമന്റെ അടുത്തു ചെന്ന് അവനെ കുലുക്കിവിളിച്ചു. ഒരനക്കവുമില്ല. അവന്റെ ശരീരത്തിന് അൽപ നീലിമ വെച്ചിട്ടുണ്ട്. ബോധമറ്റ് കിടക്കുകയാണ്.

അവൻ രഘുരാമനെ മലർത്തിക്കിടത്തി. എന്നിട്ട് കൈകളിൽ പിടിച്ച് നാഡിമിടിപ്പ് പരിശോധിച്ചു. ജീവനുണ്ട്. സുവർണചിലന്തിയുടെ കടിയേറ്റ ലക്ഷണമാണ്. അവൻ രഘുരാമനെ തന്റെ തോളിലേറ്റി കുതിരവണ്ടിക്കരികിലേക്കോടി. കുതിരവണ്ടിക്കരികിലെത്തി വേഗം രഘുരാമനെ കുതിരവണ്ടിയിൽ കിടത്തി, വണ്ടിയിലെ വിളക്കിന്റെ തിരിനാളമുയർത്തി, ബോധമറ്റ് കിടക്കുന്ന രഘുരാമനെ വിശദമായി പരിശോധിച്ചു.

അതെ, താൻ കരുതിയതുതന്നെ കാര്യം. അവന്റെ കാലിൽ സുവർണചിലന്തിയുടെ കടിയേറ്റിരുന്നു. താൻ യാത്രകളിൽ സ്ഥിരം കരുതാറുള്ള തന്റെ മരുന്നുപെട്ടിയെടുത്ത് അതിൽനിന്നും വിഷഹാരി തൈലമെടുത്ത് അവന്റെ മുറിവിലും മറ്റും പുരട്ടിയതിനുശേഷം കുതിരവണ്ടിയിൽ ഉണ്ടായിരുന്ന കിടക്കയിൽ സുരക്ഷിതമായി അവനെ കിടത്തി പട്ടുനാടകൊണ്ട് അവന്റെ ശരീരത്തെ കിടക്കയോട് ചേർത്ത് കെട്ടി, കുതിരവണ്ടി വേഗത്തിലോടുമ്പോൾ വണ്ടിയിൽ നിന്ന് വീണ്

അപകടം പറ്റാതിരിക്കാനും സുരക്ഷിതമായി കൊണ്ടുപോകാനും പിന്നെ കുതിരവണ്ടി ഓടുമ്പോഴുള്ള കുലുക്കം അറിയാതിരിക്കാനും പട്ടുനാടകൊണ്ടുള്ള കെട്ട് അത്യാവശ്യമാണ്.

രഘുരാമനെ കുതിരവണ്ടിയിൽ സുരക്ഷിതമായി കിടത്തിയെന്ന് ഉറപ്പുവരുത്തിയ ശേഷം ജീവാനന്ദ് വളരെ വേഗത്തിൽ തന്റെ വീട് ലക്ഷ്യമാക്കി തന്റെ കുതിരകളെ തെളിച്ചു.

അവന് ബോധം വന്ന് കണ്ണ് തുറക്കുമ്പോൾ ജീവാനന്ദിന്റെ വീട്ടിലെ ചികിത്സാമുറിയിലെ മരക്കട്ടിലിൽ കിടക്കുകയായിരുന്നു. താനെവിടെയാണ് കിടക്കുന്നതെന്നോ തനിക്ക് എന്താണ് സംഭവിച്ചതെന്നോ അവന് ഒരെത്തുംപിടിയും കിട്ടിയില്ല. ചുവരുകളെല്ലാം മരപ്പലക പാകിയ ഒരു മുറിയായിരുന്നു അത്. അവിടെമാകെ പച്ചമരുന്നുകളുടെ ഗന്ധമായിരുന്നു. അവൻ കണ്ണുതുറന്ന് ചുറ്റും നോക്കി.

മുൻപിൽ താടിനീട്ടിവളർത്തിയ ആരോഗ്യദൃഢഗാത്രനായ, കാഴ്ചയിൽ ഒരു സ്വാതികനെപോലെ തോന്നിപ്പിക്കുന്ന ഒരു വൃദ്ധൻ ചെറുപുഞ്ചിരിയോടെ നിൽക്കുന്നു. അടുത്ത് രണ്ട് സ്ത്രീകളുമുണ്ട്.

''നിങ്ങളൊക്കെ ആരാണ്? ഞാൻ എവിടെയാണ്?'' അവൻ അക്ഷമയോടെ ചോദിച്ചു.

''ഞാൻ ജീവാനന്ദിന്റെ അച്ഛൻ രുദ്രമനാണ്. ഇവർ അവന്റെ അമ്മയും സഹോദരിയും.''

രഘുരാമൻ താൻ ബോധമേറ്റ് വീണ ആ കോട്ടയും അവിടുത്തെ കാഴ്ചകളെപ്പറ്റിയും ഓർത്തു. കോട്ടയുടെ മറുഭാഗത്ത് കോട്ടഭിത്തിയിൽ മനോഹരമായി സ്വർണവർണത്തിൽ തിളങ്ങിനിന്ന സുവർണ ചിലന്തികളുടെ ഭംഗി ആസ്വദിച്ചു നിൽക്കുകയായിരുന്നു. അവയെ നോക്കി നിന്നപ്പോൾ നേരം വൈകുന്നതോ, സന്ധ്യമയങ്ങുന്നതോ അവൻ അറിഞ്ഞില്ല. അത്രയ്ക്ക് മനോഹരമായിരുന്നു ആ കാഴ്ച. അങ്ങനെ നിൽക്കുമ്പോഴാണ് കാൽപാദത്തിൽ എന്തോ കടിക്കുന്നതുപോലെ തോന്നിയത്. അവൻ തന്റെ കാൽപാദങ്ങളിലേക്ക് നോക്കി. അതാ, കോട്ടച്ചുവരുകളിൽ കണ്ട ആ മനോഹരമായ സുവർണ ചിലന്തികളിലൊന്ന് തന്റെ പെരുവിരലിനോട് ചേർന്നിരിക്കുന്നു.

അവൻ ആശ്ചര്യത്തോടെ അതിനെതന്നെ നോക്കി. സ്വർണ്ണനൂലുകൾകൊണ്ട് നെയ്തുണ്ടാക്കിയതുപോലെ മനോഹരം. ആ കാഴ്ച കണ്ടുകൊണ്ടുനിൽക്കെ പെരുവിരലിന് അൽപം വേദന തോന്നി അവൻ കാല് ചെറുതായൊന്നു പിന്നോട്ടു വലിച്ചു. കാലിന്റെ പെരുവിരലിൽനിന്നും ആ വേദന തന്റെ കാൽപാദം വഴി മുകളിലേക്ക് ശരീരമാസകലം വ്യാപിക്കുന്നതായി അവന് തോന്നിയിരുന്നു.

പെട്ടെന്ന് പിൻതിരിഞ്ഞു നടക്കുവാൻ ശ്രമിച്ച അവന്റെ കണ്ണുകളിലേക്ക് ഇരുട്ട് ഇരച്ചുകയറി. പ്രപഞ്ചത്തിന്റെ ഏതോ മഹാന്ധകാരത്തിലേക്ക് താൻ എടുത്തെറിയപ്പെടുംപോലെ ബോധം മറഞ്ഞ്, ബോധമറ്റ് നിലത്തുവീണു. പിന്നെ കണ്ണുതുറക്കുമ്പോൾ ജീവാനന്ദിന്റെ വീട്ടിൽ ഈ മരക്കട്ടിലിൽ വിഷഹാരിതൈലം പൂശി കിടക്കുകയാണ്.

അവൻ എഴുന്നേൽക്കാൻ ശ്രമിച്ചു. അപ്പോഴാണറിയുന്നത് ശരീരം നിശ്ചലമായ അവസ്ഥയിലാണ്. തനിക്കിപ്പോൾ ശിരസ്സും കൈകളും മാത്രമേ ചലിപ്പിക്കുവാൻ കഴിയുന്നുള്ളൂ. അവൻ ചലനമറ്റു കിടക്കുന്ന തന്റെ ശരീരമാകെ നോക്കി. അവന്റെ മനസ്സാകെ തകർന്നുപോയി.

ഈ ഔഷധക്കൂട്ടുകൾക്കും വിഷഹാരിതൈലത്തിനും തന്നെ പഴയപടി ആക്കുവാൻ ആവുമോ? അതോ താൻ ഇനിയുള്ള കാലമത്രയും ഒരു ജീവച്ഛവമായി ഇങ്ങനെ ഒരേ കിടപ്പ് കിടക്കേണ്ടി വരുമോ? അവൻ ചിന്തയിലാണ്ടു കിടന്നു.

''ഈശ്വരകടാക്ഷത്താൽ നീ എന്തായാലും പഴയതിനേക്കാൾ കരുത്തനായി എഴുന്നേൽക്കും. നിന്നെ പൂർണമായും സുഖപ്പെടുത്തുവാൻ ഈ പച്ചമരുന്നുകൾക്ക് കഴിയും.''

അവന്റെ ചിന്തകൾ മനസ്സിലാക്കിയെന്നോണം രുദ്രമൻ പറഞ്ഞു.

പെട്ടെന്നാണ് തന്റെ അരയിലുണ്ടായിരുന്ന ആ സ്വർണനാണയങ്ങളെപ്പറ്റി അവൻ ഓർത്തത്. അവൻ പെട്ടെന്ന് ആരും ശ്രദ്ധിക്കാത്ത ഭാവത്തിൽ തന്റെ കൈകൾകൊണ്ട് അരയിൽ തപ്പിനോക്കി.

അവൻ അരയിൽ തപ്പുന്നതുകണ്ട് ജീവാനന്ദിന്റെ അച്ഛൻ ഒരു ചെറുചിരിയോടെ പറഞ്ഞു. ''പരിഭ്രമിക്കേണ്ട. നിന്റെ സ്വർണ്ണനാണയങ്ങളും വെള്ളിനാണയത്തുട്ടുകളും പിന്നെയാ ദിനവൃത്താന്ത പുസ്തകവും എല്ലാം എന്റെ കൈയിൽ സുരക്ഷിതമായിരിപ്പുണ്ട്. ഇപ്പോൾ അതേപ്പറ്റിയൊന്നും ചിന്തിക്കേണ്ട, ആദ്യം ദീനം മാറട്ടെ.''

വാത്സല്യം നിറഞ്ഞ ഒരു മുഖഭാവത്തോടെ ജീവാനന്ദിന്റെ അമ്മയും ഒപ്പമുണ്ടായിരുന്നു.

അവന് ലേശം ജാള്യത തോന്നി. ഇപ്പോൾതന്നെ നാണയങ്ങൾ ഉണ്ടോ എന്ന് നോക്കേണ്ടിയിരുന്നില്ല. മോശമായിപ്പോയി. അവർ തന്നെപ്പറ്റി എന്തു കരുതിക്കാണും. ആരെയും വിശ്വാസമില്ലാത്ത ഒരാൾ, അതോ തങ്ങളെ സംശയിച്ചവനെന്നോ. ഓ, ഇനിയിപ്പോൾ അങ്ങനെയൊക്കെ വിചാരിച്ചിട്ട് എന്ത് കാര്യം.

ജീവാനന്ദിന്റെ അച്ഛൻ നല്ല പേശിബലമുള്ളയാളും സുമുഖനുംതന്നെ. പോരാത്തതിന് എപ്പോഴും ശുഭാപ്തി വിശ്വാസം നിറഞ്ഞ ഒരു ചെറുപുഞ്ചിരി മുഖത്ത് കാത്തുസൂക്ഷിക്കുന്ന ആളുമാണ്. തലമുടിയും

താടിയും നീട്ടിവളർത്തി, തലയിൽ സുഗന്ധതൈലം പൂശി തലമുടി വൃത്തിയിലും വെടുപ്പിലും വെട്ടിയൊതുക്കി ചീകി ഒരുക്കിവച്ചിരിക്കുന്നു. ചിട്ടയിൽ വെട്ടിയൊതുക്കിയ താടിമീശയും തിളങ്ങുന്ന കണ്ണുകളും. എല്ലാംകൂടി അയാളെ കണ്ടാൽ ഒരു തികഞ്ഞ ഭിഷഗ്വരൻതന്നെ. ദിനചര്യകളിലും ചികിത്സാകാര്യങ്ങളിലും കൃത്യതയും പച്ചിലമരുന്നുകളിലും മറ്റും അഗാധ പാണ്ഡിത്യവുമുള്ള ഒരാൾ.

രുദ്രമൻ തന്റെ ആയുർവ്വേദ ചികിത്സ തുടർന്നു. അവന് അതൊരു പുതിയ അനുഭവമായിരുന്നു. മനുഷ്യന്റെ എല്ലാ രോഗപീഡകൾക്കുമുള്ള ഔഷധങ്ങൾ പ്രകൃതിയിൽതന്നെയുണ്ട്. അത് അറിയുന്നതിലും കണ്ടെത്തുന്നതിലുമാണ് കാര്യം. മനുഷ്യൻ പ്രകൃതിയിൽനിന്നും അകലുംതോറും പ്രകൃതിയും അവനിൽനിന്ന് അകലം പാലിക്കുന്നു. അങ്ങനെ അവന്റെ ജീവിതചര്യകൾക്ക് മാറ്റം വരുത്തുന്നതിലൂടെ അവൻ അസ്വസ്ഥനും രോഗിയുമായിത്തീരുന്നു.

അവൻ ജീവാനന്ദിന്റെ വീട്ടിലെത്തിയിട്ട് ആഴ്ചകളും മാസങ്ങളും പിന്നിട്ടു. ഇപ്പോൾ എഴുന്നേൽക്കാനും അൽപ്പമൊക്കെ നടക്കാനും കഴിയുന്ന അവസ്ഥയിലായി. അവൻ തന്റെ രാജ്യത്തെ ഭിഷഗ്വരന്മാരെ കണ്ടിട്ടുണ്ടായിരുന്നെങ്കിലും ഈ വിദ്യയെപ്പറ്റി കേട്ടിരുന്നെങ്കിലും ഇത് അത്ര ബൃഹത്തായ വിദ്യയാണെന്നറിഞ്ഞിരുന്നില്ല. ഇത്ര ബൃഹത്തായതും മഹത്തരമായതുമായ ചികിത്സാവിധി സ്വായത്തമാക്കണമെന്ന് അവന് തോന്നി.

ഒരു ദിവസം അവൻ അത് രുദ്രമനോട് തുറന്നു പറയുകയും ചെയ്തു. തനിക്കറിയാവുന്ന മർമ്മവിദ്യയും ആയുർവ്വേദ ചികിത്സാവിധിയും അവനെ പഠിപ്പിക്കുന്നതിൽ രുദ്രമനും സന്തോഷമേ ഉണ്ടായിരുന്നുള്ളൂ. അദ്ദേഹം അവനെ സ്വന്തം മകനെപ്പോലെയാണ് കരുതിയത്. അദ്ദേഹം അവനെ ചികിത്സിക്കുന്നതോടൊപ്പം ഭിഷഗ്വരവിദ്യയും മർമ്മവിദ്യയും പഠിപ്പിക്കാനാരംഭിച്ചു. അവൻ അതീവശ്രദ്ധയോടെ അദ്ദേഹത്തിൽനിന്നും എല്ലാം പഠിച്ചുകൊണ്ടിരുന്നു.

മർമ്മവിദ്യയാണ് ഏറ്റവും അതിശയത്തോടെ അവൻ പഠിച്ചത്. നിരായുധനായ ഒരു മനുഷ്യന് അവന്റെ ആത്മശക്തിയെ ഉണർത്തി മനുഷ്യശരീരത്തിന്റെ സമസ്ത പ്രവർത്തനത്തേയും നിയന്ത്രിക്കുവാൻ കഴിയുന്ന അത്ഭുതവിദ്യയാണ് മർമ്മശാസ്ത്രം. ഈ നിഗൂഢശാസ്ത്രം സ്വായത്തമാക്കിയാൽ ഏത് യോദ്ധാവിനെയും തന്റെ നോട്ടംകൊണ്ടും കരസ്പർശംകൊണ്ടും കീഴ്പ്പെടുത്തുവാൻ കഴിയും. അത്ര ബൃഹത്തും ശക്തവുമായ ശാസ്ത്രമാണ് മർമ്മവിദ്യ.

പഠനത്തിലൂള്ള അവന്റെ ഉത്സാഹവും കാര്യങ്ങൾ ഹൃദിസ്ഥമാക്കാനുള്ള കഴിവും കൂർമ്മബുദ്ധിയും അവനെ അദ്ദേഹത്തിന്റെ

പ്രിയപ്പെട്ട ശിഷ്യനാക്കി മാറ്റി. മർമ്മവിദ്യാപഠനവും ഭിഷഗ്വര വിദ്യയിലുള്ള പാണ്ഡിത്യവും അവനെ കൂടുതൽ കരുത്തനാക്കിത്തീർത്തു.

ജീവാനന്ദിന്റെ വീട്ടിലെത്തിയിട്ട് ഏതാണ്ട് ഒന്നര വർഷം കഴിഞ്ഞിരിക്കുന്നു, അതുമല്ല ഇപ്പോൾ തന്റെ ശരീരം പൂർണ്ണമായും രോഗമുക്തി നേടിയിരിക്കുന്നു. അക്കാലംകൊണ്ടുതന്നെ രഘുരാമൻ ജീവാനന്ദിന്റെ കുടുംബത്തിലെ ഒരംഗമായിക്കഴിഞ്ഞിരിക്കുന്നു. അവിടെ എല്ലാവർക്കും അവനെ ഏറെ ഇഷ്ടമായിരുന്നു. അവനും അവിടം തന്റെ കുടുംബംപോലെയായിരുന്നു. അനാഥനായ അവൻ ആദ്യമായിട്ടാണ് ഇത്ര കെട്ടുറപ്പുള്ള ഒരു കുടുംബത്തിന്റെ സ്നേഹം അനുഭവിച്ചറിയുന്നത്. അതിത്രത്തോളം മഹത്തരമാണെന്നവനറിഞ്ഞിരുന്നില്ല.

അവൻ സ്നേഹത്തിന്റെ, ബന്ധങ്ങളുടെ, നന്മയുടെ ഒരു സ്വർഗ്ഗത്തിൽതന്നെയാണ് എത്തപ്പെട്ടത്.

'ബന്ധങ്ങളുടെ വില നമുക്ക് മനസ്സിലാവണമെങ്കിൽ നമ്മൾ ഒറ്റപ്പെടണം, സ്നേഹത്തിന്റെ വിലയറിയണമെങ്കിൽ നമ്മൾ അനാഥരാവണം, ജീവിതത്തിന്റെ വിലയറിയണമെങ്കിൽ നമ്മൾ മരണത്തെ മുഖാമുഖം കാണണം.'

സ്നേഹവും ജീവിതവും പിന്നെ പവിത്രമായ ആത്മബന്ധങ്ങളും കൂടെയുണ്ടെങ്കിൽ അതിനേക്കാൾ വലിയൊരു സ്വർഗ്ഗമുണ്ടാവില്ല. തീർച്ച.

ആരോഗ്യം പൂർവ്വസ്ഥിതിയിലായതോടെ എത്രയും വേഗം ദേവരാജ്യത്തേക്ക് പോകണമെന്ന് അവൻ ആശിച്ചു. എന്നാൽ രുദ്രമന്റെ സ്നേഹവാത്സല്യങ്ങൾക്കു മുൻപിൽ അവൻ പലപ്പോഴും തോറ്റുകൊടുത്തു. എങ്കിലും ദിവസങ്ങൾ കഴിയുംതോറും ദേവരാജ്യത്തെത്തണമെന്ന ചിന്ത അവന്റെ ഹൃദയത്തിൽ ഏറിവന്നുകൊണ്ടിരുന്നു. ആ ദാർശനികശിൽപത്തിന്റെ വാക്കുകളുടെ തീക്ഷ്ണതയിൽ അവന്റെ ഹൃദയം ജ്വലിച്ചുകൊണ്ടിരുന്നു.

അന്ന് പ്രഭാതഭക്ഷണം കഴിച്ചുകൊണ്ടിരിക്കേ അവൻ എല്ലാവരോടുമായി തന്റെ തീരുമാനം അറിയിച്ചു, തനിക്ക് എത്രയും വേഗം ദേവരാജ്യത്തേക്ക് പോകണമെന്നും അതിനായിട്ടാണ് താൻ തന്റെ ശിൽപശാലയും ധർമയേയും എല്ലാം ഉപേക്ഷിച്ച് യാത്ര തിരിച്ച് ഇവിടെവരെ എത്തിച്ചേർന്നതെന്നും അതിനാൽതന്നെ ദേവരാജ്യത്ത് എത്തിച്ചേരുംവരെ തന്റെ ഹൃദയം അസ്വസ്ഥമായിരിക്കുമെന്നും അതിനാൽ എല്ലാവരും പൂർണ്ണമനസ്സോടെ തന്നെ ദേവരാജ്യത്തേക്ക് പോകുവാൻ അനുവദിക്കണമെന്നും പറഞ്ഞു.

രുദ്രമന് അവൻ പോകുന്നതിൽ അതിയായ വിഷമമുണ്ടായിരുന്നു. ഒടുവിൽ പോകണമെന്നുള്ള അവന്റെ നിർബന്ധത്തിനു മുൻപിൽ അയാൾ വാത്സല്യപൂർവ്വം വഴങ്ങിക്കൊടുത്തു. മാത്രവുമല്ല, അവന്റെ യാത്രയ്ക്ക് ആവശ്യംവേണ്ട എല്ലാ സൗകര്യങ്ങളും ചെയ്തു കൊടുക്കുവാൻ ജീവാനന്ദിനോട് നിർദ്ദേശിക്കുകയും ചെയ്തു.

ജീവാനന്ദിന്റെ സുഹൃത്തായ സംഗമ, കോസലദേശത്തെ പ്രസിദ്ധനായ ഒരു പട്ടുവസ്ത്രവ്യാപാരിയാണ്. അയാൾ പട്ടുവസ്ത്രങ്ങൾ വാങ്ങുവാനും മറ്റുമായി ദേവരാജ്യത്തിന്റെ അയൽരാജ്യമായ സാവോറയിലേക്ക് യാത്ര പോകുന്നത് പതിവായിരുന്നു. അയാൾ അവന്റെ വിശ്വസ്ത സ്നേഹിതന്മാരിൽ ഒരാളുമായിരുന്നു.

സംഗമയുടെ കച്ചവടസംഘം അടുത്ത ആഴ്ച സാവോറിലേക്ക് കച്ചവടസാമഗ്രികളുമായി യാത്രപോകുന്നുണ്ട് അവനോടൊപ്പം രഘുരാമനേയും അയയ്ക്കുന്നതാണ് ഏറ്റവും സുരക്ഷിതമെന്ന് ജീവാനന്ദിനു തോന്നി. കാരണം സാവോർ പട്ടണത്തിൽ സംഗമയ്ക്ക് ധാരാളം പരിചയക്കാരുണ്ട്. പോരാത്തതിന് അവിടുത്തെ ഭാഷയും വശമുണ്ട്; പൊതുവേ കച്ചവടക്കാർക്ക് ഏറെയും ധാരാളം ഭാഷകൾ വശമാണ്. അവരുടെ ജോലി സുഗമമാകണമെങ്കിൽ അത് അത്യാവശ്യമാണുതാനും. തനിക്കും അവിടെ ധാരാളം സുഹൃത്തുക്കളുണ്ട്. അതിൽ തന്നെ സഹോദരനെപ്പോലെ സ്നേഹിക്കുന്ന ആഴ്വാറുമുണ്ട്. രഘുരാമനെ അയാളുടെ അടുത്തേക്ക് തന്റെ ഒരു കയ്യെഴുത്തുമായി എത്തിക്കുവാൻ സംഗമയെ ചട്ടംകെട്ടി അയയ്ക്കാം എന്നവൻ കണക്കുകൂട്ടി. ആഴ്വാർ അവിടുത്തെ ഒരു ഔഷധവ്യാപാരിയാണ് അയാൾക്ക് ദേവരാജ്യത്തേക്കുള്ള മലമ്പാതകൾ നിറഞ്ഞ അയൽഗ്രാമമായ മനോറിൽ ധാരാളം സുഹൃത്തുക്കൾ ഉള്ളതായി തനിക്കറിയാം. അതിനാൽ അയാൾക്ക് രഘുരാമനെ സഹായിക്കാൻ കഴിഞ്ഞേക്കും. മാനോർ കടന്നാൽ പിന്നെ ദേവരാജ്യത്തിന്റെ അതിർത്തി ഗ്രാമങ്ങളായി താൻ പലവട്ടം അവിടേക്ക് കച്ചവട സാമഗ്രികളുമായി പോയിട്ടുണ്ട്.

രഘുരാമനെ സംഗമയുടെ അടുത്തെത്തിച്ച് അയാളുടെ യാത്രാസംഘത്തിനൊപ്പം അയയ്ക്കുവാനുള്ള ഏർപ്പാടുകൾ ചെയ്യുവാനായി അടുത്ത പ്രഭാതത്തിൽ ജീവാനന്ദ് രഘുരാമനുമൊത്ത് പട്ടണത്തിലുള്ള അയാളുടെ വ്യാപാരശാലയിലേക്ക് പോയി. പുറപ്പെടും മുൻപ് തന്റെ സുഹൃത്ത് ആഴ്വാറിനെ കാണുമ്പോൾ കൊടുക്കുവാനുള്ള കൈയെഴുത്ത് തയ്യാറാക്കി രഘുരാമനെ ഏൽപ്പിക്കുവാനും അവൻ മറന്നില്ല.

ആ കച്ചവടസംഘത്തോടൊപ്പം രഘുരാമൻ യാത്രയായി. കുറെയേറെ കുതിരവണ്ടികളിൽ പട്ടുവസ്ത്രക്കെട്ടുകളും നിറച്ചായിരുന്നു

യാത്ര. നിരനിരയായി പോകുന്ന കുതിരവണ്ടികളിൽ ഇടയ്ക്കുള്ള ഒരു കുതിരവണ്ടിയിലായിരുന്നു അവന് ഇരിപ്പിടം ലഭിച്ചത്. അതിൽ ആ കച്ചവട സംഘത്തലവന്റെ സഹോദരീപുത്രനും അയാളുടെ ഭൃത്യന്മാരുമേ ഉണ്ടായിരുന്നുള്ളൂ. പിന്നെ, അവർക്കുള്ള ഭക്ഷണ സാധനങ്ങളും കുടിവെള്ളവും മറ്റും.

ഏറ്റവും മുൻപേ പോകുന്ന കുതിരവണ്ടിയിലാണ് ആ കുതിര വണ്ടികളുടെയെല്ലാം ഉടമയായ ആ പട്ടുവസ്ത്രവ്യാപാരിയുണ്ടായി രുന്നത്. അയാളാണ് ആ യാത്രാ സംഘത്തെ നിയന്ത്രിച്ചിരുന്നത്.

ഓരോ ദിവസവും കഴിയുംതോറും യാത്ര ഏറെ ആശ്ചര്യവും രസകരവുമായി തോന്നി; മലമടക്കുകൾക്ക് ചാരേകൂടി വളഞ്ഞു പുളഞ്ഞ് കിടക്കുന്ന ആ മൺപാതകൾ ഒരു ചെമന്ന നാടപോലെ അങ്ങനെ നീണ്ടുകിടക്കുകയാണ്, സമതലങ്ങളും വയലേലകളും മരുപ്രദേശങ്ങളും താണ്ടി, ചെറുഅരുവികളുടെ ഓരംചേർന്ന് അവരുടെ യാത്ര അങ്ങനെ ദിവസങ്ങളെ പിന്നിലാക്കി നീങ്ങിക്കൊണ്ടിരുന്നു.

അവർ പകൽനേരങ്ങളിൽ ഏറിയ സമയവും യാത്രയിലായി രിക്കും. രാത്രികാലങ്ങളിൽ എത്തിപ്പെടുന്ന പട്ടണപ്രദേശങ്ങളിൽ സ്ഥിരം സങ്കേതങ്ങളിൽ താമസിക്കും. പട്ടണപ്രദേശങ്ങളിൽ യാത്രാ സംഘങ്ങൾക്ക് താങ്ങുവാൻ പറ്റിയ സത്രങ്ങൾ ധാരാളമുണ്ട്. എന്നാൽ രാത്രിയിൽ എത്തിപ്പെടുന്നത് മരുപ്രദേശങ്ങളിലോ മറ്റ് ഒറ്റപ്പെട്ട വെളി പ്രദേശങ്ങളിലോ ആണെങ്കിൽ അവർ തങ്ങളുടെ കൈവശം കരുതി യിരിക്കുന്ന കൂടാരനിർമ്മാണ സാമഗ്രികളെടുത്ത് കൂടാരം കെട്ടി പ്പാർക്കും. അപകടസാധ്യതയില്ലാത്ത സ്ഥലങ്ങളിലൂടെയാണെങ്കിൽ അവർ ചിലനേരങ്ങളിൽ രാത്രിയിലും യാത്ര തുടരും.

അവർ കടന്നുപോകുന്ന പട്ടണങ്ങളിൽനിന്നും അങ്ങാടികളിൽ നിന്നും അവർക്കാവശ്യമുള്ള ഭക്ഷണസാധനങ്ങളും മറ്റും ആവശ്യ ത്തിന് ശേഖരിച്ചു വയ്ക്കും. എത്രയെത്ര പുതിയ പട്ടണങ്ങളിലൂടെ, പുരാതന നഗരങ്ങളിലൂടെ, മഹത്തായ ക്ഷേത്രനഗരികളിലൂടെ അവ രുടെ യാത്രാസംഘം കടന്നുപോയിക്കൊണ്ടിരുന്നു. യാത്രാസംഘ ത്തിലെ ഭൂരിഭാഗം പേരും അവരവരുടെ ജോലികളിൽ മുഴുകുന്ന തിരക്കിലായിരിക്കും, ജോലികൾ തീർത്തവർ അധികവും ഉറങ്ങാ റാണ് പതിവ്.

യാത്രയിലെ പുറംകാഴ്ചകളിൽ അവർക്ക് വലിയ താൽപ്പര്യമൊന്നു മില്ല. അവർക്ക് അതിലൊന്നും വലിയ പുതുമയും തോന്നാനുമിടയില്ല. അവർ ഇതുവഴിയൊക്കെ എത്രയോ തവണ യാത്ര ചെയ്തിട്ടുള്ള വരാണ്. രാത്രിയിൽ കുതിരവണ്ടിയുടെയും കച്ചവടസാധനങ്ങളു ടെയും യാത്രക്കാരുടെയും സുരക്ഷാചുമതലയ്ക്കായി ചുമതലയുള്ള

ജോലിക്കാർ പകൽനേരം ഭക്ഷണം കഴിച്ച് കിടന്നുറങ്ങാറാണ് പതിവ്. രാത്രികാലങ്ങളിൽ ഉണർന്നിരുന്ന് ശ്രദ്ധയോടെ കുതിരവണ്ടിയുടേയും യാത്രക്കാരുടേയും സുരക്ഷയിൽ മുഴുകും.

അവരുടെ യാത്ര ദിനരാത്രങ്ങളേയും ആഴ്ചകളേയും പിന്നിലാക്കി മുന്നോട്ടുപോയി. കാലാവസ്ഥ അനുകൂലമായതിനാൽ അവരുടെ യാത്രയ്ക്ക് നല്ല വേഗം കിട്ടി. കുറച്ചു ദിവസങ്ങളായി പകൽ നേരങ്ങളിൽ ആകാശം നല്ല തെളിഞ്ഞ് കാണുന്നുണ്ട്.

ആ കച്ചവട സംഘത്തിന്റെ യാത്ര ലക്ഷ്യസ്ഥാനത്തെത്തിച്ചേരാൻ ഏതാനും ദിനരാത്രങ്ങൾ കൂടിയേ ബാക്കി ഉണ്ടായിരുന്നുള്ളൂ, അതിന്റെ ഉത്സാഹം എല്ലാവരിലും കാണാമായിരുന്നു.

യാത്രയ്ക്കുശേഷം എത്തിച്ചേരുന്ന പട്ടത്തിൽ കുറച്ചു ദിവസം വിശ്രമിച്ച് തിരികെ കൊണ്ടുവരേണ്ട സാധനസാമഗ്രികൾ ശേഖരിച്ച് മടക്കയാത്രയ്ക്ക് വേണ്ട ഒരുക്കങ്ങൾ പൂർത്തിയാക്കിയ ശേഷമേ അവർ തിരികെ പുറപ്പെടൂ.

അതിരാവിലെതന്നെ അവർ സാവോറിലെത്തി. പട്ടുവസ്ത്രങ്ങളുടെ വ്യാപാരത്തിന് പ്രസിദ്ധമായ പട്ടണമാണത്. വിവിധ പ്രദേശങ്ങളിൽനിന്നെല്ലാം അവിടേക്ക് പട്ടുവസ്ത്രങ്ങളും ലിനൻ വസ്ത്രങ്ങളും മറ്റനവധി തുണിത്തരങ്ങളുമായി ധാരാളം വ്യാപാരികൾ പതിവായി എത്തിച്ചേരാറുണ്ട്.

സംഗമയോടൊപ്പം ഉണ്ടായിരുന്ന വ്യാപാരികൾ അവിടെ തങ്ങളുടെ കമ്പിളി വസ്ത്രങ്ങൾ കൊടുക്കേണ്ട കച്ചവടക്കാരുടെ വ്യാപാരശാലകളിലേക്ക് പോയി. അവ കൈമാറ്റം ചെയ്ത് പണമിടപാടുകൾ നടത്തി അവിടെ നിന്നും തിരികെ വാങ്ങി കൊണ്ടുപോകുവാനുള്ള സാമഗ്രികൾ വാങ്ങുന്ന തിരക്കിൽ മുഴുകി.

സംഗമ തന്റെ കൈവശമുള്ള പട്ടുവസ്ത്രങ്ങൾ അങ്ങാടിയിൽ അതത് കടകളിൽ കൊടുക്കുന്നതിനായി തന്റെ സഹോദരിപുത്രനെ പറഞ്ഞേൽപ്പിച്ചു. എന്നിട്ട് ആ അങ്ങാടിയുടെ സമീപത്തുതന്നെയുള്ള ഒരു സത്രത്തിൽ തന്റെ കൂടെയുള്ളവർക്കെല്ലാം താമസസൗകര്യങ്ങളൊക്കെ ഏർപ്പാടാക്കി, അതിനുശേഷം രഘുരാമനെയും കൂട്ടി തങ്ങൾക്ക് പോകേണ്ടിയിരുന്ന ആ ഔഷധവ്യാപാരിയുടെ ഗ്രാമത്തിലേക്ക് പോയി. മജൂദ എന്നായിരുന്നു ആ ഗ്രാമത്തിന്റെ പേര്. ഗ്രാമത്തിൽ ജീവാനന്ദ് പറഞ്ഞേൽപ്പിച്ച പ്രകാരം ആഴ്വാറിന്റെ ഔഷധ വ്യാപാരശാല അന്വേഷിച്ചു കണ്ടെത്തി. ആ ഗ്രാമപാതയുടെ പ്രധാന തെരുവുകളിൽ ഒന്നിലായിരുന്നു അയാളുടെ വ്യാപാരശാല.

അവരുടെ കുതിരവണ്ടി അയാളുടെ ഔഷധവ്യാപാരശാലയുടെ മുൻപിലെത്തി. തന്റെ കുതിരവണ്ടിക്കാരനോട് കുതിരവണ്ടി തെരുവിന്റെ

ഓരം ചേർത്തു നിർത്തുവാൻ പറഞ്ഞിട്ട് സംഗമ രഘുരാമനേയും കൂട്ടി ജീവാനന്ദിന്റെ സുഹൃത്തിനെ കാണുവാൻ ആ ഔഷധവ്യാപാര ശാലയിലേക്ക് കയറിച്ചെന്നു.

ആ വ്യാപാരശാലയുടെ മുൻവശം ഒരുവലിയ ഹാളോടുകൂടി യതും ധാരാളം ചെറുവാതിലുകൾ ഉള്ളതുമായിരുന്നു. ആ വലിയ ഹാളിന്റെ ഒരു വശത്ത് മേശകളും കസേരകളും ക്രമത്തിൽ ഇട്ടിരി ക്കുന്നു. മറ്റ് വശങ്ങളിലൊക്കെ തട്ടുകളിലായി ധാരാളം ഔഷധ ക്കൂട്ടുകൾ നിറച്ച പല വലിപ്പത്തിലും ആകൃതിയിലുമുള്ള ഭരണികൾ നിരത്തിവച്ചിരിക്കുന്നു. ആ ഹാളിനുള്ളിൽ പച്ചമരുന്നുകളുടേയും ഔഷധക്കൂട്ടുകളുടേയും സുഗന്ധം നിറഞ്ഞു നിന്നു.

അവർ കയറിച്ചെല്ലുമ്പോൾ ആ ഹാളിൽ പ്രധാന മേശയ്ക്കരികി ലായി ഒരാൾ ഇരിക്കുന്നു. അയാൾക്ക് സമീപത്തായി കുറച്ചുപേരും നിൽപ്പുണ്ട്. ഇരിപ്പിടത്തിൽ ഇരിക്കുന്നയാൾ എന്തൊക്കെയോ കുറി പ്പുകൾ തയ്യാറാക്കിക്കൊണ്ടിരിക്കുകയായിരുന്നു. അയാൾ അവരെ കണ്ട് എഴുന്നേറ്റ് വന്ന് കാര്യമെന്താണെന്ന് ആരാഞ്ഞു.

എന്റെ പേര് സംഗമ എന്നാണെന്നും ഞാൻ കോസലദേശത്തെ ഒരു വ്യാപാരിയാണെന്നും അവിടെയുള്ള എന്റെ സ്നേഹിതൻ ജീവാനന്ദ് പറഞ്ഞപ്രകാരമാണ് ഇവിടെ വന്നിട്ടുള്ളതെന്നും ജീവാ നന്ദിന്റെ സ്നേഹിതൻ ആഴ്വാറിനെ കാണുവാനാണെന്നും മറ്റു മുള്ള വിവരങ്ങൾ അവർ അയാളെ അറിയിച്ചു.

ജീവാനന്ദിന്റെ പേരുകേട്ടപ്പോൾതന്നെ അയാളുടെ മുഖം പ്രസന്ന മാകുന്നത് രഘുരാമൻ ശ്രദ്ധിച്ചു.

താനാണ് ജീവാനന്ദിന്റെ സുഹൃത്ത് ആഴ്വാർ. വരൂ സ്നേഹി തരേ, എന്താണ് വിശേഷങ്ങൾ. ജീവാനന്ദിന് സുഖം തന്നെയല്ലേ എന്നൊക്കെ ആരാഞ്ഞുകൊണ്ട് അയാൾ അവരെ തന്റെ സ്വീകരണ മുറിയിലേക്ക് കൂട്ടിക്കൊണ്ടുപോയി സൽക്കരിച്ചിരുത്തി.

അൽപ്പനേരത്തെ കുശലാന്വേഷണത്തിനു ശേഷം സംഗമ, രഘു രാമനെ ആഴ്വാറിനു പരിയചയപ്പെടുത്തി.

''ഇതു രഘുരാമൻ. ജീവാനന്ദിന്റെ പ്രിയ സ്നേഹിതനായ ഇദ്ദേ ഹത്തെ അങ്ങയുടെ അടുത്ത് സുരക്ഷിതമായെത്തിക്കുവാനും ജീവാ നന്ദ് എന്നെ ചുമതലപ്പെടുത്തിയിരുന്നു. കൂടാതെ അദ്ദേഹം അങ്ങേ യ്ക്ക് നൽകുവാനായി ഒരു കത്തും ഞങ്ങളുടെ കൈവശം തന്നയി ച്ചിട്ടുണ്ട്.''

രഘുരാമൻ തന്റെ തുണിസഞ്ചിയിൽ സൂക്ഷിച്ചിരുന്ന ആ കത്ത് എടുത്ത് ആഴ്വാറിനെ ഏൽപ്പിച്ചു. അയാൾ ആ കത്തുവാങ്ങി ശ്രദ്ധ യോടെ വായിച്ചു. അതിൽ ഇങ്ങനെ എഴുതിയിരുന്നു.

പ്രിയപ്പെട്ട സ്നേഹിതൻ ആഴ്‌വാർ,

ഇവൻ എന്റെ സഹോദരൻ രഘുരാമൻ. ഇവൻ ദേവരാജ്യത്തേക്ക് യാത്രപോകുവാൻ വേണ്ടി ഇറങ്ങിത്തിരിച്ചിരിക്കുകയാണ്. യാത്രയ്ക്കു വേണ്ട എല്ലാ സഹായങ്ങളും ചെയ്തുകൊടുക്കുമല്ലോ.

സ്നേഹാദരങ്ങളോടെ,

ജീവാനന്ദ്

വ്യാപാരശാല നേരത്തെ തന്നെ അടച്ചിട്ട് അയാൾ തന്റെ അതിഥികളേയും കൂട്ടി വീട്ടിലേക്ക് പോയി അവർക്ക് ഭക്ഷണ പാനീയങ്ങൾ നൽകി സൽക്കരിച്ചു. എന്നിട്ട് തന്റെ വീടിന്റെ മട്ടുപ്പാവിൽ വെയിൽ കായുവാൻ ക്ഷണിച്ചു. വെയിൽ കാഞ്ഞുകൊണ്ടിരിക്കെയുള്ള കുശലാന്വേഷണങ്ങൾക്കിടയിൽ അയാൾ ജീവാനന്ദിന്റേയും അദ്ദേഹത്തിന്റെ കുടുംബത്തിന്റേയും വിശേഷങ്ങൾ തിരക്കി, പിന്നെ പട്ടുവസ്ത്ര വ്യാപാരത്തെക്കുറിച്ചും തങ്ങളുടെ ഇവിടേക്കുള്ള യാത്രയെക്കുറിച്ചും തന്റെ ഔഷധവ്യാപാരത്തെക്കുറിച്ചുമെല്ലാം ഏറെ നേരം സംസാരിച്ചിരുന്നു.

വെയിൽ ചാഞ്ഞു തുടങ്ങിയപ്പോഴേക്കും സംഗമ ആഴ്‌വാറിന് നന്ദിപറഞ്ഞുകൊണ്ട് തന്റെ കച്ചവടസംഘം തമ്പടിച്ചിരിക്കുന്ന സത്രത്തിലേക്ക് പോയി.

ആഴ്‌വാർ വളരെ സ്നേഹത്തോടെയാണ് രഘുരാമനോട് പെരുമാറിയത്. അയാൾ അവനെ തന്നോടൊപ്പം താമസിപ്പിച്ചു. ആഴ്‌വാർ എപ്പോഴും ധാരാളം സംസാരിക്കുന്ന പ്രകൃതക്കാരനായിരുന്നു. ജീവാനന്ദിനെപ്പറ്റിയും അവരുടെ സൗഹൃദത്തെപ്പറ്റിയുമെല്ലാം അയാൾ അവനോട് പറഞ്ഞുകൊണ്ടിരുന്നു. അവർ ഒരുമിച്ച് നടത്തിയ യാത്രകളെപ്പറ്റിയും ജീവാനന്ദിന്റെ അച്ഛനിൽനിന്നും ഔഷധക്കൂട്ടുകൾ വാങ്ങിയതിനെപ്പറ്റിയും ഔഷധ നിർമ്മാണത്തിലെ ചില രഹസ്യവിദ്യകൾ ജീവാനന്ദിന്റെ അച്ഛൻ അയാളെ പഠിപ്പിച്ചതിനെപ്പറ്റിയും പിന്നെ അയാളുടെ ഔഷധശാലയെപ്പറ്റിയും അയാൾ വലിയ ഔഷധ വ്യാപാരിയായ കഥകളുമെല്ലാം. അങ്ങനെ കുറേയേറെ കാര്യങ്ങൾ.

ജീവാനന്ദ് തനിക്കൊരു ജ്യേഷ്ഠസഹോദരനെപ്പോലെയാണെന്ന് അയാൾ തന്റെ സംഭാഷണത്തിനിടയ്ക്ക് പറഞ്ഞുകൊണ്ടിരുന്നു. ഒന്നുരണ്ടു ദിവസം ആഴ്‌വാറിന്റെ വീട്ടിൽ വിശ്രമിച്ചിട്ടാകാം ദേവരാജ്യത്തേക്കുള്ള യാത്ര എന്ന അയാളുടെ നിർബന്ധത്തിന് രഘുരാമന് വഴങ്ങേണ്ടി വന്നു.

അടുത്ത ദിവസം പ്രഭാതത്തിൽ ആഴ്‌വാർ രഘുരാമനെ തന്റെ ഗ്രാമമെല്ലാം ചുറ്റിക്കാണുവാൻ തന്റെ കുതിരവണ്ടിയിൽ ഒരു

സേവകനേയും കൂട്ടി അയച്ചു. വെയിൽ ചായും മുൻപ് തിരിച്ചെത്തണമെന്ന് നിർദ്ദേശവും നൽകിയിട്ട് അവൻ രഘുരാമന്റെ യാത്രയ്ക്കു വേണ്ട ഒരുക്കങ്ങൾ ചെയ്യുവാനായി പുറത്തേക്കു പോയി.

ഉച്ചവെയിലിന്റെ കാഠിന്യം കൂടിത്തുടങ്ങിയപ്പോഴേക്കും രഘുരാമൻ ഗ്രാമക്കാഴ്ചകളെല്ലാം കണ്ട് മടങ്ങിയെത്തിരുന്നു. അവൻ അവിടെ എത്തുമ്പോഴേക്കും ആഴ്വാർ അവനേയും കാത്ത് വീടിന്റെ പടിപ്പുരയിൽതന്നെ നിൽപ്പുണ്ടായിരുന്നു. രഘുരാമൻ വന്നയുടനെ തന്നെ ദേഹശുദ്ധി വരുത്തി അവർ ഒരുമിച്ച് ഉച്ചഭക്ഷണം കഴിച്ചു.

അന്ന് സായന്തനത്തിൽ അത്താഴ ഭക്ഷണവും കഴിഞ്ഞ് വിശ്രമിക്കുമ്പോൾ ആഴ്വാർ രഘുരാമന് എത്തിച്ചേരേണ്ട സത്രത്തെക്കുറിച്ചുള്ള വിവരങ്ങൾ അവനെ പറഞ്ഞു ധരിപ്പിച്ചു.

''ഇവിടെ നിന്നും അൽപം അകലെയായി മലഞ്ചെരുവുകൾ നിറഞ്ഞൊരു ഗ്രാമമുണ്ട്. അന്ദേര എന്നറിയപ്പെടുന്ന ആ ഗ്രാമത്തിലെ ചുരപാതയിലൂടെ സഞ്ചരിച്ചു വേണം ദേവരാജ്യത്തേക്ക് എത്താൻ. ആ ഗ്രാമത്തിലെ അതിർത്തി പ്രദേശത്തെ പ്രധാന ചുരപാതയ്ക്ക് സമീപമുള്ള ബഞ്ചോർ എന്ന സത്രത്തിൽ നിനക്ക് താമസ, ഭക്ഷണ സൗകര്യങ്ങൾ ഒരുക്കുവാൻ മേവനയെ പറഞ്ഞേൽപ്പിക്കാം. അയാൾ എന്റെ സ്നേഹിതനാണ്. അയാളുടേതാണ് ആ സത്രം. സത്രത്തിൽ കുറച്ചു ദിവസങ്ങൾ താമസിക്കേണ്ടതായി വരും. യാത്രയ്ക്കുള്ള ദിവസം വരെ നിനക്കവിടെ സുരക്ഷിതമായി കഴിയാം. വൈശാലിയിൽനിന്നും ദേവരാജ്യത്തേക്കുള്ള ഒരു സംഘം കച്ചവടക്കാർ അടുത്ത ആഴ്ച അവിടെ എത്തിച്ചേരും അവരോടൊപ്പം നിനക്ക് ദേവരാജ്യത്തെത്താനുള്ള എല്ലാ കാര്യങ്ങളും ഞാൻ ഏർപ്പാട് ചെയ്തിട്ടുണ്ട്. ആ കച്ചവടസംഘത്തിൽ പ്രധാനി എന്റെ സ്നേഹിതനാണ്. അവൻ നിനക്കുവേണ്ട സഹായങ്ങൾ ചെയ്തു തരും. അവരോടൊപ്പം പോയാലെ നിനക്ക് ദേവരാജ്യത്തേക്ക് പ്രവേശനാനുമതി ലഭിക്കൂ.''

കൂടാതെ അന്ദേര എന്ന ആ അതിർത്തി ഗ്രാമത്തെപ്പറ്റിയും അവിടുത്തെ ഭൂപ്രദേശങ്ങളെപ്പറ്റിയുമെല്ലാം ആഴ്വാർ അവന് പറഞ്ഞു കൊടുത്തു. നാളെ പ്രഭാതത്തിൽ നമുക്ക് അവിടേക്ക് പുറപ്പെടാമെന്ന് പറഞ്ഞുകൊണ്ട് ആഴ്വാർ ഉറങ്ങാനായി പോയി.

ആഴ്വാറിന്റെ ഗ്രാമത്തിൽനിന്നും രണ്ടു ദിവസത്തെ യാത്ര ഉണ്ടായിരുന്നു അവർക്ക് അന്ദേരയിലെത്താൻ. അവിടെ നിന്നാണ് ദേവരാജ്യത്തേക്കുള്ള മലമ്പാത ആരംഭിക്കുന്നത്. അവർ യാത്ര പുറപ്പെടുമ്പോൾ നേരം പുലർന്നിട്ടുണ്ടായിരുന്നില്ല. മഞ്ഞ് മൂടിക്കെട്ടിയ അന്തരീക്ഷമായതിനാൽ കുതിരവണ്ടി ഉദ്ദേശിച്ച വേഗത്തിൽ ഓടിക്കുവാൻ കുതിരക്കാരൻ നന്നേ പ്രയാസപ്പെടുന്നുണ്ടായിരുന്നു.

കുത്തനെ ഉയർച്ചയും താഴ്ചയുമുള്ള മലമ്പാതയിലൂടെ അവരുടെ കുതിരവണ്ടി വളരെ സാവധാനം മുന്നോട്ടു പോയി. കാലാവസ്ഥ മോശമായതിനാൽ അവർ രണ്ടാംദിവസം ഏകദേശം അർദ്ധരാത്രിയിലാണ് അന്ദേരയിലെത്തിച്ചേർന്നത്. അവിടുത്തെ വഴിയോര വാണിഭകേന്ദ്രങ്ങളെല്ലാം അടഞ്ഞുകിടന്നു. പ്രധാന ഗ്രാമപാതയോരത്തെ ഗോപുരവിളക്കിന്റെ വെളിച്ചത്തിൽ ആ മലഞ്ചെരുവിലെ പാതയോട് ചേർന്ന് നിൽക്കുന്ന ഒരു വലിയ കെട്ടിടം ചൂണ്ടിക്കാട്ടി ആഴ്വാർ പറഞ്ഞു ആ കാണുന്നതാണ് ബഞ്ചോർ, ഈ ഗ്രാമത്തിലെ ഏറ്റവും പുരാതനവും പ്രസിദ്ധവുമായ സത്രം.

പഴകി ദ്രവിച്ചു തുടങ്ങിയ ഒരു വലിയ മരക്കെട്ടിടമായിരുന്നു ബഞ്ചോർ. മച്ചും ധാരാളം മുറികളുമുള്ള ഒരു വലിയ കെട്ടിടം. വലിയ വൃത്തിയും വെടിപ്പും ഒന്നുമില്ലാത്ത ഒരിടം. ധാരാളം യാത്രക്കാരും കച്ചവടക്കാരും അവരുടെ യാത്രയിൽ അതൊരിടത്താവളമാക്കാറുണ്ട്, പല ദേശക്കാർ, പല ഭാഷക്കാർ ഏറിയ പങ്കും വ്യാപാരികളാണ്.

അവർ ആ സത്രത്തിന്റെ പ്രവേശനകവാടത്തിലെത്തിയപ്പോൾ അവിടെ ഉണ്ടായിരുന്ന സത്രം കാവൽക്കാരൻ തന്റെ അടുത്തിരുന്ന ദിശാവിളക്കുമെടുത്ത് എഴുന്നേറ്റ് വന്ന് കാര്യമാരാഞ്ഞു. താൻ മേവനയുടെ സ്നേഹിതൻ ആഴ്വാർ ആണെന്നും അദ്ദേഹത്തെ കാണുവാനാണ് വന്നതെന്നും പറഞ്ഞു. മജൂദയിൽനിന്നും ആഴ്വാർ വന്നിരിക്കുന്നു എന്ന് മേവനയെ അറിയിക്കുവാൻ ആ കാവൽക്കാരനെ പറഞ്ഞേൽപ്പിച്ചിട്ട് അവർ ആ പ്രവേശനകവാടത്തിനരികെത്തന്നെ നിന്നു.

അൽപസമയം കഴിഞ്ഞപ്പോൾ മേവന ആ കാവൽക്കാരനോടൊപ്പം അവരുടെ അടുത്തേക്കു വന്ന് ആഴ്വാറിനെ കണ്ട ഉടനെ അടുത്ത് ചെന്ന് ആലിംഗനം ചെയ്ത് അഭിവാദ്യമർപ്പിച്ചു. എന്നിട്ട് കുശലാന്വേഷണങ്ങൾ നടത്തി. ആഴ്വാർ രഘുരാമനെ അയാൾക്ക് പരിചയപ്പെടുത്തി. ഇത് തന്റെ സ്നേഹിതൻ രഘുരാമനാണെന്നും അയാൾക്ക് ദേവരാജ്യത്തേക്ക് പോകേണ്ടതുണ്ടെന്നും അടുത്ത ആഴ്ചയിൽ വൈശാലിയിൽനിന്നും വരുന്ന യാത്രാസംഘത്തോടൊപ്പം പോകുവാൻ വേണ്ട എല്ലാ ഏർപ്പാടുകളും താൻ ചെയ്തിട്ടുണ്ടെന്നും അവർ എത്തിച്ചേരുംവരെ ഇയാൾക്ക് വേണ്ട എല്ലാ സഹായങ്ങളും ചെയ്യണമെന്നും എല്ലാം മേവനയെ പറഞ്ഞേൽപ്പിച്ചിട്ട് അടുത്ത പ്രഭാതത്തിൽതന്നെ ആഴ്വാർ തന്റെ ഗ്രാമത്തിലേക്ക് മടങ്ങിപ്പോയി.

ചോരശാസ്ത്രത്തിന്റെ മഹത്വം

അതിർത്തിപ്രദേശത്ത് വനമേഖലയോട് ചേർന്നുള്ള സത്രമായിരുന്നു അത്. എങ്കിലും ഏറ്റവും കൂടുതൽ കച്ചവടക്കാരും സഞ്ചാരികളും അതുവഴിയാണ് യാത്ര ചെയ്തിരുന്നത്. ദേവരാജ്യത്ത് നിന്നും സാമന്തരാജ്യങ്ങളിലേക്ക് ചരക്ക്ഗതാഗതത്തിന് ഏറ്റവും എളുപ്പമുള്ള യാത്രാമാർഗ്ഗമായിരുന്നു അത്. ചോരന്മാർ ധാരാളമുള്ള പ്രദേശം കൂടിയായിരുന്നു ആ മലമ്പാതയും അതിനോട് ചേർന്നുള്ള ഗ്രാമങ്ങളും. ചോരന്മാരുടെ ധാരാളം താവളങ്ങൾ അടുത്തുള്ള വനമേഖലയിൽ ഉണ്ടെന്നാണ് ആഴ്വാർ പറഞ്ഞു കേട്ടിട്ടുള്ളത്. അതിനാൽ സത്രത്തിനു പുറത്തിറങ്ങി അധികം ചുറ്റിത്തിരിയാനൊന്നും നിൽക്കേണ്ട എന്നും തന്നെ പറഞ്ഞേൽപ്പിച്ചിട്ടുമുണ്ട്.

ചോരന്മാർ പെട്ടെന്ന് പ്രത്യക്ഷപ്പെട്ട് സത്രത്തിന്റെ പ്രാന്തപ്രദേശങ്ങളിലോ മലമ്പാതകളിലോ ഉള്ളവരെ കൊള്ളയടിച്ച് വേഗത്തിൽ കാട്ടിലേക്ക് അപ്രത്യക്ഷമാകും അതായിരുന്നു അവരുടെ പ്രധാന മോഷണ രീതി. മോഷണശ്രമത്തിനിടയിൽ പിടിക്കപ്പെടുമെന്നായാൽ എതിർക്കുന്നവരെ കൊലപ്പെടുത്തുവാൻപോലും മടിക്കാത്തവരാണെന്നാണ് കേട്ടുകേൾവി.

സത്രത്തിന്റെ നടത്തിപ്പുകാരനായ മേവന, നീളം നന്നേ കുറഞ്ഞ ഒരു കുറിയ മനുഷ്യനായിരുന്നു. അയാളെ കണ്ടാൽ ആ കെട്ടിടത്തോളംതന്നെ പ്രായമുള്ളതായി തോന്നും. തലമുടിയും താടിമീശയുമെല്ലാം വെള്ളിനൂലുപോലെ നരച്ച ഒരു കിഴവൻ. അടുത്തുള്ള രാജ്യങ്ങളിലെയെല്ലാം ഭാഷകളും ഏറെക്കുറെ അയാൾക്ക് വശമായിരുന്നു. തന്നോട് വളരെ സ്നേഹത്തോടെയും കരുതലോടെയുമാണ് അയാൾ പെരുമാറിയിരുന്നത്. താൻ ആഴ്വാറിന്റെ സ്നേഹിതനാണെന്നുള്ള സ്നേഹവും പരിഗണനയുമെല്ലാം അയാൾ തന്നോട് കാണിക്കുന്നുണ്ടെങ്കിലും താൻ സത്രത്തിന് പുറത്തിറങ്ങി കറങ്ങി നടക്കുന്നത് മേവനയ്ക്ക് തീരെ ഇഷ്ടമല്ലാത്ത മട്ടാണ്.

ഓ രണ്ടാഴ്ചത്തെ കാര്യമല്ലേ ഉള്ളൂ. അതുവരെ ഇവിടെ ചെല വഴിച്ചേ മതിയാവൂ. അവൻ അങ്ങനെയെല്ലാം ചിന്തിച്ചുകൊണ്ട് അവിടെ യെല്ലാം ചുറ്റി നടന്നു. ഈ സത്രത്തിൽ രണ്ടാഴ്ച താമസിക്കുമ്പോ ഴേക്കും തനിക്ക് ദേവരാജ്യത്തേക്ക് എത്തപ്പെടാനുള്ള കച്ചവടസംഘം എത്തിച്ചേരും. അവരോടൊപ്പം പോയാലെ തനിക്ക് ദേവരാജ്യത്തേ ക്കുള്ള പ്രവേശനാനുമതി ലഭിക്കുകയുള്ളൂ. ആഴ്വാർ എല്ലാം ഏർപ്പാടാ ക്കിയിട്ടുമുണ്ട്.

ഇന്നിപ്പോൾ സത്രത്തിൽ രണ്ടാംദിനമാണ് ചിലവഴിക്കുന്നത്. കാത്തിരിപ്പ് വളരെ വിരസതയുള്ള ഒന്നാണെന്ന് തോന്നുന്നു. സമയം ചിലവഴിക്കാനായി അവൻ സത്രത്തിലെ സ്വീകരണമുറിയിലും ഭക്ഷണശാലയിലുമെല്ലാം കറങ്ങി നടന്നു.

അന്ന് സായന്തനമാകുംമുൻപേ ആ സത്രത്തിൽ അവനൊരു സ്നേഹിതനെ കിട്ടി. സേനൻ എന്നാണ് അവന്റെ പേര്. ആരെയും ആകർഷിക്കുന്ന സംസാരശൈലിയാണ് അവന്റേത്. പെട്ടെന്ന് മറ്റുള്ള വരെ വശീകരിക്കുന്ന ഒരാകർഷണശക്തി അവനിൽ ഉള്ളതായി തോന്നി. അവനോടൊപ്പമാണ് താനിപ്പോൾ അധികസമയവും ചില വഴിക്കാറ്. അവന് സത്രത്തിനടുത്തുള്ള പ്രദേശങ്ങളെപ്പറ്റിയും ദേവ രാജ്യത്തെപ്പറ്റിയുമെല്ലാം നല്ല പരിചയമുണ്ടെന്ന് അവന്റെ സംസാര ത്തിൽനിന്നും രഘുരാമൻ മനസ്സിലാക്കി.

അവൻ ഒപ്പമുള്ളത് സത്യത്തിൽ ഒരു സഹായംതന്നെയാണ്. കാരണം, അവന് അവിടുത്തെ ഭാഷയും ആചാരങ്ങളുമെല്ലാം വശ മാണ്. ആ രാജ്യത്തെ ഭാഷ മാത്രമല്ല, ഏറെക്കുറെ എല്ലാ ഭാഷകളും അവന് വശമാണ്. അവൻ കുട്ടിക്കാലത്തുതന്നെ അവയെല്ലാം വശ മാക്കിയിട്ടുണ്ടത്രെ. അവരുടെ ഗോത്രത്തിൽ അതെല്ലാം നിർബന്ധ മാണെന്നാണ് അവൻ പറഞ്ഞത്.

അവനുമായി പരിചയപ്പെടുന്നതിനു മുമ്പ് സത്രത്തിന്റെ നടത്തിപ്പു കാരനായ മേവനയുമായി മാത്രമേ തനിക്ക് സംസാരിക്കുവാൻ കഴി യുമായിരുന്നുള്ളൂ. കാരണം അയാൾക്കു മാത്രമേ തന്റെ ശാല്യഭാഷ വശമുണ്ടായിരുന്നുള്ളൂ. അയാളാണെങ്കിൽ അധികം സംസാരിക്കുന്ന പ്രകൃതക്കാരനുമായിരുന്നില്ല.

എന്നാൽ പുതിയ ചങ്ങാതിയെ കിട്ടിയപ്പോൾ ആ വിഷമം മാറി ക്കിട്ടി. അവന് തന്റെ ശാല്യഭാഷ വശമാണ്, മറ്റ് കുറെ ഭാഷകളും. അന്ന് ഉറങ്ങാൻ കിടക്കുംമുൻപ് അവൻ തന്റെ ദിനവൃത്താന്തപുസ്തക ത്തിൽ തന്റെ പുതിയ ചങ്ങാതിയെപ്പറ്റി ഒരുപിടി ഓർമ്മകൾ കുറി ച്ചിട്ടു. താൻ അവനെ ബെഞ്ചോറിൽ വച്ച് ആദ്യമായി കണ്ടുമുട്ടിയ നിമിഷം മുതലുള്ള കാര്യങ്ങൾ, പിന്നെ അവനെ പരിചയപ്പെട്ടത്,

ഏറെ ഇഷ്ടപ്പെട്ടത്, ഹൃദയംകൊണ്ട് അടുത്തത്, അവൻ തന്റെയുള്ളിൽ ഒരു പ്രിയചങ്ങാതിയായി രൂപപ്പെട്ടത്, ആ ഊഷ്മള സ്നേഹം വളർന്ന ഒരു സഹോദരതുല്യനായി മാറിയതുമെല്ലാം, അങ്ങനെ ഓർമ്മിക്കുവാൻ കുളിർമ്മയുള്ള ഒരുപിടി കാര്യങ്ങൾ അവൻ കുറിച്ചിട്ടു.

സായന്തനങ്ങളിൽ തന്റെ പുതിയ ചങ്ങാതിയുമായി സത്രത്തിനടുത്തുള്ള മലമ്പാതയിലൂടെ നടക്കാനിറങ്ങുന്നത് അവന്റെ പതിവായി മാറി. അവൻ നടക്കാനിറങ്ങുമ്പോഴും മറ്റെവിടെപ്പോയാലും തന്റെ ആ തുണിസഞ്ചിയും എപ്പോഴും അവന്റെ തോളിൽത്തന്നെയുണ്ടാകും. അതിലാണ് അവൻ തന്റെ ദിനവൃത്താന്തപുസ്തകവും എഴുത്തുസാമഗ്രികളും പിന്നെ വെള്ളിനാണയത്തുട്ടുകളും സൂക്ഷിച്ചിട്ടുള്ളത്. സ്വർണ്ണനാണയങ്ങൾ തന്റെ അരയിൽത്തന്നെ ഭദ്രമായിട്ടുണ്ടല്ലോ.

രഘുരാമൻ എവിടെപ്പോയാലും ആ തുണിസഞ്ചി തൂക്കി നടക്കുന്നത് അല്പം കൗതുകത്തോടെയാണ് സേനൻ നോക്കിക്കണ്ടത്. ഒരു സായന്തനത്തിൽ അവർ നടക്കാനിറങ്ങിയപ്പോൾ സേനൻ അതേപ്പറ്റി അവനോട് ചോദിക്കുകയും ചെയ്തു.

''എന്തിനാണീ തുണിസഞ്ചിയും തോളിൽ ചുമന്ന് നടക്കുന്നത്? അത് സത്രത്തിലെ താങ്കളുടെ ഉറക്കറയിൽതന്നെ സൂക്ഷിച്ചാൽ പോരേ?''

അന്നാണ് അവൻ ദേവരാജ്യത്തേക്ക് എത്തിച്ചേരുക എന്ന തന്റെ ലക്ഷ്യത്തെപ്പറ്റിയും താൻ ഇത്രകാലം കൊണ്ട് സ്വായത്തമാക്കിയ അമൂല്യ വിദ്യകളെപ്പറ്റിയും പിന്നെ തന്റെ സഞ്ചിയിൽ വെള്ളിനാണയത്തുട്ടുകളും താൻ ഏറ്റവും അമൂല്യമായി കരുതുന്ന പലതും ആ സഞ്ചിയിലുണ്ടെന്നും പിന്നെ തന്റെ അരയിൽ ഭദ്രമായി കെട്ടി സൂക്ഷിച്ചിട്ടുള്ള ആ സ്വർണ്ണനാണയത്തുട്ടുകളെപ്പറ്റിയും അവനോട് പറഞ്ഞത്.

തന്റെ ജീവിതരഹസ്യങ്ങളെല്ലാം സേനനോട് പറയുമ്പോൾ സമീപത്തെങ്ങും ആരുമുണ്ടായിരുന്നില്ല എന്നവൻ ഉറപ്പുവരുത്തിയിരുന്നു. കാരണം, തന്റെ ചങ്ങാതിയല്ലാതെ മറ്റാരെങ്കിലും അത് കേൾക്കാനിടയായാൽ തന്റെ കൈയിലുള്ള സ്വർണ്ണനാണയങ്ങളും വെള്ളിനാണയത്തുട്ടുകളും അപഹരിക്കപ്പെടുവാൻ ഇടയുണ്ട്. എന്നാൽ സേനനെപോലെയുള്ള ഒരു ഉത്തമസുഹൃത്ത് ഇതെല്ലാം അറിയുന്നത് തനിക്കൊരു ബലമാണ്. തന്റെ ശ്രദ്ധ എപ്പോഴെങ്കിലും ഒന്ന് പാളിപ്പോയാലും അവന്റെ മനസ്സിലും അല്പം ശ്രദ്ധയുണ്ടാകുമല്ലോ.

തന്റെ ചങ്ങാതി സേനനും വിചിത്രസ്വഭാവക്കാരനാണ്. അയാൾ എവിടെപ്പോയാലും നടക്കാനിറങ്ങിയാൽപോലും കൂടെ അയാളുടെ

കുതിരയേയും കൊണ്ടുനടക്കുക പതിവാണ്. ആ കുതിരയെ അയാൾക്കത്രയ്ക്കിഷ്ടമാണെന്നും അതിനാൽ അതിനെ പിരിഞ്ഞിരിക്കുവാനുള്ള വിഷമത്താലാണ് എപ്പോഴും അതിനെയും ഒപ്പം കൂട്ടുന്നത് എന്നും ആണ് അയാൾ ആ ശീലത്തെപ്പറ്റി പറഞ്ഞത്. അതിലും വിചിത്രമായ മറ്റൊന്നുകൂടി ഉണ്ടായിരുന്നു. അയാൾ എപ്പോഴും പുറംകുപ്പായം ധരിച്ച് മാത്രമേ നടക്കാറുള്ളൂ. ഉറക്കറയിലായിരിക്കുമ്പോൾ പോലും അയാൾ പുറംകുപ്പായം ധരിച്ചിരുന്നു. നീളം കൂടിയ കൈയ്യുറകളുള്ള ഒരു തരം പുറംകുപ്പായമാണ് അയാൾ ധരിച്ചിരുന്നത്. പുറംകുപ്പായം ധരിക്കാതെ അയാളെ എവിടെയും കാണാൻ കഴിയുകയില്ല.

രഘുരാമന്റെ സായന്തനത്തിലുള്ള നടത്തം ആ സത്രം ഉടമയ്ക്ക് അത്ര ദഹിച്ച മട്ടില്ല. സായന്തനങ്ങളിൽ സത്രത്തിൽനിന്നും പുറത്തിറങ്ങുന്നതും സായാഹ്നസവാരി നടത്തുന്നതും അയാൾ അവനെ പലപ്രാവശ്യം പറഞ്ഞ് വിലക്കിയിട്ടുള്ളതാണ്. ആ പ്രദേശങ്ങളിൽ ചോരന്മാരുടെ ശല്യം ധാരാളമുള്ളതാണ് അയാളുടെ വിലക്കിനു കാരണം. സായാഹ്നസവാരിക്കിറങ്ങിയ പലരുടെയും വിലപിടിച്ച ആഭരണങ്ങളും മറ്റും പലപ്പോഴും ചോരന്മാർ കവർന്നുകൊണ്ടുപോയിട്ടുണ്ട്. ചില അവസരങ്ങളിൽ അവരുടെ ജീവനും.

സത്രം ഉടമ മേവനയുടെ വിലക്കിനെ അവൻ കാര്യമായി എടുത്തില്ല. താൻ അക്കാര്യത്തിൽ പേടിക്കേണ്ടതില്ലല്ലോ, താൻ സവാരിക്കിറങ്ങുമ്പോൾ എപ്പോഴും തന്റെ കൂടെ സേനനും കൂട്ടിനുണ്ടാകുമല്ലോ. അതിനാൽതന്നെ ഭയപ്പാടിന്റെ ആവശ്യവുമില്ല. പോരാത്തതിന് തന്റെ ശരീരത്തിൽ വിലപിടിപ്പുള്ള രത്നങ്ങൾ പതിച്ചതോ സ്വർണ്ണത്തിൽ തീർത്തതോ ആയ ആഭരണങ്ങളോ ഒന്നുംതന്നെയില്ല. പിന്നെയുള്ളത് തന്റെ തോൾസഞ്ചിയിൽ ഒളിപ്പിച്ചിട്ടുള്ള വെള്ളിനാണയത്തുട്ടുകളും അരയിൽക്കെട്ടി ഭദ്രമാക്കി സൂക്ഷിച്ചിട്ടുള്ള ആ സ്വർണ്ണനാണയങ്ങളുമാണ്. അതിനെപ്പറ്റി തനിക്കും സേനനുമല്ലാതെ മറ്റാർക്കും അറിയില്ലതാനും. സ്വർണ്ണനാണയങ്ങളെപ്പറ്റി മാത്രമല്ല തന്നെപ്പറ്റിയുള്ള എല്ലാ കാര്യങ്ങളും സേനന് അറിയാം. എല്ലാം താൻതന്നെയാണ് പലപ്പോഴായി അവനോട് പറഞ്ഞിട്ടുള്ളത്. സേനനെ അവന് അത്രയ്ക്ക് വിശ്വാസവും ഇഷ്ടവുമാണ്. അവനും തന്നോട് അങ്ങനെതന്നെയാണ് പെരുമാറുന്നത്. തന്നെ അവനിൽ ചേർത്തുനിർത്തുന്ന എന്തോ ഒരു വശ്യത അവനിൽ ഉള്ളതായി രഘുരാമന് പലപ്പോഴും തോന്നിയിട്ടുണ്ട്. മുൻപൊരിക്കലും മറ്റ് സ്നേഹിതന്മാരോടൊന്നും തോന്നാത്ത ഒരടുപ്പം അവനോട് തോന്നുന്നു.

അവന്റെ ദേശത്തെപ്പറ്റിയും കുലത്തെപ്പറ്റിയും കുടുംബാംഗങ്ങളെപ്പറ്റിയുമെല്ലാം രഘുരാമൻ പലപ്പോഴും ചോദിച്ചിട്ടുണ്ട്. അപ്പോഴെല്ലാം അവൻ മറുപടിയൊന്നും പറയാതെ മൗനമായിരിക്കാറാണ് പതിവ്.

ഒരു ദിവസം രഘുരാമന്റെ നിർബന്ധത്തിനു വഴങ്ങി അവൻ തന്റെ ഗോത്രത്തെപ്പറ്റിയും കുലത്തെപ്പറ്റിയും വിശ്വാസങ്ങളെപ്പറ്റിയുമെല്ലാം പറഞ്ഞു. അവയെല്ലാം വിചിത്രങ്ങളായി അവന് തോന്നി. എവിടെ നിന്നാണ് നീ വരുന്നത്, നീ ഏത് ദേശക്കരനാണ് എന്നൊക്കെയുള്ള രഘുരാമന്റെ ചോദ്യത്തിന് അകലെയുള്ള മലയുടെ മുകളിലേക്കാണ് അവൻ കൈ ചൂണ്ടിക്കാട്ടിയത്. ആ അതിർത്തി പ്രദേശത്തോടു ചേർന്നുള്ള ആ മലമ്പാതയിലൂടെ വേണമത്രെ അവിടെ എത്താൻ.

ഓരോ ദിവസം കഴിയുംതോറും അവരുടെ ചങ്ങാത്തത്തിന്റെ ആഴം കൂടിക്കൂടി വന്നു. ദിവസങ്ങൾ കടന്നുപോയി. അവന് യാത്ര പുറപ്പെടേണ്ട ദിവസം അടുത്തുവന്നു. ഇനി രണ്ടു ദിനരാത്രങ്ങളുടെ അകലം മാത്രം തനിക്ക് ദേവരാജ്യത്തെ അതിർത്തിയിലെത്താൻ. സത്രത്തിൽനിന്നും രണ്ട് ദിനരാത്രങ്ങൾ പിന്നിട്ടാൽ ദേവരാജ്യാതിർത്തിയിലെത്താം. ദേവരാജ്യത്തെത്താനാണ് താൻ ഇത്ര സാഹസങ്ങൾ കാട്ടി ഇവിടെ ഈ സത്രത്തിൽ വന്ന് അതിന്റെ ഒരു മുറിക്കുള്ളിൽ സ്വപ്നങ്ങളിൽ മുഴുകി കിടക്കുന്നത്. അവൻ തന്റെ ഉറക്കറയിൽ അങ്ങനെ എന്തെല്ലാമോ ചിന്തിച്ചു കിടന്നു. നേരമേറെ പുലർന്നിട്ടും അവനെ പ്രാതലിന് കാണാത്തതിനാൽ മേവന സത്രം പരിചാരകരിൽ ഒരാളെ അവന്റെ കിടപ്പുമുറിയിലേക്ക് പറഞ്ഞയച്ചു. പരിചാരകൻ വന്ന് കതകിൽ മുട്ടിയപ്പോഴാണ് രഘുരാമൻ തന്റെ സ്വപ്നങ്ങളിൽ നിന്നുണർന്നത്.

അന്ന് സായാഹ്നസവാരിക്കിടയിൽ രഘുരാമൻ സേനനോട് തന്റെ യാത്രാവിവരങ്ങളെല്ലാം പറഞ്ഞ് കേൾപ്പിച്ചു. രണ്ടുദിവസത്തിനകം വൈശാലിയിൽനിന്നും ദേവരാജ്യത്തേക്കുള്ള കച്ചവടസംഘം ബഞ്ചോറിലെത്തുമെന്നും അവരോടൊപ്പം താനും ദേവരാജ്യത്തേക്ക് യാത്രപോകുമെന്നുമെല്ലാം.

രഘുരാമന് സേനനെ വിട്ടുപിരിയുവാൻ ഇഷ്ടമുണ്ടായിരുന്നില്ല. പക്ഷേ, അവന് ദേവരാജ്യത്തേക്ക് യാത്രപോയല്ലേ മതിയാവൂ. തന്റെ എക്കാലത്തേയും സ്വപ്നത്തിനായി. അവൻ അങ്ങനെയെല്ലാം ഓരോന്ന് ചിന്തിച്ച് സേനനൊപ്പം ആ മലഞ്ചെരുവിലൂടെ അല്പനേരം മൗനമായി അങ്ങനെ നടന്നു. പെട്ടെന്ന് ഒരു കുതിരവണ്ടി ആ മലഞ്ചെരുവിലൂടെ മലമ്പാതയിൽ അങ്ങ് ചുരത്തിനോട് ചേർന്ന് കാണുന്ന ചരിവു തിരിഞ്ഞ് അതിവേഗത്തിൽ പാഞ്ഞുവരുന്നതവൻ ശ്രദ്ധിച്ചു. ആ കുതിരവണ്ടിയുടെ വേഗത കണ്ടിട്ട് രഘുരാമൻ അമ്പരന്നു. ഇത്ര വേഗത്തിൽ ഈ കുതിരവണ്ടി ഇതെവിടേക്കാണ് പോകുന്നത്?

അവൻ ആ കുതിരവണ്ടിയുടെ വേഗത കണ്ട് അതിശയിച്ചു നിൽക്കുമ്പോഴാണ് പൊടുന്നനെ തന്റെ അടുത്തുതന്നെയുണ്ടായിരുന്ന

സേനൻ വായുവിലേക്ക് വേഗത്തിൽ കൈകൾ ചുഴറ്റി തന്റെ മുഖത്തേക്ക് വീശുന്നതായി കണ്ടു. അവൻ അതുവരെ അനുഭവിച്ചിട്ടില്ലാത്ത തരം ഒരു ഗന്ധം അന്തരീക്ഷത്തിൽ പരന്നു. അവന്റെ ശരീരത്തെ മരവിപ്പിക്കുന്ന തരത്തിലുള്ള മത്തുപിടിപ്പിക്കുന്ന ഏതോ ഒരു ഗന്ധം തന്നെ. പെട്ടെന്നുതന്നെ അവന്റെ ബോധം മങ്ങിത്തുടങ്ങി. അരണ്ട മയക്കത്തിലെന്നപോലെ ശരീരം തളർന്ന് നിലത്തുവീഴാൻ പോകുന്നതുപോലെ, ആ അരണ്ട മയക്കത്തിൽ സേനൻ തന്നെ താങ്ങിപ്പിടിക്കുന്നതും കരങ്ങൾ ചേർത്ത് ബന്ധിച്ച് അതിവേഗം പാഞ്ഞുവന്ന ആ കുതിരവണ്ടിയിലേക്ക് തന്നെ എടുത്തുകയറ്റുന്നതുമെല്ലാം അവൻ അറിയുന്നുണ്ടായിരുന്നു.

എന്താണ് അവിടെ സംഭവിക്കുന്നതെന്ന് മനസ്സിലാക്കും മുമ്പേ ആ കുതിരവണ്ടി അവനെയുംകൊണ്ട് പാഞ്ഞുപോയി. അങ്ങ് ചുരം പറ്റി ചേർന്നുകിടക്കുന്ന ആ മലമ്പാതയിലെ വളവുകളും തിരിവുകളും പിന്നിട്ട് ആ കുതിരവണ്ടി അവിടെനിന്നും മറഞ്ഞു. ഒരു ചെറുമയക്കത്തിൽ കിടന്ന രഘുരാമൻ എല്ലാം കാണുന്നുണ്ടായിരുന്നു. എന്നാൽ ഉറക്കെ ശബ്ദമുണ്ടാക്കാൻ ശ്രമിച്ചപ്പോൾ നാവനക്കാൻ പോലും കഴിയുന്നില്ല. പ്രധാന മലമ്പാതയിൽനിന്നും വനത്തിലേക്കുള്ള ചെറുവഴിയിലൂടെയായി യാത്ര. മുന്നോട്ടു പോകുംതോറും വഴി ചെറുതും ദുർഘടം പിടിച്ചതുമായിക്കൊണ്ടിരുന്നു.

കുതിരവണ്ടിക്കു പുറകെ അതിവേഗതയിൽ സേനനും തങ്ങളെ പിൻതുടരുന്നത് അവൻ കണ്ടു. കൊടുംവനത്തിലൂടെ നീണ്ടുപോയ ആ മലമ്പാത ഒരു മലയടിവാരത്തിലെ ചുരംകണക്കെയുള്ള വഴിയെയായി. ആ പാത അവസാനിച്ചത് ഒരു ഗുഹാതുരങ്കത്തിനു മുൻപിലായിരുന്നു. ഒരു കുതിരവണ്ടിക്ക് കഷ്ടിച്ച് കടന്നുപോകാൻ മാത്രം പാകത്തിലുള്ള ഒരു തുരങ്കം. അതൊരു ഗുഹാമുഖമായിരുന്നു. ആ ഗുഹാവഴിയിലൂടെ രഘുരാമനേയും ചുമന്നുള്ള കുതിരവണ്ടിയും അതിനെ പിൻതുടർന്ന് കുതിരപ്പുറത്ത് സേനനും ഉണ്ടായിരുന്നു. ഗുഹാമുഖത്ത് പ്രവേശിച്ച ഉടൻ സേനനും ആ കുതിരക്കാരുനും ചേർന്ന് വലിയ രണ്ടു പാറകളുടെ പാളികൾ വെച്ച് ഗുഹാമുഖം പുറമെ നിന്ന് ആരും കയറാത്തവിധം അടച്ചു. എന്നിട്ട് അതിവേഗം അവർ ഗുഹാപാതയിലൂടെ അകത്തേക്ക് പോയി. ഉള്ളിലേക്ക് പോകുംതോറും ഗുഹാവഴികൾ വിശാലമായി തുടങ്ങി. ഗുഹാവഴികളിൽ അങ്ങിങ്ങായി വിളക്കുകൾ കൊളുത്തിവച്ചിരിക്കുന്നു. ഗുഹാവഴികളിൽ ഇരുവശങ്ങളിൽ പലയിടത്തും ധാരാളം മുറികളും കുതിരലായങ്ങളും അടച്ചുറപ്പുള്ള സംഭരണശാലകളും കാണാമായിരുന്നു.

വിശാലമായ ഗുഹാവഴികൾ പിന്നിട്ട് അവർ അതിവിശാലവും ചിത്രവേലകൾ നിറഞ്ഞതുമായ ഒരു വലിയ ഹാളിലെത്തി. ആ ഹാളിൽ

തൂണുകളോടു ചേർന്നുള്ള ഉയർന്ന പീഠങ്ങളിൽ വിളക്കുകൾ തെളിച്ചുവച്ചിരിക്കുന്നു. ആ വിളക്കുകളുടെ ശോഭയിൽ അരണ്ട മയക്കത്തിൽ കിടന്ന് രഘുരാമൻ അവിടമാകെ കണ്ടു. ആ ഹാളിന്റെ നടുത്തളത്തിൽ ഒരു മനോഹരമായ ചുവപ്പ് പരവതാനി വിരിച്ചിട്ടുണ്ട്. അതിലൊരു വലിയ പീഠവും ഹാളിലങ്ങിങ്ങായി അലങ്കരിച്ച ഒട്ടനവധി പീഠങ്ങളും അതിൽതന്നെ ഏറ്റവും ശ്രേഷ്ഠവുമായ ഒരു പീഠത്തിൽ ഒരു പ്രഭുവിനെപ്പോലെ അണിഞ്ഞൊരുങ്ങിയ ഒരു വൃദ്ധനും ഇരിപ്പുണ്ടായിരുന്നു. അയാൾക്കു സമീപം ഭൃത്യന്മാരും അവരുടെ കൈകളിൽ ആയുധങ്ങളുമുണ്ടായിരുന്നു. തന്നെ അവിടെ ഉണ്ടായിരുന്ന ഒരു മരക്കട്ടിലിൽ കിടത്തി ആ കുതിരവണ്ടിക്കാരൻ ആ വൃദ്ധനെ നമസ്കരിച്ച് ആ ഹാളിന്റെ ഒരു വശത്തേക്ക് ഒതുങ്ങി നിന്നു. സേനനും ആ വൃദ്ധന്റെ അടുത്തുവന്ന് അഭിവാദ്യമർപ്പിച്ചു. ആ വൃദ്ധൻ സേനനെ ചേർത്തുപിടിച്ച് ആലിംഗനം ചെയ്യുന്നതും സേനൻ തന്നെ ചൂണ്ടിക്കാട്ടി ആ വൃദ്ധനോട് തനിക്ക് മനസ്സിലാകാത്ത ഏതോ ഭാഷയിൽ എന്തെല്ലാമോ സംസാരിക്കുന്നതുമെല്ലാം അവൻ അരണ്ട മയക്കത്തിൽ ആ മരക്കട്ടിലിൽ കിടന്നുകൊണ്ട് കണ്ടു.

അൽപസമയത്തെ അവരുടെ സംഭാഷണത്തിനു ശേഷം ആ വൃദ്ധൻ സേനനൊപ്പം അവന്റെ അടുത്തേക്ക് വന്ന് ഒരു പരിചാരകൻ കൊണ്ടുവന്ന നീല ലായനി വാങ്ങി രഘുരാമന്റെ മുഖത്തേക്ക് തളിച്ചു. അപ്പോൾ അവന്റെ മയക്കം മാറിത്തുടങ്ങി. രഘുരാമനെ അടിമുടി നോക്കി. എന്നിട്ട് അയാളുടെ ഗാംഭീര്യമുള്ള ശബ്ദത്തിൽ അവനോടായി പറഞ്ഞു.

‘‘നീ ഇപ്പോൾ ഞങ്ങളുടെ തടവിലാണ്. ഞങ്ങൾ രാച്ചിയാർ എന്ന ഉത്തമ ചോര ഗോത്രമാണ്. മഹത്തായ ചോര ശാസ്ത്ര പാരമ്പര്യം ഉൾക്കൊള്ളുന്ന കുലമാണ് ഞങ്ങളുടേത്. എന്റെ പ്രിയപുത്രനും ഞങ്ങളുടെ കുലപാരമ്പര്യത്തെ എനിക്കുശേഷം കാത്തുപരിപാലിക്കേണ്ടവനുമായ സേനൻ നിന്നെ മോഷ്ടിച്ചു കൊണ്ടുവന്നിരിക്കുകയാണ്. കുലത്തിനുള്ള അവന്റെ ആദ്യ സമ്മാനമായി. നിന്നെ മോഷ്ടിച്ചു കൊണ്ടുവന്നത് നിന്നിലെ വിദ്യകൾ സ്വന്തമാക്കാനാണ്. നിനക്കു വേണമെങ്കിൽ സ്വമനസ്സാലെ ഭിഷഗ്വരവിദ്യയും മർമ്മവിദ്യയും ശിൽപനിർമ്മാണകലയുമെല്ലാം ഞങ്ങളുടെ കുലത്തിനെ പഠിപ്പിക്കാം. അതല്ല എതിർക്കാനാണ് ശ്രമമെങ്കിൽ ഞങ്ങൾക്ക് നിന്റെ ജീവനെടുക്കേണ്ടിവരും.’’

തന്റെ ജീവൻ തുലാസിലായതുപോലെ അവന് തോന്നി. താൻ ജീവനും മരണത്തിനുമിടയിലുള്ള നിമിഷങ്ങളിലൂടെയാണ് കടന്നുപോകുന്നതെന്ന് അവൻ അറിഞ്ഞു. ഇനിയൊരു രക്ഷപ്പെടൽ ഇവിടെ

നിന്ന് സാധ്യമാണോ എന്നറിയില്ല എങ്കിലും അവൻ ശാന്തമനസ്ക നായി അവരെ നോക്കി പറഞ്ഞു.

‘‘നിങ്ങൾ എന്നെ വധിച്ചാലും എനിക്ക് നിങ്ങളോട് ഒരു ദേഷ്യ വുമുണ്ടാവില്ല. പക്ഷേ എന്നിലെ വിദ്യകൾ കവർന്നെടുക്കുവാൻ നിങ്ങൾക്കാവില്ല. എന്റെ അനുവാദമില്ലാതെ ആർക്കും അത് സ്വന്ത മാക്കുവാനും ആകില്ല.’’

അവന്റെ കൈകളും കാലുകളും അവർ ചങ്ങലകളാൽ ബന്ധി ച്ചിരുന്നു. എന്നാൽ എല്ലാത്തിനോടും നിസ്സംഗത പുലർത്തുന്ന ഒരു ചിരിയോടെ അവൻ തലയുയർത്തി സേനന്റെ മുഖത്തേക്ക് നോക്കി ശാന്തമായി നിന്നു.

‘‘എന്റെ ജീവനുവേണ്ടി നിങ്ങളോട് യാചിക്കുന്നതിലും മഹത്തര മായി ഞാൻ ആഗ്രഹിക്കുന്നത് മരണമാണ്. അതിനാൽ എന്നെ കൊന്നോളൂ.’’ രഘുരാമൻ അവരോടായി പറഞ്ഞു. ‘‘എനിക്ക് നിങ്ങളോട് പരിഭവം ഒട്ടുമില്ല. ഞാൻ നിങ്ങളെ ഇപ്പോഴും ഉറ്റ ചങ്ങാതിയായി കാണുന്നു. ഉറ്റചങ്ങാതിയെന്ന നിലയിൽ ഞാൻ നിങ്ങളെ പരിപൂർണ്ണ മായി വിശ്വസിച്ചു. പക്ഷേ നിങ്ങൾ എന്നെ വഞ്ചിക്കുകയായിരുന്നു.’’

അവന്റെ വാക്കുകൾക്ക് സേനൻ മറുപടി പറഞ്ഞില്ല. പകരം മൗനമായി അവിടെ നിന്നു പോകുക മാത്രം ചെയ്തു.

അവൻ രഘുരാമന്റെ തുണിസഞ്ചി എടുത്ത് അതിനുള്ളിൽ എന്തെല്ലാമാണെന്ന് പരിശോധിച്ചു. രഘുരാമൻ അതീവശ്രദ്ധയോടെ എപ്പോഴും ഒപ്പം കൊണ്ടുനടന്ന സഞ്ചിയാണത്. ഇതിലാവണം അവൻ പറഞ്ഞ നാണയങ്ങളും മറ്റ് അമൂല്യവസ്തുക്കളും സൂക്ഷിച്ചിരിക്കു ന്നത്. ആ തുണിസഞ്ചി പരിശോധിച്ചപ്പോൾ ആദ്യം സേനന്റെ കൈയിൽ തടഞ്ഞത് ഒരുകൂട്ടം കയ്യെഴുത്തു രേഖകളാണ്. ഒരു കൗതുകത്തിന് അവൻ അത് എടുത്തു പരിശോധിച്ചു. അത് ശാല്യ ഭാഷയിലാണ് എഴുതിയിരുന്നത്. അവന് ശാല്യഭാഷ വശമുണ്ട്. അവൻ ശ്രദ്ധയോടെ അത് മുഴുവൻ വായിച്ചു. അതിൽ രഘുരാമന്റെ ശിൽപശാലയെപ്പറ്റി, ധർമയെപ്പറ്റി, ശാല്യരാജ്യത്തെപ്പറ്റി, തന്റെ യാത്ര കളെപ്പറ്റി, പിന്നെ തന്റെ പ്രിയ സ്നേഹിതൻ ജീവാനന്ദിനെപ്പറ്റി, തന്നെ ഏറെ സ്നേഹിക്കുന്ന സേനൻ എന്ന പുതിയ സ്നേഹിതനെ ലഭിച്ചതിനെപ്പറ്റി, അങ്ങ് ശാല്യരാജ്യത്തുവച്ച് അവൻ ശിൽപനിർമ്മാണ മത്സരങ്ങളിൽ പങ്കെടുത്തതിനെപ്പറ്റി, ശിൽപനിർമ്മാണ മത്സരത്തിൽ തന്റെ പരാജയത്തിന് കാരണമായ ഒളിയൻ ശിലയെപ്പറ്റി, അവന് മാർഗ്ഗനിർദ്ദേശം നൽകിയ ആ ദാർശനിക ശിൽപത്തെപ്പറ്റി, നാൾവഴി കളിൽ അവനുണ്ടായ പരാജയങ്ങളെപ്പറ്റി, യാത്രകളിൽ അവൻ കണ്ട കാഴ്ചകളെപ്പറ്റി അങ്ങനെ എല്ലാം അവൻ മനോഹരമായി പകർത്തി വച്ചിരിക്കുന്നു. അവന്റെ ജീവിതത്തിന്റെ ഒരു നേർചിത്രം പോലെ.

രഘുരാമൻ ദിനവൃത്താന്തപുസ്തകത്തിൽ തന്നെപ്പറ്റി എഴുതിയിരിക്കുന്ന കാര്യങ്ങൾ വായിച്ച് സേനന്റെ ഹൃദയം കുറ്റബോധം കൊണ്ടു നിറഞ്ഞു. അവൻ തന്നെ ഇത്രയധികം സ്നേഹിച്ചിരുന്നതായി സേനൻ കരുതിയിരുന്നില്ല. മാത്രവുമല്ല ചോര ശാസ്ത്ര നിയമപ്രകാരം താൻ രഘുരാമനോട് ചെയ്തത് വളരെ വലിയ തെറ്റായിപ്പോയതായി അവന് തോന്നി. സുഹൃത്തായി കരുതിയവനെ തന്റെ പ്രാണനായി കരുതണം. അവന്റെ പ്രാണനോ സമ്പത്തോ വിദ്യകളോ ഒന്നും കവരുവാനോ അവന് യാതൊരുവിധ ദോഷമുണ്ടാക്കാനോ പാടില്ല എന്നാണ് ചോരശാസ്ത്രനിയമം.

പക്ഷേ താനവനെ സുഹൃത്തായി കണ്ടിരുന്നില്ല അതിനാൽ തന്നെ ചോരശാസ്ത്ര നിയമം തനിക്ക് ഇക്കാര്യത്തിൽ ബാധകമായിരുന്നില്ല. എന്നാൽ ഇപ്പോൾ ഇതെല്ലാം വായിച്ചതിനുശേഷം അവനെ സുഹൃത്തായി കാണാതിരിക്കാനും ആവില്ല. തന്റെ ഹൃദയത്തിൽ രഘുരാമനെ ഒരു സുഹൃത്തായല്ല ഒരു സഹോദരനായിത്തന്നെ സ്വീകരിക്കുവാൻ അവൻ തീരുമാനിച്ചു. അവൻ ആ ദിനവൃത്താന്ത പുസ്തകങ്ങൾ രഘുരാമന്റെ തുണിസഞ്ചിയിൽതന്നെ ഭദ്രമാക്കി വച്ചിട്ട് ഏകനായി രഘുരാമന്റെ അടുത്തേക്ക് ചെന്നു. ചങ്ങലകളാൽ ബന്ധിതനായെങ്കിലും അവനെ കണ്ട ഉടൻ രഘുരാമൻ ഒരു ചെറു ചിരിയോടെ ചോദിച്ചു.

''സേനൻ, നിനക്ക് സുഖംതന്നെല്ലേ?''

അവന്റെ സൗമ്യമായ മുഖഭാവവും സ്നേഹത്തോടെയുള്ള സംസാരവും കേട്ട സേനൻ കുറ്റബോധത്താൽ പരവശനായി.

''രഘുരാമാ, നിനക്കറിയില്ലേ ഞാൻ നിന്നെ ചതിച്ചതാണെന്ന്? ഞാൻ നിന്നെ കൊള്ളയടിക്കുകയല്ലേ ചെയ്തത്. എന്നിട്ടും എങ്ങനെയാണ് നിനക്ക് എന്നോട് ദേഷ്യത്തോടെയല്ലാതെ സംസാരിക്കുവാൻ കഴിയുന്നത്. പിന്നെയും എന്തിനാണ് നീ എന്നെ ചങ്ങാതിയായി കാണുന്നത്.''

അപ്പോഴും രഘുരാമൻ ശാന്തമായി തന്നെ മറുപടി പറഞ്ഞു.

''അങ്ങകലെയുള്ള ആ സത്രത്തിൽ വച്ചുതന്നെ ഞാൻ നിന്നെ എന്റെ ഹൃദയത്തിൽ ഉറ്റചങ്ങാതിയായി സ്വീകരിച്ചുകഴിഞ്ഞു. അതിനാൽതന്നെ എന്റെ ഹൃദയത്തെ വഞ്ചിക്കുവാൻ എനിക്കാവില്ല. ഞാൻ എന്റെ ഹൃദയത്തിന്റെ സ്വരം കേൾക്കുന്നവനാണ്, അപ്രകാരം ജീവിക്കുന്നവനും. നിങ്ങളുടെ വ്യക്തിത്വവും നിയമങ്ങളും നീതിശാസ്ത്രങ്ങളും നിങ്ങളുടേതു മാത്രമാണ്. അത് നിങ്ങൾ ഉപയോഗിക്കും പോലെ മനുഷ്യന് ഗുണകരമോ ദോഷകരമോ ആയേക്കാം. അത് എന്തുതന്നെയായാലും എന്റെ ഹൃദയം പറഞ്ഞപ്രകാരമാണ് ഞാൻ

എന്റെ രാജ്യത്തുനിന്നും യാത്രതിരിച്ചത്. അതിനാൽതന്നെ എനിക്കെന്റെ ഹൃദയത്തിന്റെ സ്വരം ശ്രവിക്കാതിരിക്കാനുമാവില്ല.''

രഘുരാമൻ പറഞ്ഞു കഴിഞ്ഞപ്പോൾ സേനൻ അവന്റെ അടുത്തു ചെന്ന് അവന്റെ മേൽ ബന്ധിച്ചിരുന്ന ചങ്ങലകളെല്ലാം അഴിച്ച് അവനെ സ്വതന്ത്രനാക്കി. അവനെ നമസ്കരിച്ചിട്ട് പറഞ്ഞു. ''പ്രിയ രഘുരാമാ, ഞാനും നിന്നെ എന്റെ ആത്മാർത്ഥ സ്നേഹിതനായി എന്റെ ഹൃദയത്തിൽ സ്വീകരിച്ചുകഴിഞ്ഞു. അതിനാൽ നീ ഇപ്പോൾ മുതൽ പരിപൂർണ്ണസ്വതന്ത്രനാണ്. നീ ഇപ്പോഴും എന്നെ പ്രിയ സ്നേഹിതനായി കരുതുന്നുവെങ്കിൽ, നിനക്കിപ്പോഴും എന്നിൽ ദയാവായ്പ് തോന്നുന്നുവെങ്കിൽ ഞങ്ങളോടൊപ്പം വസിച്ച് നിന്നിലെ വിദ്യകൾ ഞങ്ങളുടെ കുലത്തിനു സമ്മാനിച്ചുകൂടേ?''

ഇത്രയും പറഞ്ഞ് സേനൻ പ്രതീക്ഷയോടെ അവന്റെ മുഖത്തേക്ക് നോക്കി നിന്നു.

രഘുരാമൻ തികഞ്ഞ ശാന്തത കളിയാടുന്ന മുഖത്തോടെ അവനെ നോക്കി പറഞ്ഞുതുടങ്ങി.

''പ്രിയ സേനൻ, ഞാനിപ്പോൾ നിങ്ങളോടൊപ്പമായിരിക്കുമ്പോൾ നിങ്ങളിലൊരാളായിരിക്കുകയാണ്. ഇപ്പോൾ നിങ്ങളിലൊരാളായിരിക്കുമ്പോൾ നിങ്ങളുടെ സങ്കടം എന്റേതുകൂടിയാണ്, നിങ്ങളുടെ സന്തോഷവും. പക്ഷേ ഇപ്പോൾ നിങ്ങൾ ചെയ്യുന്ന നിങ്ങളുടെ കുലത്തൊഴിൽ ഹീനമല്ലേ, ജനങ്ങൾക്ക് ഭയമുണ്ടാക്കുന്നവയല്ലേ, മറ്റൊരാളുടെ സമ്പത്തും പ്രാണനും കവർന്നെടുക്കുന്നത് തിന്മയല്ലേ, അതിൽ നിന്നും നിങ്ങൾക്ക് പിൻതിരിഞ്ഞുകൂടെ, ജീവിത മാർഗ്ഗത്തിനായി മറ്റെന്തെങ്കിലും തൊഴിൽ സ്വീകരിച്ചുകൂടെ, ശാന്തമനസ്കരായി ജീവിച്ചുകൂടെ?''

രഘുരാമൻ ചെറുചിരിയോടെ അവനെ നോക്കി ചോദിച്ചു.

സേനൻ അൽപ്പനേരം ചിന്തയിലാണ്ടിരുന്നു. എന്നിട്ട് ദുഃഖം തളം കെട്ടിയ മുഖഭാവത്തോടെ മറുപടി പറഞ്ഞു.

''താങ്കൾക്ക് ചോരന്മാരെപ്പറ്റി എന്തറിയാം? തോന്നുമ്പോൾ അസമയത്ത് അന്യരുടെ ഭവനങ്ങളിലും മറ്റും കടന്നുകയറി മനുഷ്യരെ ഭയപ്പെടുത്തി സമ്പത്തു കൊള്ളയടിക്കുന്നവർ, കൊല്ലുവാൻവരെ മടിക്കാത്ത ദുഷ്ടന്മാർ അല്ലേ? എന്നാൽ അതൊന്നുമല്ല. ഞങ്ങൾക്ക് തനതായ ഒരു പാരമ്പര്യമുണ്ട്. സഹനങ്ങളുടെ ഒരു പൂർവ്വചരിത്രമുണ്ട്. ഞങ്ങൾ ദരിദ്രരെ കൊള്ളയടിക്കാറില്ല, സുഹൃത്തായി കരുതിയവനെ, ആലംബമില്ലാത്തവനെ, അനാഥനെ, വിധവയെ ഇവരെയൊന്നും ഞങ്ങൾ കൊള്ളയടിക്കാറില്ല. ഒരു ഉപദ്രവവും വരുത്തുകയുമില്ല. സ്വന്തം ജീവൻ രക്ഷിക്കുവാനല്ലാതെ അപരന്റെ ജീവൻ അപഹരിക്കുകയുമില്ല.

നൂറ്റാണ്ടുകൾക്കു മുൻപ് ഞങ്ങളുടെ പൂർവ്വികർ അങ്ങ് ഹിമാലയ മലനിരകൾക്കുമപ്പുറം പല ജനപദങ്ങളിലുമായി ചിതറിക്കിടക്കുക യായിരുന്നു. സ്വന്തമായി ഞങ്ങൾക്കൊരു പ്രദേശം അവകാശപ്പെടാ നില്ലാത്ത കാലം. എവിടെ നിന്നും ആട്ടിയോടിക്കപ്പെടുന്നവരായിരുന്ന ഞങ്ങൾ ചെന്നെത്തുന്ന പ്രദേശങ്ങളിലെ ജനങ്ങൾ ഞങ്ങളെ സംശയ ത്തോടെയാണ് വീക്ഷിച്ചിരുന്നത്. പല പ്രദേശങ്ങളിൽനിന്നും ഞങ്ങൾക്ക് ശക്തമായ എതിർപ്പുകൾ നേരിടേണ്ടിവന്നു. പല ജന പദങ്ങളിലും ഞങ്ങൾ അകാരണമായി വേട്ടയാടപ്പെട്ടു. അവർ ഞങ്ങളെ നീചഗോത്രങ്ങളായിട്ടാണ് കണക്കാക്കിയിരുന്നത്. അതിനാൽ പര ദേശികളായ ഞങ്ങളുടെ പൂർവ്വികർ മുഖ്യധാരകളിൽ നിന്നെല്ലാം അകറ്റി നിർത്തപ്പെട്ടു. പീഡനങ്ങൾ ഏൽക്കേണ്ടി വന്നപ്പോഴെല്ലാം എതിർത്ത് നിൽക്കേണ്ടിയും വന്നു. പലപ്പോഴും ഞങ്ങൾ പരാജയ പ്പെട്ടു. പല ജനപഥങ്ങളിലേക്കും അടിമകളായി പോകേണ്ടി വന്നു. ഓരോ പരാജയങ്ങളിൽ നിന്നും ഞങ്ങൾ കൂടുതൽ കരുത്തരും പുതിയ വിദ്യകളും ഭാഷകളും അഭ്യാസങ്ങളും നേടിയവരുമായി മുന്നേറിക്കൊണ്ടിരുന്നു.

സ്വന്തമായി ഒരാവാസയിടം കണ്ടെത്തണമെന്ന് ഞങ്ങൾ അതി യായി ആഗ്രഹിച്ചു. ആഗ്രഹം നിറവേറ്റുന്നതിനായി ഞങ്ങളുടെ ആത്മീയ ആചാര്യനായ രാച്ചിയാരുടെ നേതൃത്വത്തിൽ ഞങ്ങൾ ഒരുമിച്ചുകൂടി യാത്ര ആരംഭിച്ചു. യാത്ര ചെയ്ത് അടുത്തുള്ള ദേശ മായ ശാല്യരാജ്യത്ത് എത്തി. എന്നാൽ രാച്ചിയാർ വംശത്തിൽപ്പെട്ട ഞങ്ങളുടെ പൂർവ്വികർ അവിടുത്തെ മാരോൺ ദേവനെ ആരാധിക്കു വാൻ വിസമ്മതിച്ചതിനാൽ അവരുടെ രാജാവിൽനിന്നും രാജഗോത്ര ത്തിൽനിന്നും എതിർപ്പുകളുണ്ടായി. ഞങ്ങൾ എതിർത്തു നിൽക്കു വാൻ ശ്രമിച്ചു. പക്ഷേ പരാജയമായിരുന്നു ഫലം. അനവധി രാച്ചിയാർ സമുദായങ്ങങ്ങളെ അവർ വധിച്ചു. പരാജിതരായ ഞങ്ങളിൽ ഭൂരിഭാഗം പേരും അവിടെ നിന്നും പുതിയ അധിവാസ പ്രദേശങ്ങൾ തേടി യാത്രയായി. എന്നാൽ ഞങ്ങളിൽ കുറച്ചു പേർ മാത്രം അവരുടെ പീഡനങ്ങൾ സഹിച്ച് അവിടെത്തന്നെ വാസമുറപ്പിച്ചു. അവരെ ശാല്യരാജ്യത്തെ രാജഗോത്രക്കാർ അടിമകളായിട്ടാണ് കണ്ടത്. അവ രിൽ പിറക്കുന്ന പെൺകുഞ്ഞുങ്ങളെ രാജഗോത്രക്കാർ നിർബന്ധ പൂർവ്വം മാരോൺ ദേവന് സമർപ്പിച്ച് ദേവദാസികളാക്കി അങ്ങനെ പൂർണ്ണമായും ഞങ്ങളുടെ വംശത്തെ അപമാനിച്ചു.

ശാല്യരാജ്യത്ത് നിന്നും പുതിയ അധിവാസപ്രദേശങ്ങൾ തേടി യാത്ര തിരിച്ച് ഞങ്ങൾ ഗിൽഗിത്ത് മലനിരകൾക്കുമപ്പുറം സഹർസ എന്ന പട്ടണത്തിലെത്തി. സന്ധ്യമയങ്ങിത്തുടങ്ങിയതിനാൽ ആ രാത്രി കഴിച്ചുകൂട്ടുന്നതിനായി സ്ത്രീകളും കുട്ടികളും സുരക്ഷിത രായി പാർക്കേണ്ടതിന് ആ പട്ടണത്തിലെ നഗരകവാടത്തോട് ചേർന്ന

വെളിമ്പ്രദേശത്ത് ഞങ്ങൾ കൂടാരങ്ങൾ നിർമ്മിച്ച് സ്ത്രീകളെയും കുട്ടികളേയും കൂടാരത്തിനുള്ളിൽ പാർപ്പിച്ചു. പുരുഷന്മാർ കൂടാരത്തിനു പുറത്ത് അന്തിയുറങ്ങി.

രാത്രിയിൽ ഇരുളിന്റെ മറവിൽ ഞങ്ങളുടെ കൂടാരങ്ങൾ ആക്രമിക്കപ്പെട്ടു. സ്ത്രീകൾ അപമാനിക്കപ്പെട്ടു. അനവധി രാച്ചിയാർ സമുദായാംഗങ്ങൾ വധിക്കപ്പെട്ടു. അവിടെ നിന്നും അപമാനിതനായി പുലരും മുൻപേ യാത്രതിരിച്ചു, മലമ്പാതകൾ താണ്ടി ചുരം കടന്ന് വനാതിർത്തിയിലൂടെ ഈ പ്രദേശത്ത് എത്തിച്ചേർന്നു. ഈ താഴ്‌വാര ഗ്രാമങ്ങൾ കൈവശമാക്കുകയും അതോടൊപ്പം വനത്തിൽ വിജനമായ ഈ മലമ്പ്രദേശത്ത് ഈ ഗുഹാന്തർഭാഗത്ത് രഹസ്യതാവളവും ഒരുക്കി.

ഞങ്ങൾ അപമാനിതരായ പട്ടണങ്ങൾ തോറും യാത്ര ചെയ്ത് ഞങ്ങളുടെ ചെറുസംഘങ്ങൾ അവരെ കൊള്ളയടിച്ചു. അവരുടെ സമ്പത്ത് കൈക്കലാക്കി. രാത്രിയിൽ ഇരുളിന്റെ മറവിലല്ല പകൽ വെളിച്ചത്തിൽ ഞങ്ങളോടൊപ്പം അധിവാസപ്രേദശങ്ങൾ തേടി യാത്ര പുറപ്പെട്ട് കൊല്ലപ്പെട്ട ഞങ്ങളുടെ ഉറ്റവരോടുള്ള സ്നേഹത്തിന്റെയും വിശ്വസ്തതയുടേയും അടയാളമായി ഞങ്ങളുടെ രാച്ചിയാർ വംശത്തിൽ എല്ലാവരുടേയും കൈത്തണ്ടയിൽ കുലചിഹ്നമായ നക്ഷത്രമുദ്ര പതിപ്പിച്ചിട്ടുണ്ട്.''

സേനൻ തന്റെ പുറംകുപ്പായമൂരി കൈത്തണ്ട അവന് കാട്ടിക്കൊടുത്തു. രഘുരാമൻ അവന്റെ കൈത്തണ്ടയിലേക്ക് നോക്കി. കൈത്തണ്ടയ്ക്ക് മുകൾ ഭാഗത്തായി ഒരു ദീർഘവൃത്താകൃതിക്കുള്ളിൽ ആലേഖനം ചെയ്ത ഒരു നക്ഷത്ര ചിഹ്നം. ആ നക്ഷത്രചിഹ്നം പുറത്താരും കാണാതിരിക്കുവാനാണ് അവൻ എപ്പോഴും കയ്യുറകൾ ഉള്ള പുറംകുപ്പായം ധരിച്ചിരിക്കുന്നതെന്ന് രഘുരാമന് മനസ്സിലായി.

''ഞങ്ങളുടെ ഗുരുവായ രാച്ചിയാർ നൽകിയ ഉപദേശങ്ങളെല്ലാം പകർത്തിയുണ്ടാക്കിയ ഞങ്ങളുടെ മഹത്തായ ചോരശാസ്ത്ര ഗ്രന്ഥത്തെ ആധാരമാക്കിയാണ് ഞങ്ങൾ ജീവിക്കുന്നത്, ഉത്തമ ചോരന്മാരായി. ഞങ്ങൾ ദേവരാജ്യത്ത് മോഷണം നടത്താറില്ല. കാരണം ഞങ്ങൾ പരദേശികളായി അധിവാസപ്രദേശങ്ങൾ തേടി അലഞ്ഞ കാലം മുതൽ ഇന്നുവരെ ദേവരാജ്യം ഞങ്ങളെ അന്യരായി മാറ്റിനിർത്തിയിട്ടില്ല. പരദേശികൾ എന്നു പറഞ്ഞ് പീഡിപ്പിച്ചുമില്ല. ഈ താഴ്‌വാര ഗ്രാമങ്ങൾ ദേവരാജ്യത്തിന്റെ അധിവാസദേശങ്ങളായ പ്രദേശങ്ങളായിരുന്നു. ആ പ്രദേശങ്ങൾ ദേവരാജാക്കന്മാരുടെ പൂർവ്വികർ ഞങ്ങൾക്ക് അധിവാസ പ്രദേശങ്ങളായി നൽകിയതാണ്. ദേവരാജ്യത്ത് ജാതിയുടേയോ കുലത്തിന്റേയോ മതിൽക്കെട്ടുകളില്ല.

ഓരോ മനുഷ്യനും അവനവന്റെ കഴിവിനും യോഗ്യതയ്ക്കുമനുസരിച്ച് വസിക്കുന്നു. ഞങ്ങൾക്ക് ഇവിടെ വെറുമൊരു വാസയിടം മാത്രമല്ല, ഞങ്ങളുടെ മഹത്തായ ലക്ഷ്യ സാക്ഷാത്ക്കാരത്തിനായുള്ള സങ്കേതം കൂടിയാണ്. എന്നെങ്കിലുമൊരിക്കൽ മഹത്തായ ദേവരാജ്യ സാമ്രാജ്യ ത്തിന്റെ സൈന്യത്തിൽ സേവനം ചെയ്യുക എന്നതാണ് ഞങ്ങളുടെ പരമമായ ലക്ഷ്യം. അത് പ്രാപ്തമാവുന്ന കാലംവരെ ഞങ്ങൾ ഈ പാരമ്പര്യം കാത്തുസൂക്ഷിക്കണമെന്നാണ് ഞങ്ങളുടെ ഗുരുവും ആത്മീയാചാര്യനുമായ രാച്ചിയാർ ഞങ്ങളെ പഠിപ്പിച്ചിട്ടുള്ളത്.

ചോരന്മാർക്ക് അവരുടേതായ നിയമങ്ങളും നീതിശാസ്ത്രങ്ങളു മുണ്ട്. അവരുടെ കുലത്തിലുള്ളവർ പല സ്ഥലങ്ങളിലായി ചിതറി പല ദിക്കുകളിൽ താമസമാക്കിയെങ്കിലും അവരെ പരസ്പരം ബന്ധി പ്പിക്കുന്ന ശക്തമായ വിശ്വാസങ്ങളും ആചാരരീതികളും അവർ വച്ചു പുലർത്തുന്നുണ്ട്. അവർക്ക് മാത്രം വശമായ രഹസ്യഭാഷകളും രഹസ്യചിഹ്നങ്ങളും ദിക്കറിയുന്ന രഹസ്യ അടയാളങ്ങളും.''

രഘുരാമനെ ചോരന്മാർ അവരിലൊരാളായി അവരോടൊപ്പം ചേർത്തു. തങ്ങളുടെ പൂർവ്വികരോടുള്ള സ്നേഹത്തിന്റെയും വിശ്വ സ്തതയുടെയും അടയാളമായ ആ നക്ഷത്രമുദ്ര അവരുടെ ആചാ ര്യൻ രഘുരാമന്റെ കൈത്തണ്ടയിൽ ആലേഖനം ചെയ്തു. അങ്ങനെ അവൻ പൂർണ്ണമായും അവരിൽ ഒരാളായി അവരോടൊപ്പം താമ സിച്ചു. അവരും അവനെ പ്രാണനായി കരുതി. തനിക്കറിയാവുന്ന ശിൽപവിദ്യയും ഭിഷഗ്വരവിദ്യയും മർമ്മവിദ്യയുമെല്ലാം രഘുരാമൻ അവരെയും പഠിപ്പിക്കുവാൻ ആരംഭിച്ചു.

രഘുരാമൻ ചോരന്മാരുടെ ആചാരപ്രകാരം ചോര ശാസ്ത്രഗ്രന്ഥ ത്തിൽ പരാമർശിക്കുന്ന പ്രകാരമുള്ള വിദ്യകൾ പഠിക്കുവാൻ ആരം ഭിച്ചു. അവരുടെ കുലഗുരുക്കന്മാരിൽ പ്രധാനിയായ സുമാത്രനാണ് ചോരശാസ്ത്രം വാമൊഴിയായി അവർക്ക് പകർന്ന് കൊടുത്തത്. അദ്ദേഹത്തിന്റെ ശിഷ്യന്മാർ അത് പകർത്തി ഗ്രന്ഥരൂപത്തിൽ ചിട്ട പ്പെടുത്തി. ആ മഹത്തായ ചോരശാസ്ത്രഗ്രന്ഥമാണ് അവരുടെ നീതിശാസ്ത്രത്തിന്റെ ആധാരം. അവരെ സംബന്ധിച്ചിടത്തോളം ചോരശാസ്ത്ര ഗ്രന്ഥം ഏറ്റവും പവിത്രമായ ഒന്നാണ്.

അന്നുവരെ താൻ കേട്ടറിഞ്ഞതിൽനിന്നും തികച്ചും വ്യത്യസ്ത മാണ് അവരുടെ നിയമങ്ങളും നീതിശാസ്ത്രങ്ങളും എന്ന് രഘു രാമന് ബോധ്യമായി. സ്വന്തം കുലത്തിൽനിന്നോ ചങ്ങാതിയായി കരുതുന്നവനിൽനിന്നോ ഒരിക്കലും കവർച്ച നടത്തുവാൻ പാടില്ല, അങ്ങനെ ചെയ്യുന്നത് ചോര ശാസ്ത്രവിരുദ്ധമാണ്. ഒരു ഉത്തമനായ ചോരൻ പന്ത്രണ്ട് പരദേശി ഭാഷകളും ഏഴ് രഹസ്യഭാഷകളും സ്വായ ത്തമാക്കിയിരിക്കണം.

ചോരശാസ്ത്രപ്രകാരം ഓരോ അഭ്യാസമുറകളും അവരുടെ കുലഗുരു അവനെ പഠിപ്പിച്ചു. അവൻ വീഴ്ചകൂടാതെ അവയെല്ലാം മനഃപാഠമാക്കി. ചോരശാസ്ത്രത്തിൽ ഏറ്റവും കൂടുതൽ ഉപയോഗിക്കപ്പെടുന്ന അവയവം കണ്ണാണ്. ചിന്തയുടെ കവാടമാണ് കണ്ണുകൾ മനസ്സിലുദിക്കുന്ന വികാരവിചാരങ്ങൾ കണ്ണുകളിലൂടെയാണ് ആദ്യം പ്രത്യക്ഷമാകുന്നത്. അതിനാൽ ഒരു ഉത്തമനായ ചോരന്റെ കണ്ണുകൾ എപ്പോഴും അവന്റെ പരിപൂർണ്ണനിയന്ത്രണത്തിലായിരിക്കണം. അവയെ നിയന്ത്രണത്തിലാക്കാനുള്ള അഭ്യാസമുറകൾ ഓരോന്നായി ഗുരു അവനെ പഠിപ്പിച്ചു. ആവശ്യമുള്ളപ്പോൾ മനസ്സ് ഏകാഗ്രമാക്കി ഇമയനക്കാതെ ആരെയും എന്തിനേയും നോക്കി വശീകരിക്കുവാനുള്ള വിദ്യയും അവനെ പഠിപ്പിച്ചു.

ഉത്തമചോരൻ സംഭാഷണചതുരനായിരിക്കണം. സംഭവവികാസങ്ങൾ തന്മയത്വമായി നിയന്ത്രിക്കുവാൻ അയാൾക്കാവണം. മോഷണവേളയുടെ ഓരോ ഘട്ടത്തിലും ഒരു ജാലവിദ്യക്കാരന്റെ കയ്യടക്കവും ഒരു കുറുക്കന്റെ കൗശലവും ഉണ്ടാവണം. എന്തു പ്രതിസന്ധി വന്നാലും പെരുമാറ്റത്തിൽ യാതൊരു ശൈഥില്യവും കാണിക്കരുത്. അങ്ങനെ വന്നാൽ അത് ചുറ്റുപാടുമുള്ളവരുടെ സംശയത്തിനിടയാക്കും. ഒരു ചോരനെ സംബന്ധിച്ചിടത്തോളം പ്രധാനമായ മറ്റൊന്നാണ് നിഗൂഢത. നമ്മൾ ആരാണ്, എവിടെ നിന്നു വരുന്നു, എങ്ങനെ ജീവിക്കുന്നു എന്നീ കാര്യങ്ങൾ ആരോടും വെളിപ്പെടുത്തരുത്.

ഓരോ കാര്യവും ആരാഞ്ഞറിയുവാനുള്ള മികവും അറിഞ്ഞതിനുശേഷം മറ്റാരെങ്കിലും ആ സംഗതി ചർച്ചാവിഷയമാക്കിയാൽ അറിഞ്ഞഭാവം കാട്ടാതെ ശാന്തഭാവത്തിൽ മൗനമായിരുന്ന് അവരുടെ സംസാരവും അഭിപ്രായങ്ങളും ശ്രദ്ധിക്കുകയും വേണം.

ആളുകൾക്ക് സംശയമോ ഭയമോ ജനിപ്പിക്കുന്ന തരത്തിൽ പെരുമാറരുത്. ഒരു ഉത്തമനായ ചോരൻ പ്രത്യേകം ശ്രദ്ധിക്കേണ്ട കാര്യങ്ങളാണിത്. അനാവശ്യ വർത്തമാനങ്ങളിൽ ഇടപെടരുത്. ഹൃദയരഹസ്യങ്ങൾ അതീവശ്രദ്ധയോടെ സ്വന്തം ഹൃദയത്തിൽ സുരക്ഷിതമായി സൂക്ഷിക്കണം. മനസ്സിന്മേലുള്ള നിയന്ത്രണം ഏതൊരു അവസ്ഥയിലും അയച്ചുവിടാൻ പാടില്ല. ഉറച്ച മനസ്സുപോലെതന്നെ ഉറച്ച സ്വരവും ഒരു ഉത്തമചോരന് ആവശ്യമാണ്. അതിനായുള്ള അഭ്യാസമുറകൾ നിരന്തരം പരിശീലിക്കണം. ശരീരവും വസ്ത്രങ്ങളും സദാസമയവും വൃത്തിയായിരിക്കണം എപ്പോഴും മോടിയിൽ തന്നെ നടക്കണം എന്നു തുടങ്ങി അവന് അന്നുവരെയും അജ്ഞാതമായ നൂറ് നൂറ് കാര്യങ്ങൾ രഘുരാമൻ പഠിച്ചു.

ദിനരാത്രങ്ങൾ കടന്നുപോയി അവൻ ആ ഗുഹാന്തർഭാഗത്ത് പൂർണമായും അവരിലൊരാളായി ചോരശാസ്ത്രവിധിപ്രകാരമുള്ള എല്ലാ അഭ്യാസമുറകളിലും പഠനം പൂർത്തിയാക്കി. പക്ഷേ തന്റെ ലക്ഷ്യം ദേവരാജ്യത്തേക്ക് പോകുക എന്നുള്ളതാണ്. അല്ലാതെ ചോരശാസ്ത്രം പഠിക്കുക ആയിരുന്നില്ലല്ലോ.

ചോരന്മാരുടെ സമ്മതപ്രകാരം അവിടെ നിന്നും പോകുക സാധ്യമല്ലെന്നവനറിയാം. പൂർണമനസ്സോടെ അവർ തന്നെ യാത്രയാക്കില്ല എന്നവൻ കരുതി. കാരണം അവർ അത്ര കണ്ട് തന്നെ സ്നേഹിക്കുന്നു. അതിനാൽ അവർ അറിയാതെ അവിടം വിട്ട് യാത്രയാവാൻ അവൻ ആഗ്രഹിച്ചു. അതിനാൽ ഓരോ ദിവസവും അവൻ അതിനുള്ള ഉപായങ്ങളാലോചിച്ചുകൊണ്ടിരുന്നു. ദിവസങ്ങളും മാസങ്ങളും കടന്നുപോയി അവൻ ചോരന്മാരോടൊപ്പം കഴിയാൻ തുടങ്ങിയിട്ട് ഒരാണ്ടുകഴിഞ്ഞിരിക്കുന്നു.

അങ്ങനെയിരിക്കെ അവരുടെ ആത്മീയാചാര്യനും കുലഗുരുക്കന്മാരിൽ പ്രധാനിയുമായ അലാരകന്റെ ഓർമ്മദിവസം വന്നെത്തി. അത് അവർക്ക് ആഘോഷത്തിന്റെ ദിനമാണ്. അവർ പ്രായഭേദമന്യേ, സ്ത്രീപുരുഷഭേദമന്യേ എല്ലാവരും നൃത്തവാദ്യഘോഷങ്ങളിലും മുഴുകിയിരിക്കുന്ന ദിവസം. അന്ന് സായാഹ്നത്തിലെ നൃത്തവും ആട്ടവും പാട്ടുമെല്ലാം കഴിഞ്ഞ് സുരപാനത്തിന്റെ ലഹരിയിലാണ്ട് ചോരന്മാരുടെ ജാഗ്രത തെല്ലു കുറയുന്ന അപൂർവ്വദിവസം.

അവൻ തന്റെ കിടക്കയിൽ ഒരു കുറിപ്പ് എഴുതിവച്ചിട്ട് ആ രാത്രിയുടെ ഇരുട്ടിലേക്ക് മറഞ്ഞു. തന്റെ ദേവരാജ്യമെന്ന സ്വപ്നഭൂമി തേടി. അവൻ തന്റെ കിടക്കയിൽ എഴുതിവച്ച് കുറിപ്പ് ഇപ്രകാരമായിരുന്നു.

ഉറ്റവരേ, നിങ്ങൾക്കെന്റെ പ്രണാമം.

''എന്റെ ഹൃദയത്തിന്റെ സ്വരം കേൾക്കാതിരിക്കുവാൻ എനിക്കാവില്ല. അതിനാൽ ഞാൻ ദേവരാജ്യത്തേക്ക് പോകുന്നു.''

സ്നേഹാദരവോടെ,

രഘുരാമൻ.

വിശപ്പകറ്റുന്ന തൂവലുകൾ

ചോരന്മാരുടെ താവളത്തിൽനിന്നും പുറപ്പെട്ട് രഘുരാമൻ വനപാതകളിൽ ചോരന്മാർ അടയാളപ്പെടുത്തിയിട്ടുള്ള രഹസ്യചിഹ്നങ്ങൾ നോക്കി രാജ്യാതിർത്തി കടന്ന് ദേവരാജ്യത്തെത്തി. ഇടത് കൈത്തണ്ടയ്ക്ക് മുകളിൽ കൊത്തിയിരിക്കുന്ന ചോരന്മാരുടെ കുലചിഹ്നമായ ആ നക്ഷത്രമുദ്ര ആരും കാണാതിരിക്കാൻതക്ക ഒരു പുറംകുപ്പായവും അവൻ കൈയിൽ കരുതിയിട്ടുണ്ടായിരുന്നു. ആ പുറംകുപ്പായം ധരിച്ചായിരുന്നു അവന്റെ യാത്ര.

പ്രഭാതമായപ്പോഴേക്കും അവൻ ദേവരാജ്യത്തിന്റെ അതിർത്തി ഗ്രാമമായ ഉദയഗിരിയിലെത്തി. ആ ഗ്രാമപാതയിൽ ഒരു വലിയ ശിലാഗോപുരവും അതിനോട് ചേർന്ന് ഒരു ശിലാസ്തൂപവും നാട്ടിയിരുന്നു. അതിനടുത്തായി പടർന്നു പന്തലിച്ചു നിൽക്കുന്ന ഒരാൽമരവും കണ്ടു. അവിടെ അൽപനേരം വിശ്രമിക്കാമെന്നു കരുതി ആ ആൽമരച്ചുവട്ടിൽ ഇരുന്നു. വിശപ്പും ദാഹവും മൂലം നന്നേ തളർന്നിരുന്നു. രാത്രി മുഴുവനും ഉറങ്ങാതെ വനത്തിലൂടെയുള്ള ദീർഘമായ യാത്ര നന്നേ തളർത്തിയിരുന്നു.

ചോരന്മാരുടെ താവളത്തിൽനിന്നും ഒരു പുറംകുപ്പായമല്ലാതെ തന്റെ തുണി സഞ്ചിയും ദിനവൃത്താന്തപുസ്തകവും ആ നാണയത്തുട്ടുകളും മറ്റൊന്നും അവൻ കൈയിൽ കരുതിയില്ല. അതിനാൽ തന്നെ വിശന്നു വലഞ്ഞ അവന്റെ കയ്യിൽ ഭക്ഷണം വാങ്ങാനായി നാണയത്തുട്ടുകളും ഉണ്ടായിരുന്നില്ല. പിന്നെ ചോരശാസ്ത്രവിധി പ്രകാരമുള്ള എല്ലാ വിദ്യകളും മനപ്പാഠമാണ്. നല്ല കയ്യടക്കവുമുണ്ട്. പക്ഷേ അവന് ചോരവിദ്യ പ്രയോഗിക്കുവാൻ മനസ്സുവന്നില്ല. അപരന്റെ ധനം അപഹരിക്കുവാൻ അവന് കഴിയുമായിരുന്നില്ല.

വിശപ്പടക്കുവാൻ ഇനി എന്താണൊരുവഴി? ആരോടെങ്കിലും സഹായം ചോദിച്ചാലോ? രഘുരാമൻ അങ്ങനെ പലവിധ ചിന്തയിലാണ്ടിരുന്നു.

ഒന്നുരണ്ട് യാത്രക്കാർ ആ ആൽമരച്ചുവട്ടിൽ ഇരിപ്പുണ്ടായിരുന്നു. അക്കൂട്ടത്തിൽ ഒരു വൃദ്ധനും ഉണ്ടായിരുന്നു. മുഷിഞ്ഞ കാവി വസ്ത്രങ്ങളാണ് അയാളുടെ വേഷം. തോളിൽ ഒരു തുണിസഞ്ചിയുമുണ്ട്. തുണിസഞ്ചിയിൽ എന്തോ സാധനങ്ങൾ നിറച്ചിട്ടുണ്ട്.

അയാൾ അനുഭാവപൂർവ്വം തന്നെത്തന്നെ നോക്കിയിരിക്കുന്നത് രഘുരാമൻ ശ്രദ്ധിച്ചു.

''നിന്റെ പേരെന്താണ്?''

അവന്റെ നോട്ടം കണ്ട് പുഞ്ചിരിയോടെ അവനെ നോക്കി ആ വൃദ്ധൻ ചോദിച്ചു.

''രഘുരാമൻ.'' അവൻ മറുപടി പറഞ്ഞു.

ഈ വൃദ്ധനോട് സഹായം ചോദിച്ചാലോ? ചിലപ്പോൾ സഹായിക്കാതിരിക്കില്ല. തന്നോട് അനുഭാവത്തോടെയാണ് അയാൾ പെരുമാറുന്നത് എന്നൊക്കെ അയാളെപ്പറ്റി ആലോചിച്ചിരിക്കുമ്പോഴാണ് വൃദ്ധന്റെ ചോദ്യം വന്നത്.

''നീ എവിടേക്ക് പോകുന്നു? നിന്റെ തൊഴിലെന്താണ്?''

''ഞാൻ ശാല്യരാജ്യത്തെ ഒരു ശിൽപിയാണ്. ദേവരാജ്യം ചുറ്റിക്കാണുവാൻ ഇറങ്ങിപ്പുറപ്പെട്ടതാണ്. പക്ഷേ ഇപ്പോൾ കൈയിൽ പണമൊന്നുമില്ലാതെ യാത്രാക്ലേശത്താലും വിശപ്പിനാലും നന്നേ വലഞ്ഞിരിക്കുന്നു. അതിനാൽ എനിക്കൽപ്പം ഭക്ഷണം നൽകി സഹായിക്കാമോ?'' അവൻ മടിച്ചുമടിച്ച് വൃദ്ധനോട് ചോദിച്ചു.

''എന്റെ കൈയിൽ ഭക്ഷണമോ പണമോ ഒന്നും തന്നെയില്ല.'' രഘുരാമന്റെ ചോദ്യം കേട്ട് ആ വൃദ്ധൻ സൗമ്യമായി പറഞ്ഞു.

''ഭക്ഷണമോ പണമോ ഒന്നും അങ്ങയുടെ കൈയിലില്ലെങ്കിൽ പിന്നെ അങ്ങയുടെ ഈ തുണിസഞ്ചിയിൽ എന്താണുള്ളത്?''

അവൻ അൽപം നീരസത്തോടെ അയാളുടെ തുണിസഞ്ചി ചൂണ്ടിക്കാട്ടി ചോദിച്ചു.

''ഓ അതിലോ. കുറേ തൂവലുകൾ, വിശപ്പകറ്റുന്ന തൂവലുകൾ.''

''വിശപ്പകറ്റുന്ന തൂവലുകളോ?''

അവന് കൗതുകമായി.

''അതെ, വിശപ്പകറ്റുന്ന തൂവലുകൾ.''

അയാൾ സഞ്ചിയിൽനിന്ന് ഒരു തൂവലെടുത്ത് അവനു നേരെ നീട്ടി. അവനതുവാങ്ങി തിരിച്ചും മറിച്ചും നോക്കി. ഇളംനീല നിറത്തിലുള്ള പക്ഷിത്തൂവൽ. പക്ഷേ താൻ കണ്ടു പരിചിതമായ പക്ഷികളുടേതല്ല. ഏത് പക്ഷിയുടേതാണെന്ന് മനസ്സിലാക്കുവാനും കഴിയുന്നില്ല.

'ഈ പക്ഷിത്തൂവൽ എങ്ങനെയാണ് വിശപ്പകറ്റുന്നത്? നല്ല കിറുക്കു തന്നെ.'

ആ വൃദ്ധൻ കേൾക്കാതെ അവൻ തന്നത്താൻ പറഞ്ഞു.

''വിശപ്പാണ് ഇപ്പോൾ നിന്റെ ദുഃഖകാരണമെങ്കിൽ അതാ, ആ കാണുന്ന ഗോപുരവാതിലിനു മുൻപിലുള്ള മണ്ഡപത്തിൽ വിവാഹ സൽക്കാരം നടക്കുന്നുണ്ട്. അവിടെ ചെന്നാൽ വയറുനിറയെ വിഭവ സമൃദ്ധമായ ഭക്ഷണം കഴിക്കാം. കൈയിൽ പണത്തിന്റെ ആവശ്യ വുമില്ല.''

ആ തൂവലുകൾ പരിശോധിച്ചുകൊണ്ടിരുന്ന രഘുരാമനോടായി വൃദ്ധൻ പറഞ്ഞു.

അവൻ എഴുന്നേറ്റ് അയാൾ ചൂണ്ടിക്കാട്ടിയ മണ്ഡപത്തിലേക്ക് പോകുവാനായി നടന്നു. ഇനി ഈ പക്ഷിത്തൂവൽ തനിക്കെന്തിന് എന്ന് കരുതി കൈയിലിരുന്ന ആ തൂവൽ അയാൾക്കു നേരെ നീട്ടി.

ആ വൃദ്ധൻ ആ തൂവലുകൾ തിരികെ വാങ്ങാതെ അവന്റെ കൈയിൽതന്നെ വച്ചു കൊടുത്തിട്ടു പറഞ്ഞു. ''നീ ആ വിവാഹ സൽക്കാര വേദിയിൽ ചെന്ന് അവിടെയുള്ള ആരോടെങ്കിലും ഭക്ഷണം ആവശ്യപ്പെടുക. നീ ആദ്യം ചോദിക്കുമ്പോൾതന്നെ നിനക്ക് ഭക്ഷണം ലഭിച്ചാൽ ഈ തൂവലുകൾ അവിടെ ഉപേക്ഷിച്ചുകൊള്ളുക. എന്നാൽ ആരും നിനക്ക് ഭക്ഷണം തരാൻ കൂട്ടാക്കുന്നില്ലെങ്കിൽ നീ ഈ പക്ഷിത്തൂവൽ നിവർത്തിപ്പിടിച്ച് ഈ തൂവലിലൂടെ അവിടെ കൂടിയ വരെ ഓരോരുത്തരെയായി നോക്കണം. തൂവലിലൂടെ നോക്കുമ്പോൾ മനുഷ്യരായി കാണുന്നവരിൽ ഒരാളോട് നിനക്ക് അൽപം ഭക്ഷണം നൽകുവാൻ ആവശ്യപ്പെടുക.''

അവൻ ആ തൂവലും കൈയിൽപിടിച്ച് ആ വിവാഹസൽക്കാര വേദിയിലെത്തി. അവിടെ പീഠങ്ങളിലൊക്കെ ആളുകൾ നിറഞ്ഞിരി ക്കുന്നു. എല്ലാവരും ഭക്ഷണം കഴിക്കുന്ന തിരക്കിലാണ്. മണ്ഡപ ത്തിലെ പ്രവേശനകവാടത്തിലും മറ്റുമായി ധാരാളം ആളുകൾ കൂടി നിൽപ്പുണ്ട്. അവിടെ ആദ്യം കണ്ട പ്രമാണിമാരായി തോന്നിച്ച ഒന്നു രണ്ടുപേരോട് താൻ വിശന്നുവലഞ്ഞ് വരികയാണെന്നും അതി നാൽ അൽപം ഭക്ഷണം തരാമോ എന്നവൻ ചോദിച്ചു.

അവരിൽ ആരും അവനെ ശ്രദ്ധിച്ചതുപോലുമില്ല. ഇനി വിശന്നു വലഞ്ഞ് ഇവിടെ നിന്നിട്ടെന്തു കാര്യം? തിരികെ പോയാലോ. അവൻ ചിന്തിച്ചു. എന്തായാലും ആ വൃദ്ധൻ തന്ന ആ തൂവലുകൾ ഒന്നു പരീക്ഷിച്ചാലോ? അവൻ തന്റെ കൈയിലുള്ള ആ പക്ഷിത്തൂവൽ വിടർത്തി അതിലൂടെ ആ സൽക്കാരവേദിയാകെ നോക്കി.

അവന് തന്റെ കണ്ണുകളെ വിശ്വസിക്കാനായില്ല. ഈ തൂവലിലൂടെ നോക്കുമ്പോൾ തൊട്ടുമുൻപുവരെ താൻ മനുഷ്യരൂപത്തിൽ കണ്ട ആളുകൾ പലതരത്തിലുള്ള ജീവികളുടെ രൂപത്തിൽ തനിക്കു കാണുവാൻ കഴിയുന്നു. അവരിൽ പട്ടി, പൂച്ച, കാള, സിംഹം, കടുവ, പന്നി തുടങ്ങിയ പലതരം മൃഗങ്ങളും കാക്ക, പരുന്ത്, തത്ത, മൈന തുടങ്ങി വിവിധയിനം പക്ഷികളും പാമ്പുകളും എല്ലാമുണ്ട്. ഇടയ്ക്ക് അവിടവിടെ അപൂർവ്വമായി മനുഷ്യരും ഇരിപ്പുണ്ട്.

അവൻ ആ പക്ഷിത്തൂവലിലൂടെ നോക്കിയപ്പോൾ മനുഷ്യനായി കണ്ട ഒരാളുടെ അടുത്തേക്ക് ചെന്നു. അയാൾ ആ സൽക്കാരവേദിയിൽ ഒരു പീഠത്തിലിരുന്ന് ഭക്ഷണം കഴിക്കുകയായിരുന്നു.

''ഞാൻ ആകെ വിശന്ന് തളർന്നിരിക്കയാണ്. എനിക്കൽപം ഭക്ഷണം നൽകാമോ?''

രഘുരാമൻ താൻ പക്ഷിത്തൂവലിലൂടെ മനുഷ്യനായി കണ്ട ആളെ തട്ടിവിളിച്ചുകൊണ്ട് ചോദിച്ചു.

അയാൾ ഉടൻ തന്നെ എഴുന്നേറ്റ് ചെന്ന് തന്റെ കൈകൾ കഴുകി ശുദ്ധിവരുത്തി അവനെ ആദരപൂർവ്വം വിളിച്ചു കൊണ്ടു പോയി ഒരു പീഠത്തിലിരുത്തി, മതിവരുവോളം ഭക്ഷണം വിളമ്പിക്കൊടുത്തു. ഭക്ഷണം കഴിച്ച് തീരുംവരെ അയാൾ അവനെ ശുശ്രൂഷിച്ചു.

രഘുരാമൻ ഭക്ഷണം കഴിച്ച് അയാൾക്ക് നന്ദിപറഞ്ഞ് ആ ആൽമരച്ചുവട്ടിലേക്ക് നടന്നു. ആ നടത്തത്തിനിടയിൽ ആ വൃദ്ധൻ പോയിട്ടുണ്ടാവുമോ എന്നായിരുന്നു ചിന്ത. വേഗം നടന്ന് ആൽമരച്ചുവട്ടിലെത്തി. ഇല്ല, അയാൾ പോയിട്ടില്ല, ഒരു ചെറുചിരിയോടെ അവിടെ തന്നെയിരിപ്പുണ്ട്. അവൻ ഓടി അടുത്തുചെന്ന് ആ വൃദ്ധന്റെ കാലുകളിൽ തൊട്ട് നമസ്കരിച്ചിട്ട് വിനയത്തോടെ പറഞ്ഞു.

''അങ്ങ് ആരാണെന്ന് എനിക്കറിയില്ല പക്ഷേ താങ്കൾ എനിക്ക് ഭക്ഷണം നൽകിയെന്നു മാത്രമല്ല, എന്നെ ജീവിതത്തിലെ വലിയൊരു പാഠംകൂടി പഠിപ്പിച്ചിരിക്കുന്നു. മനുഷ്യർ കാഴ്ചയിൽ എല്ലാവരും മനുഷ്യരൂപത്തിലാണെങ്കിലും അവരിൽ മനുഷ്യഗുണം ഉള്ളവർ അപൂർവ്വമാണ് എന്ന പാഠം.''

''എന്റെ ലക്ഷ്യം നിനക്ക് ഭക്ഷണം നൽകുകയായിരുന്നില്ല. നിന്റെ വിശപ്പകറ്റുക മാത്രമായിരുന്നു. വിശപ്പാണ് ഏറ്റവും രുചിയുള്ള ഭക്ഷണം, വിശക്കുന്നവന് ഭക്ഷണത്തിന്റെ കാര്യത്തിൽ തിരഞ്ഞെടുപ്പിന്റെ ആവശ്യമില്ല. അവന് ഭക്ഷണത്തിന്റെ രുചിയേക്കാൾ വിശപ്പടക്കുക എന്നതാണ് മുഖ്യം. നീ നിന്റെ വിശപ്പറിയുക, അത് ഉദരത്തിന്റേതല്ല. നിന്റെ ഹൃദയത്തിന്റേതാണ്. നിന്റെ ഹൃദയത്തിന്റെ വിശപ്പകറ്റുവാൻ നീ ശിവാലിയിലേക്ക് പോവുക.''

ഇത്രയും പറഞ്ഞ് ആ വൃദ്ധൻ തന്റെ തുണിസഞ്ചിയുമെടുത്ത് അവനോട് യാത്രപറഞ്ഞ് ആ ചെമ്മൺ പാതയിലൂടെ ഉത്തരദിക്ക് ലക്ഷ്യമാക്കി നടന്നുപോയി,

അവൻ ധൃതിയിൽ തന്റെ കൈയിലെ തൂവലെടുത്ത് അതിലൂടെ ആ വൃദ്ധനെ നോക്കി. ആ തൂവലിലൂടെ നോക്കിയപ്പോൾ ആ വൃദ്ധനു ചുറ്റും ഒരു സ്വർണ്ണവെളിച്ചം വ്യാപിച്ചിരിക്കുന്നതായി അവൻ കണ്ടു. അയാൾ വെറുമൊരു യാത്രക്കാരനല്ല എന്നവന് ബോധ്യമായി. യാത്രക്കാരനല്ലെങ്കിൽ പിന്നെ ആരാവും? എവിടെ നിന്നാവും അയാൾ വന്നെത്തിയത്? ഇപ്പോൾ ആ ഉത്തരദിക്ക് ലക്ഷ്യമാക്കി എവിടേക്കായിരിക്കും പോയിട്ടുണ്ടാവുക? താൻ ശിവാലിയിലേക്ക് പോകണമെന്ന് പറഞ്ഞതെന്തിനായിരിക്കും?

തനിക്ക് കുറേയേറെ കാര്യങ്ങൾ ആ വൃദ്ധനോട് ചോദിച്ചറിയേണ്ടതായിട്ടുണ്ടായിരുന്നു. പക്ഷേ കഴിഞ്ഞില്ലല്ലോ എന്നെല്ലാം ചിന്തിച്ചുകൊണ്ട് ആ വൃദ്ധൻ നടന്നുപോയ മൺപാതയിലേക്ക് നോക്കിക്കൊണ്ട് ആ മരച്ചുവട്ടിലിരുന്നു.

വെയിലിന്റെ കാഠിന്യം കുറയുംവരെ അവിടെതന്നെ വിശ്രമിച്ചു. വെയിൽ മങ്ങിയപ്പോൾ ആ ചെമ്മൺപാതയിലൂടെ ഗ്രാമക്കാഴ്ചകൾ കണ്ട് എങ്ങോട്ടെന്നില്ലാതെ അലഞ്ഞുനടന്നു. അങ്ങാടികളിലും തെരുവോരങ്ങളിലും എല്ലാം കറങ്ങിനടന്നു.

ദേവരാജ്യം എല്ലാംകൊണ്ടും ഐശ്വര്യം തുളുമ്പുന്ന ഒരു മഹത് സംസ്കൃതി തന്നെ. അവിടുത്തെ നിയമങ്ങളും ആചാരങ്ങളും ശാല്യരാജ്യത്തെപ്പോലെയല്ല എല്ലാം തികച്ചും വ്യത്യസ്തം. വേശ്യാലയങ്ങളും ദേവദാസികളുമില്ലാത്ത, ജാതികളും കുലങ്ങളും തമ്മിൽ കലഹങ്ങളില്ലാത്ത രാജ്യം. രാജാവ് നീതിമാനും കരുത്തനുമാണ്. രാജകൽപ്പനകൾ പ്രജകൾക്ക് ഈശ്വരവചനങ്ങളും.

ഉദയഗിരി ദേവരാജ്യത്തെ ചെറിയ ഗ്രാമങ്ങളിൽ ഒന്നായിരുന്നു. അതൊരു നദീതടപട്ടണം കൂടിയായിരുന്നു. ധാരാളം ഉദ്യാനങ്ങളും നാടകശാലകളുമുള്ള പട്ടണം. അവിടെയെല്ലാം ചുറ്റിനടന്നു കണ്ടു. ദേവരാജ്യത്തെ പ്രസിദ്ധമായ കുന്തളപ്പുഴയുടെ കൈവഴിയായ ഭവാനി നദിയൊഴുകുന്നത് ഉദയഗിരിയുടെ പട്ടണപ്രദേശത്തുകൂടിയാണ്. അവിടെ ആ നദിക്കരയിൽ മനോഹരമായ ഒരുദ്യാനമുണ്ടായിരുന്നു. ആ ഉദ്യാനം ചുറ്റി നടന്നു കണ്ടു. പുഴയോട് ചേർന്നുള്ള ആ ഉദ്യാനം ഏറെ ആസ്വാദ്യകരമായ ഇടമായി തോന്നി. കുറച്ചു സമയം അവിടെ ചിലവഴിക്കാം എന്ന് തീരുമാനിച്ചു.

ആ ഉദ്യാനത്തിൽ പുഴയുടെ ഓരം ചേർന്ന് കൊത്തിയുണ്ടാക്കിയ ഒരു കന്യകാശിൽപത്തിനു ചുവട്ടിലെ മരബഞ്ചിൽ ആ പുഴയുടെ

മനോഹാരിതയിലേക്ക് നോക്കി ചിന്തയിലാണ്ടിരുന്നു. ആ വൃദ്ധനെപ്പറ്റിയായിരുന്നു ചിന്ത. അയാൾ നൽകിയ ആ പക്ഷിത്തൂവലിലൂടെ നോക്കിയപ്പോൾ ആളുകളെ പല രൂപത്തിൽ കണ്ടതും അതിൽ മനുഷ്യഗുണമുള്ള ആളുകളെ മാത്രം മനുഷ്യരൂപത്തിൽ കണ്ടതും അവരിൽ ഒരാളോടായി ഭക്ഷണം ആവശ്യപ്പെട്ടപ്പോൾ ആദരവോടെ ഭക്ഷണം നൽകിയതും അതിലൂടെ വൃദ്ധനെ നോക്കിയപ്പോൾ സ്വർണ്ണ വർണ്ണം നിറഞ്ഞതായി കണ്ടതും അയാൾ തന്റെ കണ്ണിൽനിന്നും മറഞ്ഞ സമയം മുതൽ ആ തൂവൽ നിറംമാറി ചാരനിറമായി അതിന്റെ ശക്തി നഷ്ടമായതുമെല്ലാം അതിശയത്തോടെ ഓർത്തു.

ആ വൃദ്ധൻ പോകുവാൻ നേരം അവനോട് ശിവാലിയിലേക്ക് പോകുവാൻ മറക്കല്ലേ എന്നു പറഞ്ഞതും ഓർത്തു. ശിവാലി ദേവ രാജ്യത്തിന്റെ ഏറ്റവും ഉയർന്ന പർവ്വതശിഖരങ്ങളിലൊന്നാണ്. അവിടെ എന്താണിത്ര പുതുമയുള്ളത്. അയാൾ എന്തിനാണ് തന്നോട് അവിടേക്ക് പോകുവാൻ പറഞ്ഞത് എന്നിങ്ങനെ അതിനെപ്പറ്റിയെല്ലാം ചിന്തിച്ചുകൊണ്ടിരുന്നു.

പെട്ടെന്ന് ആ ഉദ്യാനത്തിന്റെ മറ്റൊരു ഭാഗത്തുനിന്നും സ്ത്രീകളുടെ കൂട്ടനിലവിളി കേട്ടു. അവൻ ചിന്തയിൽനിന്നുണർന്ന് അങ്ങോട്ടേക്ക് ഓടി. ആ ഉദ്യാനത്തിൽ നദിയിലേക്ക് ചാഞ്ഞ് നിൽക്കുന്ന മാവിൻചുവട്ടിൽനിന്നാണ് സ്ത്രീകളുടെ നിലവിളി കേൾക്കുന്നത് അവൻ അവിടെയെത്തുമ്പോൾ അവിടെ കളിച്ചുകൊണ്ടിരുന്ന ഒരു ബാലൻ നദിയിലെ വെള്ളത്തിൽ വീണ് താഴ്ന്നുപോകുന്നതും അതു കണ്ട് കുട്ടിയുടെ അമ്മയും കൂടെ ഉണ്ടായിരുന്ന സ്ത്രീകളുമാണ് നിലവിളിക്കുന്നതെന്നും മനസ്സിലായി.

അവൻ തന്റെ പുറംകുപ്പായവും ചെരുപ്പുകളും ആ നദിക്കരയിൽ ഊരിവച്ച് പൊടുന്നനെ നദിയിലേക്ക് എടുത്തുചാടി നീന്തിച്ചെന്ന് ആ ബാലനെ രക്ഷിച്ച് ആ സ്ത്രീകളുടെ പക്കൽ ഏൽപ്പിച്ചു.

പുറംകുപ്പായമില്ലാതെ നിൽക്കുന്ന തന്നെ കണ്ട് ആ സ്ത്രീകൾ ഭയപ്പെടുന്നതും രഹസ്യമായി എന്തെല്ലാമോ സംസാരിക്കുന്നതുമെല്ലാം അവൻ കണ്ടു. അവന് കാര്യം മനസ്സിലായി, തന്റെ കൈത്തണ്ടയിലെ നക്ഷത്രമുദ്ര കണ്ടിട്ടാണ് അവർ ഭയന്നത്.

അവിടെ കൂടി നിന്നവരെ ശ്രദ്ധിക്കാതെ അവൻ വേഗം തന്റെ പുറംകുപ്പായവും ചെരിപ്പുകളുമണിഞ്ഞ് ആ ഉദ്യാനത്തിൽനിന്ന് പുറത്തേക്ക് കടന്ന് ഉദ്യാനത്തിന് വലതുവശത്തുകൂടിയുള്ള ചെമ്മൺ പാതയിലൂടെ വേഗം നടന്നുപോയി.

സായാഹ്നമാകുന്നതിനു മുൻപുതന്നെ രഘുരാമൻ പിടിക്കപ്പെട്ടു. ഏതോ ചോരനാണെന്ന സംശയത്താൽ, ഉദ്യാനത്തിൽ കുട്ടിയെ

രക്ഷിച്ച് കരയ്ക്കെത്തിച്ച സമയംതന്നെ കൈത്തണ്ടയിലെ നക്ഷത്രമുദ്ര കണ്ട ആരോ അറിയിച്ചതു പ്രകാരമാണ് തന്നെ ദേവരാജ്യത്തെ പട്ടാളക്കാർ പിടികൂടിയിരിക്കുന്നത്. പട്ടാളക്കാർ ശാല്യരാജ്യത്തെ പട്ടാളത്തെപോലെയല്ല, നല്ല മര്യാദയുള്ളവരും ശരിയായ പരിശീലനം ലഭിച്ചവരുമാണ്. കൂടാതെ ധീരന്മാരും ജന്മനാടിനോടും രാജാവിനോടും കൂറുപുലർത്തുന്നവരുമാണ്. അവർ അവന്റെ വസ്ത്രങ്ങളും മറ്റും പരിശോധിച്ച് ആയുധങ്ങളോ മറ്റെന്തെങ്കിലുമോ അവന്റെ കൈവശമില്ലെന്ന് ഉറപ്പു വരുത്തി. അതിനുശേഷം പട്ടാളക്കാരുടെ കുതിര വണ്ടിയിൽ കയറ്റി അവനെ ദേവരാജ്യതലസ്ഥാനമായ ദേവപുരിയിലേക്ക് കൊണ്ടുപോയി.

അവനെയുംകൊണ്ട് പട്ടാളവണ്ടി ദേവരാജ്യത്തിന്റെ തെരുവുകളിലൂടെ കൊട്ടാരം ലക്ഷ്യമാക്കി പാഞ്ഞു. ദേവരാജ്യത്തെ തെരുവുകൾക്കുപോലും ഒരു കാല്പനിക ഭംഗിയുള്ളതായി തോന്നി. തെരുവുകൾക്ക് ഇരുവശവും നിരനിരയായി തണൽവൃക്ഷങ്ങൾ നട്ടു വളർത്തിയിരിക്കുന്നു. ഭംഗിയുള്ളതും ശുചിത്വമുള്ളതുമായ പാതകൾ കെട്ടിടങ്ങൾക്കെല്ലാം ഒരു പ്രത്യേക ചാരുത തന്നെയുണ്ട്. എല്ലാം കൃത്യമായ ആസൂത്രണമികവിന്റെ മകുടോദാഹരണങ്ങളാണ്. തലസ്ഥാനനഗരിയായ ദേവപുരി ശിൽപങ്ങളാലും ശിൽപവേലകൾകൊണ്ട് അലങ്കരിച്ച മനോഹരമായ കൊട്ടാരങ്ങളാലും വാണിഭകേന്ദ്രങ്ങളാലും നിറഞ്ഞ ഒരു സുന്ദരപട്ടണമായിരുന്നു. അവൻ എല്ലാം ആ പട്ടാളവണ്ടിയിൽ ഇരുന്ന് നോക്കി കണ്ടു.

ദേവരാജ്യത്തെ മായാജാലം

രാജഭടന്മാർ അവനെ രാജസന്നിധിയിൽ ഹാജരാക്കി. അവൻ ശിരസ്സു നമിച്ച് രാജാവിന് അഭിവാദ്യമർപ്പിച്ചു.

''മഹാരാജൻ, ഞാൻ ചോരനല്ല. അങ്ങ് പർവ്വതനിരകൾക്കുമപ്പുറം അങ്ങയുടെ സാമന്തരാജ്യമായ ശാല്യരാജ്യത്തെ ഒരു ശിൽപി. രഘുരാമൻ. അതാണ് എന്റെ പേര്. ഞാനൊരു ദേവദാസിയുടെ മകനാണ്. സുദേവൻ എന്ന ശിൽപിയാണ് എന്റെ വളർത്തച്ഛൻ. ശിൽപകലയിൽ എന്റെ ഗുരുവും അദ്ദേഹംതന്നെ. ശാല്യരാജ്യത്ത് ശിൽപനിർമ്മാണമത്സരത്തിൽ ഞാൻ നിർമ്മിച്ച ദാർശനിക ശിൽപത്തിന്റെ നിർദ്ദേശപ്രകാരമാണ് ഞാൻ മലനിരകളും പുഴകളും താണ്ടി അങ്ങയുടെ ഈ മനോഹര രാജ്യത്ത് എത്തിയത്.''

''ശിൽപത്തിന്റെ നിർദ്ദേശപ്രകാരമോ, വിചിത്രം തന്നെ!''

''ശരിയാണ് പ്രഭോ, ശിൽപത്തിന്റെ നിർദ്ദേശ പ്രകാരം.''

രാജാവിന്റെ ചോദ്യത്തിന് അവൻ താണുവണങ്ങിക്കൊണ്ട് പറഞ്ഞു.

''ഞാൻ ഒളിയൻ ശിലയിൽ തീർത്ത ആ ദാർശനിക ശിൽപത്തിന്റെ...

അവൻ തന്റെ കഥ പറയുവാൻ തുടങ്ങി.

ആരോ സഭയിൽനിന്നും അവനെ പരിഹസിക്കുവാൻ ശ്രമിച്ചു. രാജാവ് അയാളെ അതിൽനിന്നും തടഞ്ഞു.

താൻ ശാല്യരാജ്യത്ത് ശിൽപകലാ മത്സരത്തിൽ മൂന്നു തവണ പങ്കെടുത്തതും ശിൽപങ്ങൾ നിർമ്മിച്ചതും എന്നാൽ മൂന്നു തവണയും ഒളിയൻ ശില കാരണം താൻ പരാജയപ്പെട്ടതും അവസാനം നിർമ്മിച്ച ആ ദാർശനികശിൽപത്തെ ഉന്തുവണ്ടിയിൽ കയറ്റി തന്റെ ശിൽപശാലയിൽ എത്തിച്ചതും രാത്രിയുടെ രണ്ടാംയാമത്തിൽ

ശിൽപം തന്നെ വിളിച്ചതും തന്നോട് സംസാരിച്ചതും ദേവരാജ്യ ത്തേക്ക് പോകുവാൻ നിർദ്ദേശിച്ചതും അങ്ങനെ ദേവരാജ്യത്തേക്കുള്ള യാത്രയ്ക്കായി താൻ ഇറങ്ങിത്തിരിച്ചതും അവസാനം ഇതാ, ഇപ്പോൾ ദേവരാജ്യസന്നിധിയിൽ ഒരു ചോരനെന്ന് ആരോപിക്കപ്പെട്ട് നിൽ ക്കുന്നതും വരെയുള്ള കാര്യങ്ങൾ അവൻ രാജസന്നിധിയിൽ പറഞ്ഞു കേൾപ്പിച്ചു.

''നീ പറയുന്നത് ഞങ്ങളെങ്ങനെ വിശ്വസിക്കും? ഇത് ദേവരാജ്യ മാണ്. ഇവിടെ നിന്റെ കുലമോ ജാതിയോ വർണ്ണമോ അറിയേണ്ട തുമില്ല, തെളിയിക്കേണ്ടതുമില്ല. ദേവരാജ്യത്തിൽ കുലമല്ല, കഴിവാണ് യോഗ്യത. വിശ്വസ്തതയാണ് തെളിയിക്കപ്പെടേണ്ടത്. നിന്റെ കൈത്തണ്ട യിൽ ചോരന്മാരുടെ അടയാളചിഹ്നമായ നക്ഷത്രമുദ്ര പതിച്ചിരിക്കു ന്നല്ലോ, ചോരന്മാർക്ക് ദേവരാജ്യത്ത് വധശിക്ഷയാണ് നൽകുന്ന തെന്ന് നിനക്കറിയില്ലേ? നീ പറഞ്ഞതിനൊക്കെ തെളിവായി കാട്ടു വാൻ എന്താണ് നിന്റെ പക്കലുള്ളത്?''

താൻ മരണത്തിന്റെ വക്കിലാണ് നിൽക്കുകയാണ് എന്ന് അവന് തോന്നി. അപ്പോഴാണ് അവൻ ദേവരാജ്യത്തെ ആ ശിൽപവ്യാപാരി യെപ്പറ്റി ഓർത്തത്. ദിനകരൻ, അയാളാണ് തനിക്ക് ദേവരാജ്യത്തെ ക്കുറിച്ച് കുറേയേറെ കാര്യങ്ങൾ പറഞ്ഞുതന്നത്. ദേവരാജ്യത്തെ ജനങ്ങളെക്കുറിച്ച്, രാജ്യനിയമങ്ങളെക്കുറിച്ച്, രാജാവിനെക്കുറിച്ച് പിന്നെ ഈ മഹാസാമ്രാജ്യത്തിലെത്തിച്ചേരേണ്ട യാത്രാമാർഗ്ഗങ്ങളെ ക്കുറിച്ച്, അങ്ങനെ കുറേയേറെ കാര്യങ്ങൾ അവൻ ഓർത്തെടുക്കാൻ ശ്രമിച്ചു.

അവൻ ആ ശിൽപവ്യാപാരിയെപ്പറ്റി രാജസന്നിധിയിൽ ഉണർ ത്തിച്ചു.

''എന്നെ അറിയുന്ന ഒരാൾ അങ്ങയുടെ പ്രജകളിൽ ഉണ്ട് മഹാ രാജൻ. ദിനകരൻ എന്നാണ് അയാളുടെ പേര്. അങ്ങയുടെ രാജ്യത്തെ ശിൽപവ്യാപാരിയാണ് അയാൾ. പലപ്പോഴും ശാല്യരാജ്യത്തെ എന്റെ ശിൽപശാലയിൽ ശിൽപങ്ങൾ വാങ്ങുവാനായി അയാൾ വന്നിട്ടു മുണ്ട്. ഞാനൊരു ശിൽപിയാണെന്ന് അയാൾക്കുമറിയാം.'' അവൻ രാജാവിനെ വണങ്ങിക്കൊണ്ടു പറഞ്ഞു.

ദിനകരൻ എന്ന ശിൽപവ്യാപാരിയെ കണ്ടെത്തി രാജസന്നിധി യിൽ എത്തിക്കുന്നതുവരെ രഘുരാമനെ കാരാഗൃഹത്തിൽ അട യ്ക്കുവാൻ രാജാവ് കൽപിച്ചു. ദിനകരനെപ്പറ്റി അന്വേഷിക്കുവാനും രാജാവ് ദൂതന്മാരെ നിയോഗിച്ചു.

രാജകല്പന പ്രകാരം രാജഭടന്മാർ അവനെ ബന്ധിച്ച് കാരഗൃഹ ത്തിലേക്ക് കൂട്ടിക്കൊണ്ടുപോയി. ദേവരാജ്യത്തിന്റെ കാരാഗൃഹ

ക്കോട്ടയിലേക്ക് ഭടന്മാരോടൊപ്പം അവൻ പ്രവേശിച്ചു. അകത്തേക്ക് നീണ്ടു കിടക്കുന്ന ഒരു വലിയ ഇടനാഴിയിലേക്കാണ് ആ കോട്ടയുടെ പ്രവേശന കവാടം ചെന്നെത്തിയത്. ഇടനാഴിക്ക് ഇരുവശങ്ങളിലു മായിട്ടാണ് കുറ്റവാളികൾക്കുള്ള അറകൾ നിർമ്മിച്ചിരിക്കുന്നത്. കാരാഗൃഹമുറികളിൽനിന്നും ഇടനാഴിയിലേക്ക് ഇറങ്ങുവാൻ പാക ത്തിന് ഉരുക്കുകമ്പികളാൽ തീർത്ത വാതിലുകളും പകൽ സമയ ങ്ങളിൽ ഓരോ അറകളിലേക്കും വെളിച്ചം ലഭിക്കുവാൻ പാകത്തിന് അറകളിലെ കരിങ്കൽഭിത്തികൾക്ക് മുകളിലായി കിളിവാതിലുകളും നിർമ്മിച്ചിട്ടുണ്ട്. ഇരുമ്പുകമ്പികളാൽ ബന്ധിക്കപ്പെട്ട അറകളിൽ ഓരോന്നിലും കുറ്റവാളികൾ ബന്ധിതരായും അല്ലാതെയും കിടപ്പു ണ്ടായിരുന്നു. ദീർഘകാലത്തെ ശിക്ഷയ്ക്ക് വിധിക്കപ്പെട്ടവർ, തന്നെ പ്പോലെ സംശയത്താൽ പിടിക്കപ്പെട്ട് വിചാരണയ്ക്കായി കാത്തു കിടക്കുന്നവർ, രാജ്യദ്രോഹക്കുറ്റം ചെയ്തവർ, കൊലയാളികൾ. അങ്ങനെ ഓരോതരം കുറ്റവാളികളെയും പാർപ്പിക്കുവാൻ വ്യത്യസ്ത തരത്തിലും വലിപ്പത്തിലുമുള്ള കൽത്തുറങ്കുകൾ അവിടെ ഉണ്ടായി രുന്നു.

പരദേശിയായതുകൊണ്ടും കുറ്റവിചാരണ നടത്തേണ്ടതുള്ളതി നാലും രഘുരാമനെ വിചാരണത്തടവുകാർക്കുള്ള അറകളിലൊ ന്നിലാണ് പ്രവേശിപ്പിച്ചത്.

വിചാരണത്തടവുകാരൻ ആയതിനാൽ അറയിൽ പ്രവേശിപ്പിക്കും മുൻപ് രാജഭടന്മാർ അവന്റെ കൈകൾ ബന്ധനത്തിൽനിന്നും മോചി പ്പിച്ചിരുന്നു.

അവൻ ആ അറയിൽ പ്രവേശിച്ച് തടവുകാർക്കായി നൽകിയിട്ടുള്ള ചണനൂലുകൊണ്ട് നിർമ്മിച്ച പായ ആ അറയുടെ ഒരു മൂലയിൽ വിരിച്ച് അതിൽ കിടന്നു. സായന്തനമായതിനാൽ അവിടമാകെ ഇരുട്ട് പരന്നുതുടങ്ങിയിരുന്നു. ആകെ വെളിച്ചമെന്നു പറയാൻ ഇടനാഴി കളിൽ കൊളുത്തിവച്ച രാത്രി വിളക്കിന്റെ അരണ്ട വെളിച്ചം മാത്രമേ ഉണ്ടായിരുന്നുള്ളൂ.

കുറച്ചു സമയം കഴിഞ്ഞ് തടവുകാർക്കുള്ള അത്താഴ ഭക്ഷണ ത്തിനുള്ള സമയമായപ്പോൾ കാരാഗൃഹ ജോലിക്കാരിൽ ഒരാൾ വന്ന് അവനെ ഭക്ഷണശാലയിലേക്ക് കൂട്ടിക്കൊണ്ടു പോയി. അവിടെ തടവുകാരെ തറയിൽ വരിവരിയായി നിരത്തിയിരുത്തിയിരിക്കുന്നു. ആ വരിയുടെ ഒരറ്റത്ത് അവനും ഇരുന്നു. അപ്പോഴേക്കും തടവു കാർക്കുള്ള ഓട്ടുപാത്രങ്ങൾ നിരന്നു. അതിൽ കാരാഗൃഹ ജോലിക്കാർ തടവുകാർക്കുള്ള ഭക്ഷണം വിളമ്പിത്തുടങ്ങി.

എണ്ണ ചേർക്കാതെ ഗോതമ്പുമാവ് കുഴച്ച് ചുട്ടെടുത്ത പരുക്കനായ റൊട്ടിയായിരുന്നു തടവുകാരുടെ ഭക്ഷണം. അതിന് ഗാജോബ് എന്നാണ് പറയുന്നത്.

പകൽനേരം മുഴുവൻ ആഹാരം കഴിക്കാതെ അലഞ്ഞു നടന്നിരുന്നതിനാൽ നല്ല വിശപ്പുണ്ടായിരുന്നു. ലഭിച്ച റൊട്ടിമുഴുവൻ കഴിച്ച് തിരികെ കാരഗൃഹജോലിക്കാരുടെ നിർദ്ദേശമനുസരിച്ച് തന്റെ അറയിലേക്ക് പോയി. അറയിൽ പ്രവേശിച്ച ഉടനെ കാരാഗൃഹ ജോലിക്കാരും അറയുടെ വാതിൽപൂട്ടി തിരികെ പോയി.

തനിക്ക് ലഭിച്ച ചണപ്പായ ആ അറയുടെ ഒരു മൂലയിൽ വിരിച്ച് ചിന്തയിലാണ്ടു കിടന്നു. പകൽ നേരത്തെ അലച്ചിലിന്റെ ക്ഷീണം കാരണം രാത്രിയിലെപ്പോഴോ ഉറങ്ങിപ്പോയി.

ഉണർന്നപ്പോഴേക്കും ആ കൽതുറുങ്കിലെ കരിങ്കൽ ഭിത്തിയിൽ നിർമ്മിച്ചിട്ടുള്ള കിളിവാതിലിലൂടെ സൂര്യരശ്മികൾ വെളിച്ചത്തിന്റെ വെള്ളിനൂലുകൾപോലെ ആ കൽത്തുറുങ്കലിൽ പരന്നു തുടങ്ങിയിരുന്നു. ആ സൂര്യരശ്മികളുടെ പ്രഭാത ശോഭയിൽ തലേന്നത്തെ കാര്യങ്ങൾ ഓരോന്ന് ആലോചിച്ച് കിടന്നു. താൻ രാജഭടന്മാരാൽ പിടിക്കപ്പെട്ടതും ഒരു ചോരനെന്ന സംശയത്താൽ മഹാരാജാവ് തന്നെ തുറങ്കലിൽ അടയ്ക്കുവാൻ ഉത്തരവിട്ടതും പിന്നെ കാരാഗൃഹത്തിൽ അടയ്ക്കപ്പെട്ടതുമെല്ലാം.

തലേന്ന് രാത്രിയിൽ ഉറങ്ങിയെന്ന് പറയാനാവില്ല. കാരാഗൃഹത്തിലായതിന്റെ നിരാശയിൽ പാതിരാവരെ ഉറക്കം വരാതെ തിരിഞ്ഞും മറിഞ്ഞും കിടന്നു.

പ്രഭാതകൃത്യങ്ങൾ നിർവ്വഹിക്കുന്നതിനായി കാരാഗൃഹജോലിക്കാരിൽ ഒരാൾ വന്ന് അവന്റെ കൽത്തുറങ്കലിന്റെ വാതിൽ തുറന്ന് അവനെ പുറത്തേക്ക് കൂട്ടിക്കൊണ്ടുപോയി. പ്രഭാതകൃത്യങ്ങൾ നിർവ്വഹിച്ചതിനുശേഷം അവനെ ഇടനാഴിയിലൂടെ ഭക്ഷണശാലയിലേക്കും കൂട്ടിക്കൊണ്ടു പോയി.

പ്രഭാതഭക്ഷണത്തിനുശേഷം തന്റെ അറയിലെത്തിയ രഘുരാമൻ ചണനൂൽ പായ വിരിച്ച് അതിൽ അലസമായി കിടന്നു. പിന്നെ തന്റെ ജീവിതത്തിൽ അന്നുവരെ താൻ കേട്ടറിഞ്ഞതും കണ്ടനുഭവിച്ചതുമായ ഓരോന്നിനെപ്പറ്റിയും ഓർത്തു.

അവന്റെ ചിന്തകൾ ആ കാരാഗൃഹവാതിലും കടന്ന് അങ്ങ് അകലേക്ക് ശാല്യരാജ്യത്തേക്ക് യാത്രയായി. അവിടെ മാരോൺ ദേവന്റെ ക്ഷേത്രമതിൽക്കെട്ടിനോട് ചേർന്നുള്ള ഭഗവൽപ്പുരയുടെ നാല് ചുവരുകൾക്കുള്ളിൽ ജീവിതം ഹോമിച്ച അമ്മ രമണിക എന്ന സാധു ദേവദാസിയെപ്പറ്റി, തന്റെ അനാഥബാല്യത്തെ സ്നേഹ പരിലാളനകൾ

നൽകി മഹത്തരമായ ശിൽപവിദ്യ പഠിപ്പിച്ച തന്റെ പ്രിയപ്പെട്ട ധർമ യെപ്പറ്റി, പിന്നെ തന്നെ പരാജയങ്ങളിൽ തളരാതെ യാത്ര പോകുവാൻ പഠിപ്പിച്ച ആ ദാർശനിക ശിൽപത്തെപ്പറ്റി, യാത്രകളെ തനിക്ക് പ്രിയങ്കരമാക്കിതന്ന പ്രിയ സ്നേഹിതൻ ജീവാനന്ദിനെപ്പറ്റി, തന്നെ ഭിഷഗ്വരവിദ്യ പഠിപ്പിച്ച ജീവാനന്ദിന്റെ പിതാവ് രുദ്രമനെപ്പറ്റി. കുടുംബബന്ധത്തിന്റെ പവിത്രത തനിക്ക് കാട്ടിത്തന്ന, സ്നേഹത്തിന്റെ ഊഷ്മളത തനിക്ക് പകർന്നു തന്ന ജീവാനന്ദിന്റെ കുടുംബത്തെപ്പറ്റി. ചതിയിലൂടെ തന്നെ കീഴ്പ്പെടുത്തി പിന്നെ തന്റെ ഹൃദയം കവർന്ന ആ 'സമർത്ഥനായ ചോരൻ', പ്രിയ സ്നേഹിതൻ സേനനെപ്പറ്റി, തന്നെ മനുഷ്യനെ കാണുവാൻ പഠിപ്പിച്ച ആ സാധു വൃദ്ധനെപ്പറ്റി, ഔഷധവ്യാപരി ആഴ്വാറിനെപ്പറ്റി, പിന്നെയാ സത്രം ഉടമ അങ്ങനെ തന്റെ ജീവിതവഴികളിൽ തങ്ങിനിൽക്കുന്ന കുറെയേറെ മനുഷ്യാത്മാക്കളെപ്പറ്റി.

അങ്ങനെ എന്തെല്ലാമോ ചിന്തിച്ചു കിടക്കുമ്പോൾ അവനെ കാരഗൃഹത്തിൽനിന്നും രാജസന്നിധിയിലേക്ക് കൂട്ടിക്കൊണ്ടുപോകുവാൻ രാജഭടന്മാർ എത്തി.

ദിനകരൻ എന്ന ശിൽപവ്യാപാരി എത്തിയിട്ടുണ്ടെന്നും തന്നെ കണ്ട് സംശയനിവാരണം നടത്തേണ്ടതിനാണ് കൊണ്ടുപോകുന്നതെന്നും രാജഭടന്മാർ അവനെ അറിയിച്ചു.

ആ ശിൽപവ്യാപാരി തന്നെ തിരിച്ചറിഞ്ഞില്ലെങ്കിൽ താൻ എന്നന്നേക്കുമായി ഈ കൽതുറങ്കലിനുള്ളിൽ അകപ്പെടും. ഒരുപക്ഷേ, താനൊരു ചോരനായി ഗണിക്കപ്പെട്ട് മരണശിക്ഷയ്ക്ക് വിധിക്കപ്പെട്ടേക്കാം എന്നൊക്കെ ചിന്തിച്ചുകൊണ്ട് അവൻ രാജഭടന്മാരോടൊപ്പം രാജസന്നിധിയിലേക്ക് പോയി.

അവൻ ഭയപ്പെട്ടതുപോലെ സംഭവിച്ചില്ല. രാജസന്നിധിയിൽ ബന്ധിതനായി രാജഭടന്മാരുടെ നടുവിൽ നിന്ന രഘുരാമനെ ശിൽപവ്യാപാരി ദിനകരൻ തിരിച്ചറിഞ്ഞു.

''ഇയാളെ ഞാൻ അറിയും പ്രഭോ, ശാല്യരാജ്യത്തെ പാണ്ഡു ഗ്രാമത്തിലെ ഒരു ശിൽപിയാണ്. അവിടെനിന്നും ഞാൻ ധാരാളം ശിൽപങ്ങൾ വാങ്ങിയിട്ടുമുണ്ട്. സുദേവൻ എന്നൊരാളുടെ വളർത്തു മകനാണ് ഇയാൾ. മറ്റൊന്നും കൂടെയുണ്ട് അറിയിക്കുവാൻ. പക്ഷേ അത് രഹസ്യമായി അറിയിക്കുവാൻ അനുവാദമുണ്ടാകണമെന്ന് അപേക്ഷിക്കുന്നു.''

ദിനകരന്റെ ആവശ്യപ്രകാരം രഘുരാമനെ രാജസഭയിൽനിന്നും കാരാഗൃഹത്തിലേക്ക് കൂട്ടിക്കൊണ്ടുപോയി. രാജസന്നിധിയിൽ നിന്നും ഭടന്മാരുടെ നടുവിൽ ബന്ധിതനായി കാരാഗൃഹത്തിലേക്ക്

നടക്കുമ്പോഴും എന്തായിരിക്കും ആ ശിൽപവ്യാപാരിക്ക് തന്നെപ്പറ്റി രഹസ്യമായി അറിയിക്കുവാനുള്ളത് എന്നതായിരുന്നു അവന്റെ ചിന്ത മുഴുവൻ. ഇനി എന്താണ് സംഭവിക്കാൻ പോകുന്നതെന്നറിയാതെ രഘുരാമൻ ആ കാരാഗൃഹത്തിലെ ഇരുമ്പഴിക്കുള്ളിൽ ഓരോന്ന് ആലോചിച്ചിരുന്നു.

സായാഹ്നമാകും മുൻപേ തന്നെ രഘുരാമനെ കൂട്ടിക്കൊണ്ടു പോകുവാൻ രാജഭടന്മാർ വന്നെത്തിയെന്ന് കാരാഗൃഹജോലിക്കാരിൽ ഒരാൾ വന്ന് അവനെ അറിയിച്ചു. ഇത്തവണ രാജഭടന്മാർ തന്റെ കരങ്ങൾ ബന്ധിക്കാതെയാണ് കൊണ്ടുപോകുന്നത്. പോരാത്തതിന് അൽപം സൗഹൃദഭാവത്തിലാണ് പെരുമാറുന്നത്.

രഘുരാമനെ വീണ്ടും അവർ രാജസന്നിധിയിൽ ഹാജരാക്കി. അവൻ ശിരസ്സു നമിച്ച് രാജാവിന് അഭിവാദ്യമർപ്പിച്ചു. രാജാവിന്റെയും സദസ്യരുടെയും പെരുമാറ്റം കണ്ടിട്ട് താൻ ശാല്യരാജ്യത്തെ ശിൽപി യാണെന്ന് രാജാവിന് ബോധ്യപ്പെട്ട മട്ടുണ്ട് എന്ന് അവന് തോന്നി.

രഘുരാമനെപ്പറ്റി ദിനകരൻ പറഞ്ഞ വിവരങ്ങൾ കേട്ടതിനാലും താൻ ഉത്തമനായ ഒരു ശിൽപിയാണെന്ന് തെളിയിക്കുവാൻ അവന് ഒരവസരം നൽകണമെന്നുള്ള സദസ്യരുടെ അഭ്യർത്ഥന മാനിച്ചും രാജാവ് അവന് ഒരവസരം നൽകി.

നീ ശാല്യരാജ്യത്തെ ശ്രേഷ്ഠനായ ശിൽപിയാണെങ്കിൽ നീ അതു തെളിയിക്കേണ്ടതുണ്ട്. ദേവരാജ്യത്തെ രാജകുമാരിയായ എന്റെ പ്രിയപുത്രി അവന്തികയുടെ ശിൽപം നിർമ്മിക്കുവാൻ നിനക്ക് അവ സരം നൽകിയിരിക്കുന്നു.

ദേവരാജകുമാരി അവന്തികയുടെ ജീവസ്സുറ്റ ശിൽപം നിർമ്മി ക്കുവാൻ നിനക്കാകുമെങ്കിൽ ആ പരിശ്രമത്തിൽ നിനക്ക് വിജയി ക്കുവാനായാൽ നീ ശ്രേഷ്ഠനായ ശിൽപി തന്നെ, നിന്നെ ദേവരാജ്യം ആദരിക്കും. നിനക്ക് അതിന് കഴിഞ്ഞില്ലെങ്കിൽ വിധി മറ്റൊന്നായി രിക്കും.''

മഹാരാജാവിന്റെ വാക്കുകളിൽ ഒളിഞ്ഞിരിക്കുന്ന മരണദൂതന്റെ കാലൊച്ചകൾ അവന്റെ കാതുകളിൽ മുഴങ്ങിക്കേട്ടു. മഹാമന്ത്രിമാരും പണ്ഡിതന്മാരും നിറഞ്ഞ ആ രാജസദസ്സിൽ നിൽക്കുമ്പോൾ എല്ലാം ഒരു ഭയാനകസ്വപ്നം പോലെയാണ് അവന് തോന്നിയത്.

താൻ നല്ലൊരു ശിൽപി തന്നെ, അതിൽ തെല്ലും സംശയമില്ല. പക്ഷേ ശില ചതിച്ചാലോ? ഇതുവരെയുള്ള തന്റെ അനുഭവം അങ്ങനെയാണ്. ഒരുപക്ഷേ വിധി അതാണെങ്കിൽ അനുഭവിച്ചേ മതിയാവൂ. ദൂരങ്ങൾ താണ്ടി ഇവിടെ വന്നത് വെറുമൊരു ശിൽപം നിർമ്മിക്കുവാനാണോ? ആ ഒളിയൻ ശില തന്നെ പറഞ്ഞയച്ചത്

ശിൽപനിർമ്മാണത്തിൽ പങ്കെടുത്ത് ഈ ദേവരാജ്യത്തുവെച്ച് മരണപ്പെടുവാൻ വേണ്ടിയാണോ? ഒളിയൻ ശിലയാണ് തനിക്ക് ശിൽപനിർമ്മാണത്തിനായി ലഭിക്കുന്നതെങ്കിൽ മരണം ഉറപ്പായതുതന്നെ.

ദാർശനിക ശിൽപത്തെ വിശ്വസിച്ച തനിക്കാണ് അബദ്ധം പിണഞ്ഞത്, ഇനി പറഞ്ഞിട്ടെന്തുകാര്യം. അനുഭവിക്കുകതന്നെ. ഇറങ്ങിപുറപ്പെട്ടു കഴിഞ്ഞു. ഇനി പിന്തിരിഞ്ഞിട്ട് കാര്യമില്ല. എന്തും തരണം ചെയ്തേ മതിയാവൂ.

രഘുരാമനെ അതിഥിമന്ദിരത്തിൽ പാർപ്പിക്കുവാൻ രാജാവ് കൽപിച്ചു. അവൻ രാജാവിനെ താണുവണങ്ങി പട്ടാളക്കാരുടെ മധ്യത്തിൽ രാജസന്നിധിയിൽനിന്നും പുറത്തേക്കു പോയി.

ശിൽപനിർമ്മാണം പൂർത്തിയാക്കുംവരെ അവൻ ദേവരാജ്യത്തെ അതിഥിയായി പരിഗണിക്കപ്പെട്ടു. കൊട്ടാരത്തിൽ നിന്നും അതിഥിമന്ദിരത്തിലേക്ക് പട്ടാളക്കാർ അവനെ കൊണ്ടുപോയി. എല്ലാവിധ രാജകീയ സൗകര്യങ്ങളുമുള്ള അതിഥിമന്ദിരത്തിൽ അവൻ പലവിധ ചിന്തയിലാണ്ടുകഴിഞ്ഞു.

അടുത്ത പ്രഭാതത്തിൽ രാജശിൽപി വന്ന് അവനെ ശിൽപനിർമ്മാണത്തിനാവശ്യമായ ശില തെരഞ്ഞെടുക്കുവാനായി രാജ്യത്തെ വിശിഷ്ട ശിലകൾ സൂക്ഷിച്ചിരിക്കുന്ന മൈതാനത്തേക്ക് കൂട്ടിക്കൊണ്ടുപോയി.

ശിലകൾ നിരനിരയായി നിരത്തിയിട്ടിരിക്കുന്ന ആ മൈതാനത്ത് എത്തിയപ്പോൾ ശിലകൾ ചൂണ്ടിക്കാട്ടി രാജശിൽപി അവന് ഇഷ്ടമുള്ള ശില തിരഞ്ഞെടുക്കുവാൻ ആവശ്യപ്പെട്ടു.

ശില തിരഞ്ഞെടുക്കുവാനുള്ള അവകാശം നിനക്കുണ്ട്. ശിൽപനിർമ്മാണത്തിനായി നിനക്ക് ഇഷ്ടമുള്ള ശില തിരഞ്ഞെടുത്തോളൂ. അത് രാജഭടന്മാർ രാജമൈതാനത്ത് എത്തിച്ചുകൊള്ളും.

രാജശിൽപിയുടെ നിർദ്ദേശം കേട്ട് അവൻ തന്റെ ശിൽപനിർമ്മാണത്തിനുള്ള ഉത്തമശില അന്വേഷിച്ച് ആ മൈതാനത്തുള്ള ശിലകൾ ഓരോന്നായി ശ്രദ്ധയോടെ പരിശോധിച്ചുകൊണ്ടിരുന്നു.

തന്റെ ശിൽപം നിർമ്മിക്കുന്നത് ഏറ്റവും ഉത്തമമായ ശിലയിൽ തന്നെയായിരിക്കണം എന്നവൻ മനസ്സിൽ കരുതി. സന്ധ്യമയങ്ങും മുൻപേ തന്നെ അവൻ ആ മൈതാനത്തെ ഏറ്റവും ഉത്തമമായ ശില കണ്ടെത്തി. താൻ തിരഞ്ഞെടുത്ത ശില രാജശിൽപിക്ക് കാട്ടിക്കൊടുത്തിട്ട് അയാളുടെ അനുവാദത്തിനായി രഘുരാമൻ കാത്തുനിന്നു.

അവന്റെ ഇഷ്ടത്തിന് തടസ്സമുണ്ടായില്ല. രാജശിൽപി അനുവാദം നൽകി. ശില രാജമൈതാനത്ത് എത്തിക്കുവാൻ രാജശിൽപി ഭടന്മാർക്ക് ഉത്തരവ് നൽകിയിട്ട് മടങ്ങിപ്പോയി.

ശില രാജമൈതാനത്ത് ശിൽപനിർമ്മാണത്തിനായി നിർദ്ദേശിക്കപ്പെട്ട സ്ഥാനത്ത് സ്ഥാപിക്കപ്പെട്ടു. ഒപ്പം ശിൽപനിർമ്മാണത്തിന് ആവശ്യമായ എല്ലാവിധ സാമഗ്രികളും തയ്യാറായിക്കഴിഞ്ഞു.

നാൽപത് ദിനരാത്രങ്ങളാണ് ശിൽപം പൂർത്തീകരിക്കുവാൻ രഘുരാമന് അനുവദിക്കപ്പെട്ടത്.

''അവന്റെ ജീവൻ തുലാസ്സിലാക്കപ്പെട്ട നാൽപത് ദിനരാത്രങ്ങൾ.''

ഇനി രാജകുമാരിയുടെ ദർശനം ലഭിക്കുകയേ വേണ്ടൂ,

അടുത്ത പ്രഭാതത്തിൽ രാജകുമാരി ദർശനം നൽകുമെന്ന് കൊട്ടാരത്തിൽനിന്ന് അറിയിപ്പ് കിട്ടികഴിഞ്ഞു.

അടുത്ത പ്രഭാതത്തിൽ തെല്ലൊരാശങ്കയോടെയാണ് അവൻ രാജകുമാരിയെ മുഖം കാണിക്കാൻ കൊട്ടാരത്തിലെത്തിയത്.

എന്നാൽ രാജകുമാരിയെ കണ്ടപ്പോൾ അവന് ആശ്ചര്യമാണുണ്ടായത്. ''ഇതെന്തു വികൃതിയാണ്?''

താൻ ശാല്യരാജ്യത്ത് വച്ച് ശിൽപനിർമ്മാണ മത്സരത്തിൽ ഒളിയൻ ശിലയിൽ നിർമ്മിച്ച മനോഹരമായ ആ സ്ത്രീരൂപം. 'സുന്ദരിയായ കന്യകയുടെ ശിൽപം'.

തന്റെ ഹൃദയത്തിൽ ഉരുവായ ആ കന്യകാരൂപം ഇതാ കൺമുൻപിൽ രാജകുമാരിയായി. ദേവരാജ്യത്തിന്റെ പൊന്നോമനയായ രാജകുമാരിയായി നിൽക്കുന്നു. താൻ നിർമ്മിച്ച ആ സുന്ദരശിൽപം ഇന്നിതാ, തന്റെ കൺമുമ്പിൽ ജീവസ്സുറ്റ സുന്ദരകന്യകയായി നിൽക്കുന്നു.

ആ മഹത്തായ പരിശ്രമം ആവർത്തിക്കുവാൻ തനിക്കവസരം കൈവന്നിരിക്കുന്നു. അന്ന് ഒളിയൻ ശിലയുടെ വികൃതിയിൽ താൻ പരാജയപ്പെട്ടെങ്കിലും ഇന്നിതാ, ഉത്തമശിലയും ലഭിച്ചിരിക്കുന്നു. അവന് അൽപ്പനേരത്തേക്ക് തന്റെ കണ്ണുകളെ വിശ്വസിക്കാനായില്ല. അവൻ ആശ്ചര്യത്തോടെ അൽപ്പനേരം രാജകുമാരിയെതന്നെ നോക്കി സ്വപ്നത്തിലെന്നോണം ചിന്തയിലാണ്ട് നിന്നു.

''എന്താണ് മൗനമായി നിൽക്കുന്നത്? താങ്കൾക്ക് എന്റെ ശിൽപം നിർമ്മിക്കുമ്പോൾ പ്രയാസമാണോ?'' രാജകുമാരി ചോദിച്ചു.

അവൻ ഒരു സ്വപ്നത്തിൽനിന്നും ഞെട്ടിയുണർന്നെന്നോണം രാജകുമാരിയുടെ ചോദ്യത്തിന് വിനയത്തോടെ മറുപടി പറഞ്ഞു.

''ഭവതിയുടെ ശിൽപം നിർമ്മിക്കുവാൻ എനിക്ക് പ്രയാസമുണ്ടാകില്ല രാജകുമാരി. കാരണം ഒരിക്കൽ ഞാനത് നിർമ്മിച്ചതാണ് ശാല്യരാജ്യത്ത് വച്ച്, എന്റെ ഹൃദയത്തിൽ നിന്നും പകർത്തി, എന്നാൽ

അന്ന് ഒളിയൻ ശില ചതിച്ചു. ഇന്നിപ്പോൾ ഭവതിയെ നേരിൽക്കണ്ട് ശിൽപം നിർമ്മിക്കുവാൻ അവസരം കൈവന്നിരിക്കുന്നു. അതുമല്ല, ശിൽപനിർമ്മാണത്തിനായി ശില തിരഞ്ഞെടുക്കുവാൻ അവസരവും ലഭിച്ചു. അതിനാൽ തന്നെ ഒളിയൻ ശിലയുടെ വികൃതി ഇനി ഉണ്ടാവുകയുമില്ല.''

രഘുരാമൻ ശിൽപനിർമ്മാണം ഏറ്റെടുത്തു ശിൽപനിർമ്മാണം ആരംഭിക്കേണ്ട ദിവസം വന്നെത്തി. മുന്നിലുള്ള കൊട്ടാരമാളികയുടെ മണ്ഡപത്തിൽ രഘുരാമന് കാണുവാൻ പാകത്തിൽ രാജകുമാരി ആടയാഭരണങ്ങൾ അണിഞ്ഞ് നിന്നു. തന്റെ ഹൃദയത്തിൽ ഉരുവായ ആ കന്യകാരൂപത്തെ നേരിൽ കണ്ടതിലുള്ള ഹൃദയത്തുടിപ്പുകളോടെ ശിൽപം കൊത്തുവാൻ തുടങ്ങി. തന്റെ ഹൃദയ കന്യകയെ താൻ കണ്ടെത്തിയിരിക്കുന്നു.

അവളുടെ സാമീപ്യം തന്റെ ഹൃദയത്തിൽ രാസമാറ്റം തീർക്കുന്നതായി അവൻ അറിഞ്ഞുതുടങ്ങി.

ഒരുപക്ഷേ ഈ ദേവതയെ കണ്ടുമുട്ടാൻ വേണ്ടിയാവാം താൻ ശിൽപനിർമ്മാണ മത്സരങ്ങളിൽ പരാജയപ്പെട്ടത്. ആ ഒളിയൻശില നിമിത്തമായത്. പരിഹാസങ്ങൾക്ക് നടുവിലും ആ ദാർശനിക ശിൽപത്തെ തന്റെ ശിൽപശാലയിലെത്തിച്ചത്. ദാർശനിക ശിൽപത്തിന്റെ വാക്കുകൾ ശ്രവിച്ചത്. ദാർശനികശിൽപത്തിന്റെ വചസ്സുകൾ തന്റെ ജീവിതത്തിൽ സത്യദർശനമായി മാറിയത്. അങ്ങനെ എന്തെല്ലാം? രാജകുമാരിയുടെ ശിൽപം കൊത്തുകയായിരുന്നില്ല, ഹൃദയംകൊണ്ട് അതിൽ അലിഞ്ഞുചേരുകയായിരുന്നു. പല ദിവസങ്ങളിലും രാത്രി വൈകിയും ശിൽപനിർമ്മാണം തുടർന്നു കൊണ്ടിരുന്നു.

ഓരോ ദിവസത്തിനും പുതുമയുള്ളതുപോലെ അവനു തോന്നി. അവന്റെ ഹൃദയത്തിന്റെ അടിത്തട്ടിലെവിടെയോ അഗാധമായ പ്രണയത്തിന്റെ ദിവ്യപ്രകാശം പരക്കുകയായിരുന്നു. അവളിലെ ആത്മാംശം ശരീരവും ഹൃദയവും ഭേദിച്ച് തന്റെ ആത്മാവിൽ ചേക്കേറിയിരിക്കുന്നു. തന്റെ ഹൃദയത്തിൽ രാജകുമാരിയോടുള്ള ദിവ്യപ്രണയത്തിന്റെ ജീവമുകുളങ്ങൾ നിറഞ്ഞിരിക്കുന്നത് അവൻ അറിഞ്ഞുതുടങ്ങി. ആ പ്രണയം അവനിലെ യോദ്ധാവിനെ ഉണർത്തുകയായിരുന്നു.

ശിൽപിയിൽനിന്നും കാമുകനിലേക്കും കാമുകനിൽനിന്നും യോദ്ധാവിലേക്കും യോദ്ധാവിൽനിന്നും രാജാവിലേക്കും അവന്റെ ആത്മാംശം രൂപാന്തരം പ്രാപിച്ചുതുടങ്ങി. പ്രപഞ്ചാംശം കുടികൊള്ളുന്ന ഒരു യോദ്ധാവായി അവൻ രൂപാന്തരപ്പെട്ടു കഴിഞ്ഞിരുന്നു.

അവന്റെ ഹൃദയത്തിന്റെ അടിത്തട്ടിൽനിന്നും പ്രണയത്തിന്റെ നീരുറവ രൂപപ്പെട്ട് അത് ഒരു മഹാനദിയായി അവളിലേക്ക്, അവളുടെ ആത്മാംശത്തിലേക്ക് നിറഞ്ഞൊഴുകുവാൻ തുടങ്ങി.

ശിൽപനിർമ്മാണത്തിന്റെ ഓരോ ഘട്ടത്തിലും അവൻ തികഞ്ഞ ശ്രദ്ധയും സൂക്ഷ്മതയും പുലർത്തി. തന്റെ ഏറ്റവും ശ്രേഷ്ഠമായ സൃഷ്ടിയായിരിക്കണം അതെന്ന് അവന് നിർബന്ധമുണ്ടായിരുന്നു. ഇത്തവണ അത് സാധ്യവുമാണ്. കാരണം തനിക്ക് ലഭിച്ചിരിക്കുന്നത് ഏറ്റവും ശ്രേഷ്ഠമായ ശില തന്നെ. ദിനരാത്രങ്ങൾ കടന്നുപോയത് അവനറിഞ്ഞില്ല. അത്രകണ്ട് അവൻ ശിൽപനിർമ്മാണത്തിൽ ലയിച്ച് കഴിയുകയായിരുന്നു. ഊണിലും ഉറക്കത്തിലും താൻ നിർമ്മിക്കുന്ന ശിൽപത്തെപ്പറ്റി മാത്രമായി അവന്റെ ചിന്ത. നാൽപത് ദിനരാത്രങ്ങൾ അതിവേഗം കടന്നുപോയി. ശിൽപം പൂർത്തിയാക്കേണ്ട ദിവസം വന്നെത്തി.

അന്നേ ദിവസം പ്രഭാതത്തിൽ ശിൽപത്തെക്കാണുവാൻ രാജാവും പരിവാരങ്ങളും എത്തും മുൻപേ രാജമൈതാനം പ്രജകളെക്കൊണ്ട് നിറഞ്ഞിരുന്നു. എല്ലാവരും ശിൽപം കാണുവാനുള്ള തിരക്കിലായിരുന്നു.

തിരശ്ശീലകൊണ്ട് മറച്ചിരുന്ന ശിൽപം, തിരശ്ശീല മാറ്റി എല്ലാവർക്കും കാണുവാനായി രഘുരാമനെ അന്വേഷിച്ചു. രഘുരാമൻ ഇനിയും രാജമൈതാനത്ത് എത്തിച്ചേർന്നില്ല. എല്ലാവരുടേയും കണ്ണുകൾ അവനെ തിരഞ്ഞു.

രാജാവ് അവനെ കൂട്ടിക്കൊണ്ടുവരുവാനായി അഥിതിമന്ദിരത്തിലേക്ക് ഭടന്മാരെ അയച്ചു. ഭടന്മാർ അതിഥിമന്ദിരത്തിൽ എത്തിയപ്പോൾ മന്ദിരത്തിന്റെ വാതിലുകൾ മലർക്കെ തുറന്നിട്ടിരിക്കുന്നു. ഉള്ളിൽ രഘുരാമൻ തന്റെ കിടക്കയിൽ തളർന്നുറങ്ങുകയായിരുന്നു. തലേന്ന് രാത്രിയിൽ തന്റെ ശിൽപത്തിന്റെ അവസാനവട്ടമിനുക്ക് പണിയിൽ മുഴുകിയതിനാൽ ഏതാണ്ട് പുലർച്ചെയോടെയാണ് അവൻ ഉറങ്ങാൻ കിടന്നത്.

ഭടന്മാർ തന്നെത്തേടി അഥിതി മന്ദിരത്തിൽ തന്റെ അടുത്തെത്തിയതൊന്നും അവൻ അറിഞ്ഞതേയില്ല. ഭടന്മാരിൽ ഒരാൾ അവനെ തട്ടിവിളിച്ച് ശിൽപം കാണുവാനായി രാജമൈതാനത്ത് എല്ലാവരും കാത്തിരിക്കുന്ന വിവരം അറിയിച്ചു.

ഭടന്മാരുടെ വാക്കുകൾ കേട്ട് ഉറക്കച്ചടവോടെ ഒരു സ്വപ്നത്തിലെന്നോണം അവൻ തന്റെ കിടക്കയിൽ അൽപനേരം എഴുന്നേറ്റിരുന്നു. അവന്റെ ഹൃദയം പ്രണയത്താൽ നിറഞ്ഞിരുന്നു. ഒരു സ്വപ്നസഞ്ചാരിയെപ്പോലെ അവൻ ചിന്തകളിൽ ലയിച്ചിരിപ്പാണ്.

ഭടന്മാരിലൊരാൾ അവനെ വീണ്ടും തട്ടിവിളിച്ച് വേഗം രാജമൈതാനത്തേക്ക് വരാനുള്ള രാജകൽപന അറിയിച്ചു.

അവൻ എഴുന്നേറ്റ് കുളിച്ച് ദേഹശുദ്ധിവരുത്തി, ജീവാനന്ദ് സമ്മാനിച്ച ആ വിശിഷ്ട സുഗന്ധതൈലം തലയിൽ പൂശി മുടിചീകി ഒതുക്കി കൈയിൽ കരുതിയിരുന്ന ഏറ്റവും നല്ല പുറംകുപ്പായം അണിഞ്ഞ് ഒരു രാജകുമാരനെപ്പോലെ അവരോടൊപ്പം രാജമൈതാനത്തേക്ക് പോയി.

രാജകുമാരിയുടെ കന്യാശിൽപം

രാജമൈതാനത്ത് കൂടിനിന്ന ജനസാഗരത്തെ വകഞ്ഞുമാറ്റി രാജഭടന്മാർ അവന് വഴിയൊരുക്കി. രാജമൈതാനത്ത് ശിൽപത്തിനടുത്തായി ഒരുക്കിയിരുന്ന മണ്ഡപത്തിൽ രാജാവും പരിവാരങ്ങളും ഇരിക്കുന്നത് വളരെ അകലെ നിന്നേ അവൻ കണ്ടു.

രാജാവിന്റെ അടുത്തുതന്നെയുള്ള ഇരിപ്പിടത്തിൽ രാജകുമാരിയും ഇരിപ്പുണ്ടായിരുന്നു. അവൻ അല്പനേരം തന്റെ ഹൃദയശിൽപമായ രാജകുമാരിയെതന്നെ നോക്കിനിന്നു. ജനങ്ങളുടെ ആരവങ്ങളോ മൈതാനത്തെ മറ്റ് കാഴ്ചകളോ അവൻ അറിഞ്ഞതേയില്ല. അവന്റെ ശ്രദ്ധ മുഴുവൻ രാജകുമാരിയിലായിരുന്നു. രാജഭടന്മാർ അവനെ തട്ടിവിളിച്ച് മുന്നോട്ട് നടക്കുവാൻ ആംഗ്യം കാട്ടി. അവൻ നടന്ന് രാജാവിന്റെ സന്നിധിയിൽ ചെന്ന് രാജാവിന് അഭിവാദ്യമർപ്പിച്ച് ശിൽപം പ്രദർശിപ്പിക്കുവാൻ രാജാവിന്റെ അനുവാദത്തിനായി കാത്തുനിന്നു. ശിൽപം എല്ലാവർക്കും കാണുവാൻ പാകത്തിൽ ഉയരത്തിലായിരുന്നു മൈതാനത്ത് സ്ഥാപിച്ചിരുന്നത്. തിരശ്ശീലകൊണ്ട് മറച്ച ശിൽപത്തിനടുത്തായി രാജഭടന്മാരും നിലയുറപ്പിച്ചിരുന്നു.

ശിൽപത്തിന്റെ തിരശ്ശീല മാറ്റി ശിൽപം എല്ലാവർക്കുമായി പ്രദർശിപ്പിക്കുവാൻ രാജാവ് കൽപ്പിച്ചു.

രഘുരാമൻ നടന്ന് ശിൽപത്തിനടുത്തുചെന്ന് ശിൽപകലയിൽ തന്റെ ഗുരുവായ ധർമയെ സ്മരിച്ചുകൊണ്ട് ശിൽപത്തിന്റെ തിരശ്ശീലമാറ്റി ദേവരാജ്യത്തിനായി സമർപ്പിച്ച് രാജാവിനെ വണങ്ങിക്കൊണ്ട് ആ ശിൽപത്തിനരികിൽ തന്നെ നിന്നു.

ആ ശിൽപത്തെ ദർശിച്ച മാത്രയിൽ ആശ്ചര്യത്താൽ ആ രാജമൈതാനം നിശ്ശബ്ദമായി. രാജമൈതാനം മുഴുവൻ ആ അനശ്വര ശിൽപത്തിന്റെ ഭംഗിയിൽ ലയിച്ചു നിൽക്കുകയായിരുന്നു. മുമ്പൊരിക്കലും ദേവരാജ്യം ഇത്ര മനോഹരമായ ശിൽപത്തെ ദർശിച്ചിട്ടില്ല.

രാജകുമാരിയുടെ ശിൽപത്തെയല്ല, രാജകുമാരിയുടെ ജീവസുറ്റ ഒരു പതിപ്പിനെയാണ് അവർ ആ ശിൽപത്തിൽ കണ്ടത്. രാജാവും

രാജസദസ്സും ശിൽപത്തിന്റെ പൂർണ്ണതയിൽ ആശ്ചര്യചകിതരായി നിന്നു. എല്ലാവരും രാജകുമാരിയെയും ശിൽപത്തെയും മാറി മാറി നോക്കി.

ജനങ്ങൾ കരഘോഷത്തെയോടെയാണ് രഘുരാമന്റെ ശിൽപത്തിന്റെ പൂർണ്ണതയെ വരവേറ്റത്. രാജാവിനോടൊപ്പം രാജശിൽപ്പിയും ശിൽപത്തിനടുത്തു ചെന്ന് ശിൽപത്തെ നിരീക്ഷിച്ചു. രാജശിൽപ്പി ശിൽപത്തെ സ്പർശിച്ചും മറ്റും അതിന്റെ മാറ്റ് നോക്കി. ശിൽപത്തിന്റെ നിർമ്മിതിയിൽ രഘുരാമന്റെ മാന്ത്രികസ്പർശം സദസ്യർ ആശ്ചര്യത്തോടെയാണ് ദർശിച്ചത്.

''അങ്ങ് വെറുമൊരു ശിൽപിയല്ല, ദേവസ്പർശമുള്ള ശിൽപി തന്നെ. ദേവശിൽപി.''

രാജശിൽപി രഘുരാമനെ വളരെ ആദരവോടെ നോക്കിക്കൊണ്ട് പറഞ്ഞു.

ഇത്രയും സമർത്ഥനായ രഘുരാമൻ ദേവരാജ്യത്തെ രാജശിൽപിയാകാൻ യോഗ്യതയുള്ളവനാണ്. അതിനാൽ അദ്ദേഹത്തെ ദേവരാജ്യത്തെ രാജശിൽപിയായി നിയമിക്കണമെന്ന് രാജശിൽപിതന്നെ മഹാരാജാവിനോട് അഭ്യർത്ഥിച്ചു.

ശിൽപവിദ്യയിൽ പൂർണ്ണത നേടിയ ഇത്രയും സമർത്ഥനായ ഒരു ശിൽപി ഇന്നുവരെ ദേവരാജ്യത്തുണ്ടായിട്ടില്ല. രാജശിൽപി സദസ്യരോടായി പറഞ്ഞു. രാജശിൽപിയുടെ വാക്കുകൾ കരഘോഷത്തെടെയാണ് സദസ്യർ വരവേറ്റത്.

''രഘുരാമൻ എന്തുകൊണ്ടും രാജശിൽപിയാകാൻ യോഗ്യൻ തന്നെ.'' സദസ് ഒന്നടങ്കം പറഞ്ഞു.

രാജാവ് ശിൽപത്തിനരികിൽനിന്ന് തന്റെ ഇരിപ്പിടത്തിനടുത്തേക്ക് പോയി. എല്ലാവരും രാജകല്പന എന്തെന്നറിയുവാൻ ആകാംക്ഷയോടെ കാത്തിരുന്നു.

''ദേവരാജ്യം എന്നും പ്രതിഭകളെ ആദരിച്ചിട്ടുണ്ട്. താങ്കളേയും പൂർണമനസ്സോടെ സ്വീകരിക്കുന്നു.''

രഘുരാമനെ നോക്കി ഒരു ചെറുപുഞ്ചിരിയോടെ രാജാവ് പറഞ്ഞു.

രാജശ്രേഷ്ഠന്മാർക്കു നൽകുന്ന രാജകീയമുദ്രകളും രാജശിൽപി പദവിയും രഘുരാമന് നൽകുവാൻ രാജകൽപനയുണ്ടായി.

രാജശിൽപിയായി തന്നെ തിരഞ്ഞെടുത്തുകൊണ്ടുള്ള രാജകൽപനയോ രാജശ്രേഷ്ഠപദവിയോ ജനാവലിയുടെ ആഹ്ലാദാരവങ്ങളോ രഘുരാമനെ സംതൃപ്തനാക്കാൻ പോരുന്നതായിരുന്നില്ല. അവൻ

മറ്റെന്തോ ചിന്തിച്ചെന്ന മട്ടിലാണ് നിൽക്കുന്നത്. എന്തോ മനസ്സിൽ ദൃഢനിശ്ചയം ചെയ്ത മട്ടിൽ. അവന്റെ നിൽപ്പും ഭാവവും കണ്ടിട്ട് ഒരു യോദ്ധാവിന്റെ മട്ടുണ്ട്.

അവൻ ശിൽപത്തിനടുത്തുനിന്നും നടന്ന് സഭാമധ്യത്തിൽ രാജാവിന് അഭിമുഖമായി വന്നുനിന്ന് രാജാവിനെ വണങ്ങിയശേഷം എല്ലാവരും കേൾക്കെ പറഞ്ഞു തുടങ്ങി.

''രാജശിൽപിയുടെ വാക്കുകളേയും മഹാരാജാവിന്റെ കൽപനകളേയും ഞാൻ മാനിക്കുന്നു. എങ്കിലും എന്റെ ഹൃദയത്തിന്റെ സ്വരം കേൾക്കാതിരിക്കുവാൻ എനിക്കാവില്ല, എന്റെ ഹൃദയത്തിന്റെ ശബ്ദം പ്രണയംപോലെ പവിത്രമാണ്. ഞാൻ പുഴകളും മലകളും പർവ്വതങ്ങളും താണ്ടി ഈ മനോഹര രാജ്യത്ത് എത്തിയതും എന്റെ ഹൃദയം കവർന്ന ദേവരാജ്യത്തെ രാജകുമാരിയെ കണ്ടുമുട്ടിയതും ശിൽപനിർമ്മാണത്തിൽ വിജയിച്ചതും എല്ലാം എന്റെ ഹൃദയം പറഞ്ഞ പ്രകാരമാണ്. അതിനാൽ എന്റെ ഹൃദയം പറയുന്നതാണെന്റെ വഴി. എനിക്ക് ആ സ്വരം കേൾക്കാതിരിക്കുവാൻ ആവില്ല. എനിക്ക് വേണ്ടത് രാജകീയ മുദ്രകളോ ദേവരാജ്യത്തെ രാജശിൽപി പദവിയോ അല്ല. ദേവരാജ്യത്തെ രാജകുമാരിയെ തന്നെയാണ്.

'എന്റെ ഹൃദയത്തിലെ ദേവകന്യകയെ'. അവൾ ദേവരാജ്യത്തെ രാജകുമാരിയായിരിക്കാം, ദേവരാജ്യത്തിന്റെ ഭാഗ്യമായിരിക്കാം.പക്ഷേ ഈശ്വരൻ എനിക്കായി കരുതിവച്ച സ്വപ്നമാണവൾ. എന്റെ ഹൃദയത്തിൽ പ്രണയമുണ്ട്, വിശ്വസ്തതയും അതിനാൽതന്നെ ഭയവുമില്ല. എന്നിലെ പ്രണയം എന്നെ ഒരു യോദ്ധാവാക്കി മാറ്റിയിരിക്കുന്നു. എന്നിൽ ഒരു യോദ്ധാവുണ്ടെന്ന് ഞാനറിയുന്നു. രാജകല്പന എന്തുതന്നെയായാലും അതിന് എന്റെ ഹൃദയത്തിലെ പ്രണയത്തെ ഇല്ലാതാക്കുവാൻ ആവില്ല, കാരണം പ്രണയം അനശ്വരമായ ദേവശിൽപം പോലെ പവിത്രമാണ്.''

ശിൽപിയുടെ വാക്കുകൾ കേട്ട് രാജസഭയാകെ അമ്പരന്നു. ഈ ശിൽപി എന്താണ് ആവശ്യപ്പെടുന്നത്? രാജകുമാരിയെ വിവാഹം കഴിക്കണമെന്നോ? ജനസാഗരം മുഴുവൻ സ്തബ്ധരായി. രാജസഭ മുഴുവൻ നിശ്ശബ്ദരായി രാജകൽപനയ്ക്കായി കാതോർത്തു.

രഘുരാമൻ ആദ്യമായി രാജസന്നിധിയിൽ വന്നതുപോലെയല്ല അവന്റെ നിൽപും ഭാവവും ഒരു ശിൽപിയുടേതായിരുന്നില്ല, അത് ധീരനായ ഒരു യോദ്ധാവിന്റേതായിരുന്നു.

''ആദ്യം ദേവരാജ്യത്തെ രാജകുമാരിയുടെ തീരുമാനമെന്താണെന്നറിയട്ടെ, എന്നിട്ടാകാം മറ്റെന്തും.'' രാജാവ് കൽപ്പിച്ചു. ''ദേവരാജ്യം

സ്ത്രീകളേയും പുരുഷന്മാരോടൊപ്പം തുല്യരായി ഗണിക്കുന്നു. അതാണ് ദേവരാജ്യത്തിന്റെ പാരമ്പര്യം.''

രാജകുമാരിയുടെ ഇഷ്ടമെന്താണെന്നറിയേണ്ടതുണ്ട്. അതിനായി രാജകുമാരിയെ സഭാമധ്യത്തിലേക്ക് ക്ഷണിക്കുവാൻ രാജാവ് കൽപ്പിച്ചു. രാജകുമാരി അവന്തിക, രാജസഭാമധ്യത്തിലേക്ക് ആനയിക്കപ്പെട്ടു. രാജമൈതാനത്ത് തടിച്ചു കൂടിയ ജനസാഗരത്തിന്റേയും രാജസഭയുടെയും ശ്രദ്ധ രാജകുമാരി അവന്തികയിലേക്കായിരുന്നു.

കുമാരിയുടെ അഭിപ്രായം എന്തായിരിക്കും? പ്രജകൾ ഒന്നടങ്കം ശ്വാസമടക്കി കാത്തിരുന്നു.

''ദേവരാജ്യത്തെ സ്ത്രീകൾ ധീരന്മാരെ എന്നും ആദരിച്ചുപോന്നിട്ടുണ്ട്. അങ്ങേയ്ക്ക് വന്ദനം.''

രാജകുമാരി രഘുരാമന്റെ മുൻപിൽ വന്നുനിന്ന് അവനോടായി രാജസദസ്സിന് കേൾക്കുവാൻ പാകത്തിന് ഉച്ചത്തിൽ പറഞ്ഞു തുടങ്ങി.

''അങ്ങ് ഉത്തമനായൊരു ശിൽപിതന്നെ. അങ്ങത് തെളിയിച്ചു കഴിഞ്ഞു. അങ്ങയുടെ പ്രണയത്തെയും ഞാൻ അദരിക്കുന്നു. പക്ഷേ ദേവരാജ്യത്തെ രാജകുമാരിയെ വിവാഹം കഴിക്കുന്നത്, യുവരാജാവാകുന്നത് ഒരു യോദ്ധാവായിരിക്കണം എന്നതാണ് ദേവരാജ്യ പാരമ്പര്യം. ജന്മംകൊണ്ടല്ല, കർമ്മംകൊണ്ടാണത് തെളിയിക്കേണ്ടത്. ദേവരാജ്യ രാജകുമാരിയെ വിവാഹം കഴിക്കുന്നയാൾ ആരായാലും അയാൾ മല്ലയുദ്ധത്തിൽ എതിരാളിയെ പരാജയപ്പെടുത്തി തന്നിലെ യോദ്ധാവിന്റെ വീര്യത്തെ വെളിപ്പെടുത്തേണ്ടതുണ്ട്. അതിനാൽ അങ്ങ് തികഞ്ഞ ഒരു യോദ്ധാവാണെന്ന് തെളിയിക്കേണ്ടതുണ്ട്. അങ്ങ് ഒരു ധീരയോദ്ധാവാണെന്ന് തെളിയിക്കുന്ന നിമിഷം രാജകൽപ്പന പ്രകാരം അങ്ങയെ പതിയായി സ്വീകരിക്കുവാൻ ഞാൻ തയ്യാറുമാണ്. അങ്ങിൽ കുടികൊള്ളുന്ന പ്രണയം അനശ്വരമാണെങ്കിൽ ഏത് അഗ്നിപരീക്ഷയേയും മറികടക്കാൻ അങ്ങേയ്ക്ക് കഴിയും. അങ്ങേയ്ക്ക് മംഗളം നേരുന്നു.''

അവന്തിക രാജകുമാരിയുടെ വാക്കുകൾ കരഘോഷത്തോടെയാണ് ജനങ്ങൾ എതിരേറ്റത്.

രാജകുമാരിയുടെ വാക്കുകൾ രാജാവും സദസ്യരും സന്തോഷത്തോടെ സ്വീകരിച്ചു. രഘുരാമൻ യോദ്ധാവാണെന്ന് തെളിയിക്കേണ്ടതിനായി രാജ്യത്തെ ഒരു തികഞ്ഞ യോദ്ധാവുമായി മല്ലയുദ്ധത്തിൽ വിജയിക്കേണ്ടതുണ്ട് അതിനായി ദേവരാജ്യത്തെ കരുത്തനായ യോദ്ധാവുമായി രഘുരാമന്റെ മല്ലയുദ്ധം ഏറ്റവും അടുത്ത ഒരു മുഹൂർത്തത്തിൽതന്നെ നടത്തുവാൻ രാജാവ് മഹാമന്ത്രിയെ

ചുമതലപ്പെടുത്തി. മല്ലയുദ്ധം പ്രജകൾക്ക് കാണുവാനായി രാജ മൈതാനത്തുതന്നെ ഗോധ ഒരുക്കുവാനും കൽപ്പിച്ചു.

അങ്ങനെ രാജാവിന്റെ നിർദ്ദേശപ്രകാരം ആ ദിവസം നിശ്ചയി ക്കപ്പെട്ടു. അടുത്ത പൗർണ്ണമിദിനത്തിൽ രാജമൈതാന മധ്യത്തിൽ പ്രത്യേകം തയ്യാറാക്കിയ ഗോദയിൽ വച്ച് മല്ലയുദ്ധം നടത്താൻ നിശ്ചയിച്ചു. പൗർണമിദിനത്തിന് ഇനി ഏഴ് ദിനരാത്രങ്ങൾ.

നിമിഷങ്ങൾ മണിക്കൂറുകളായും മണിക്കൂറുകൾ പകലുകളായും പകലുകൾ മറഞ്ഞ് രാത്രികളായും അങ്ങനെ രാത്രികളും പകലുകളും പിന്നിട്ട് സമയം ഒരു യാഗാശ്വത്തെപ്പോലെ കാലത്തിന്റെ തിരശ്ശീല കീറിപ്പായുകയാണ്.

രാജ്യം മുഴുവൻ ശിൽപിയുടെ മല്ലയുദ്ധം കാണുവാൻ കാത്തി രിക്കയാണ്.

രഘുരാമൻ തന്റെ പ്രണയിനിയെപ്പറ്റി മാത്രം ചിന്തിച്ച് ഒരു സ്വപ്ന ത്തിലെന്നോണം കഴിയുകയായിരുന്നു.

അങ്ങനെ മല്ലയുദ്ധത്തിനായി നിശ്ചയിക്കപ്പെട്ട പൗർണമിദിനം വന്നെത്തി. അന്ന് പ്രഭാതത്തിലാണ് മത്സരം നിശ്ചയിച്ചിട്ടുള്ളത്. നേരം പുലരും മുൻപേ രാജ്യത്തിന്റെ എല്ലാ ദേശങ്ങളിൽനിന്നും പ്രജകൾ മല്ലയദ്ധം കാണുവാനായി വന്നുകൊണ്ടിരുന്നു.

മത്സരത്തിനായി ഏതാനും മണിക്കൂറുകൾ മാത്രമേ കാത്തിരി ക്കേണ്ടതുള്ളൂ. രാജാവും രാജകുമാരിയും പ്രത്യേകം അലങ്കരിച്ച മണ്ഡപത്തിലേക്ക് ആനയിക്കപ്പെട്ടു. മല്ലയുദ്ധത്തിനായി രഘുരാമൻ രാജമൈതാനത്തേക്ക് ആനയിക്കപ്പെട്ടു. അവൻ നടന്ന് രാജമൈതാന മധ്യത്തിലായി ഒരുക്കിയിരുന്ന ഗോദയ്ക്കരുകിലേക്ക് ചെന്നു.

രാജമൈതാനത്ത് തടിച്ചുകൂടിയ ജനാവലി മുഴുവൻ ശിൽപിയുടെ വീര്യം കാണുവാൻ ആകാംക്ഷയോടെ കാത്തിരുന്നു.

അവന് ഗോദയിലേക്ക് പ്രവേശിക്കേണ്ട സമയം വന്നെത്തി. അതി നായുള്ള കാഹളം ഊതപ്പെട്ടു. ആ ഗോദയിലേക്ക് കയറും മുൻപ് അവൻ തന്റെ എല്ലാമായ ധർമയേയും തന്റെ ജീവസുറ്റ ആ ദാർശ നിക ശിൽപത്തേയും സ്മരിച്ചുകൊണ്ട് അൽപനേരം നിന്നു. അതിനു ശേഷം അവൻ ഗോദയിലേക്ക് പ്രവേശിച്ചു.

തന്നോട് മല്ലയുദ്ധത്തിന് തയ്യാറായി ദേവരാജ്യത്തെ കരുത്തനായ യോദ്ധാവും ഗോദയിൽ നിൽപുണ്ടായിരുന്നു.

ഈ പ്രപഞ്ചത്തിലെ ഓരോ ജീവകണവും തന്റെ വിജയം ഇച്ഛി ക്കുന്നതുപോലെ അവനു തോന്നി. ഒരുപക്ഷേ, മനുഷ്യരുടെ വികാര വിചാരങ്ങളെ പ്രപഞ്ചത്തിലെ ഓരോ ജീവകണവും അറിയുന്നുണ്ടാവാം. നമുക്കത് അനുഭവവേദ്യമാകണമെങ്കിൽ നാം ദൈവാംശമായി

ഉയർത്തപ്പെടണം. വെളിച്ചം നിറഞ്ഞവരാവണം. നമ്മയുടെ ജീവ കണമായി രൂപാന്തരപ്പെടണം. എങ്കിൽ മാത്രമേ നമുക്കത് അനുഭവ വേദ്യമാകൂ. രാഷ്ട്രങ്ങളും ജനപദങ്ങളും ശിഥിലമായേക്കാം, എങ്കിലും പ്രണയം അനശ്വരമായിതന്നെ നിലകൊള്ളും അതാണ് പ്രപഞ്ച സത്യം.

മല്ലയുദ്ധത്തിനായി ആ യോദ്ധാവിനൊപ്പം രാജമൈതാന മധ്യ ത്തിലെ ഗോധയിൽ നിൽക്കുമ്പോൾ അവന്റെ മനസ്സിൽ ഒന്നു മാത്രമേ ഉണ്ടായിരുന്നുള്ളൂ. തന്റെ ഹൃദയം കവർന്ന ദേവരാജ്യകന്യകയെ, ദേവരാജ്യത്തിന്റെ രാജകുമാരി അവന്തികയെ സ്വന്തമാക്കണം. ഈ പ്രപഞ്ചത്തിലെ മറ്റെന്തിനേക്കാളും അതാണ് മഹത്തരമായി കരുതി യത്.

മല്ലയുദ്ധം ആരംഭിച്ചു. രാജമൈതാനത്ത് തടിച്ചു കൂടിയ ജന സാഗരത്തെ സാക്ഷിയാക്കി തന്റെ അനശ്വര പ്രണയത്തിനായി, തന്റെ ആത്മാംശത്തെ സ്വന്തമാക്കാൻ ആ യോദ്ധാവിനെ നേരിട്ടു.

ചുറ്റും തടിച്ചുകൂടിയ ജനസാഗരത്തെയോ എതിരാളിയുടെ പേശീ ബലത്തെയോ ഒന്നും അറിഞ്ഞില്ല. ‘‘അവന്റെ ഹൃദയത്തിൽ അന ശ്വരപ്രണയത്തിന്റെ കരുത്തുണ്ടായിരുന്നു’’.

പ്രണയത്തിന്റെ വിശുദ്ധിയിൽ, ആ വീര്യത്തിൽ അതിന്റെ വിശ്വ സ്തതയുടെ കരുത്തിൽ അവൻ പോരാടി.

രഘുരാമന്റെ മർമ്മവിദ്യാ പ്രയോഗത്തിൽ യോദ്ധാവിന്റെ പേശീ ബലം പരാജയമറിഞ്ഞു. മർമ്മവിദ്യയിൽ നിപുണനായ രഘുരാമന്റെ മുൻപിൽ ആ യോദ്ധാവിന് അധികസമയം പിടിച്ചുനിൽക്കാനായില്ല. അവൻ രഘുരാമന്റെ മർദ്ദനമേറ്റ് നിലംപതിച്ചു. അവന്റെ മർദ്ദനത്തിൽ വീണുകിടന്ന യോദ്ധാവ് എഴുന്നേൽക്കാൻ ശ്രമിച്ചുകൊണ്ടിരുന്നു. അവസാനം മണ്ണിലേക്കു തന്നെ തളർന്നുവീണു. കാണികൾ രഘു രാമന് ജയ് വിളികൾ മുഴക്കി.

യോദ്ധാവിനെ കീഴ്പ്പെടുത്തിയ രഘുരാമൻവിജയിക്കായി ഒരുക്കി വച്ചിരുന്ന വാൾ പീഠത്തിൽ നിന്നെടുത്ത് വീണുകിടക്കുന്ന യോദ്ധാ വിന്റെ അടുത്തെത്തി അവനെ പിടിച്ചുയർത്തി. ജനം ശ്വാസമടക്കി പ്പിടിച്ചു നിന്നു.

മല്ലയുദ്ധത്തിൽ പരാജയപ്പെടുന്ന യോദ്ധാവിന് മരണമാണ് വിധി. വിജയി വാളുകൊണ്ട് പരാജിതന്റെ ശിരച്ഛേദം നടത്തണം. അതാ യിരുന്നു ദേവരാജ്യത്തെ നിയമം. എതിരാളിയെ വധിക്കാൻ അവ കാശം വിജയിക്കു മാത്രമായിരുന്നു.

പരാജിതനായ ആ യോദ്ധാവ് മുട്ടുകുത്തി കൈകൾ കൂപ്പി

ശിരസ് നമിച്ച് തന്റെ വിധിക്കായി രഘുരാമന്റെ മുൻപിൽ കാത്തു നിന്നു.

തന്റെ മുൻപിൽ ശിരസു താഴ്ത്തി നിൽക്കുന്ന ആ യോദ്ധാവിനെ അൽപനേരം നോക്കി നിന്നതിനുശേഷം രഘുരാമൻ തന്റെ കൈയിലെ വാൾ ഉയർത്തിക്കാട്ടി എല്ലാവരും കേൾക്കെ വിളിച്ചു പറഞ്ഞു.

''രാജാവ് പ്രജകളുടെ ജീവനെടുക്കുന്നവനല്ല. പ്രജകളുടെ പ്രാണനെ സംരക്ഷിക്കുന്നവനാകണം. ഈ യോദ്ധാവിനെ ജയിച്ചതു വഴി ഞാനും രാജാവാകാൻ യോഗ്യത നേടിക്കഴിഞ്ഞു. അതിനാൽ അവന്റെ രക്തം എന്റെ വിജയത്തിന് കളങ്കമാകുവാൻ പാടില്ല. എതിരാളികളെ കൊല്ലുന്നതിലല്ല കാര്യം, ഹൃദയംകൊണ്ട് കീഴട ക്കുന്നതിലാണ്. സ്നേഹത്താൽ എതിരാളിയുടെ ആത്മാംശത്തിൽ പ്രവേശിക്കുന്നവനാകണം യഥാർത്ഥ യോദ്ധാവ്.''

രഘുരാമന്റെ വാക്കുകൾ കേട്ട രാജസദസ്സും ജനങ്ങളും ഹർ ഷാരവം മുഴക്കി. രാജാവ് തന്റെ സിംഹാസനത്തിൽനിന്നും എഴു ന്നേറ്റുചെന്ന് അവനെ ആലിംഗനം ചെയ്തുകൊണ്ട് പറഞ്ഞു.

''നീ തികച്ചും നീതമാനായ രാജാവു തന്നെ. നിന്നെ ദേവരാജ്യ ത്തിനലങ്കാരമാക്കാൻ ഈശ്വരൻ നിയോഗിച്ചതാണ്. ദേവരാജ്യത്തെ യുവരാജാവിന്റെ എല്ലാ ആടയാഭരണങ്ങളും അധികാരങ്ങളും ഇന്നിതാ, ഇപ്പോൾ തന്നെ ഞാൻ നിനക്ക് സമ്മാനിക്കുന്നു. പക്ഷേ ദേവരാജ്യം ഭരിക്കുന്നതിന് മുൻപായി ആയോധനകലയുടെ കുലപതിയായ മിത്ര ദേവനിൽനിന്നും ആയുധവിദ്യകളും നമ്മുടെ രാജ്യത്തിന്റെ ആത്മീയാ ചാര്യനും ദാർശനികനുമായ അമരേന്ദ്രനാഥ മഹർഷിയിൽ നിന്നും ദാർശനിക വിദ്യയും പഠിക്കേണ്ടതുണ്ട്. ദേവരാജ്യത്തെ പാരമ്പര്യം അതാണ്. അധികാരത്തിലേറും മുമ്പേ നീ ഇവരിൽനിന്നും എല്ലാ വിദ്യകളും കരഗതമാക്കിയിരിക്കണം. എന്നാൽ നീ ഇന്ന് മല്ലയുദ്ധ ത്തിൽ വിജയിച്ച് എന്റെ മകളെ സ്വന്തമാക്കിയിരിക്കുകയാണ്. ഇന്ന് ആഹ്ലാദത്തിന്റെ ദിവസമാണ്. ''

രാജ്യം മുഴുവനും പുതിയ യുവരാജാവിനെ തിരഞ്ഞെടുത്തതിൽ ആഘോഷങ്ങൾ നടത്തുവാൻ രാജാവ് കൽപ്പിച്ചു. ദേവരാജ്യം മുഴുവൻ ഉത്സവാഘോഷങ്ങൾകൊണ്ട് നിറഞ്ഞു. രാജാവ് അവന്തികയെ രഘു രാമന് മുൻപിലേക്ക് ക്ഷണിച്ചു. അവൾ സ്നേഹാദരങ്ങളോടെ അവന്റെ മുൻപിൽ ശിരസ് നമിച്ചു നിന്നു. അവൻ തന്റെ ആത്മാംശത്തെ തന്നിലേക്ക് ചേർത്തുനിർത്തി ആശ്ലേഷിച്ചു.

''ഇന്ന് രാജ്യം മുഴുവനും ആഹ്ലാദത്തിൽ മുഴുകിയ ദിവസമാണ്. രഘുരാമാ, നിനക്ക് എന്തെങ്കിലും ആഗ്രഹം സഫലമാക്കേണ്ടതാ യിട്ടുണ്ടെങ്കിൽ അതിപ്പോൾ ആവാം. അതിനുശേഷം രാജാധികാരം

ഏറ്റെടുത്ത് ഭരണം നടത്തേണ്ടതുണ്ട്. അതിനാൽ ചിലപ്പോൾ ആഗ്രഹ സാഫല്യത്തിന് പിന്നീട് അവസരം ലഭിച്ചെന്നു വരില്ല.''

രാജസദസ്സിൽ ശിരസുയർത്തി നിൽക്കുന്ന രഘുരാമനെ ചേർത്തു നിർത്തി രാജാവ് പറഞ്ഞു.

രാജാവ് അവനെ യുവരാജാവിന്റെ സിംഹാസനത്തിലേക്ക് ആനയിച്ചു. അവൻ തന്റെ ധർമയെയും മനസ്സിൽ ധ്യാനിച്ചുകൊണ്ട് സിംഹാസനത്തിലിരുന്ന് സന്നിഹിതരായിരിക്കുന്ന സദസ്യരെ നോക്കി. അവരെല്ലാം എഴുന്നേറ്റുനിന്ന് ശിരസ്സു നമിച്ച് ആദരവ് പ്രകടിപ്പിച്ചു.

തനിക്ക് സഫലമാക്കാനായി ഇനി എന്താഗ്രഹമാണ് ബാക്കിയുള്ളത് അവൻ ചിന്തിച്ചു.

ശാല്യരാജ്യത്തെ ആ ശിൽപശാലയിൽനിന്നും പുറപ്പെടുമ്പോൾ തനിക്ക് ഒരേയൊരു ആഗ്രഹം മാത്രമേ ഉണ്ടായിരുന്നുള്ളൂ. ജേതാവായി, ശാല്യരാജ്യത്തേക്ക് തിരികെ പോകണം. തന്റെ എല്ലാമായ ധർമയെ കാണണം, എന്നിട്ട് ശാല്യരാജ്യത്തെ ജനങ്ങളോട് വിളിച്ചു പറയണം ''ദേവദാസിയുടെ മകൻ ജേതാവായെന്ന്''. പക്ഷേ ഇപ്പോൾ തനിക്ക് സഫലമാക്കുവാൻ പലതുമുണ്ട്. തനിക്ക് ലഭിക്കേണ്ട മാതൃവാത്സല്യം ഇല്ലാതാക്കി തന്റെ ബാല്യത്തിന്റെ നന്മയെ പൂർണമായും കവർന്ന ശാല്യരാജ്യത്തെ ദേവദാസി സമ്പ്രദായം ഇല്ലാതാക്കണം. പിന്നെ തന്റെ പ്രിയസുഹൃത്ത് സേനന്റെയും ചോരകുലത്തിന്റെയും എക്കാലത്തേയും മഹത്തായ ലക്ഷ്യം നിറവേറ്റി നൽകുവാനുമാകണം. അതേ, മഹത്തായ ദേവരാജ്യ സൈന്യത്തിന്റെ ഭാഗമാകാൻ ചോരകുലത്തിന് അനുവാദം നൽകണം.

സഫലമാക്കാൻ താൻ ആഗ്രഹിക്കുന്ന കാര്യങ്ങൾ ഓരോന്നും രഘുരാമൻ രാജസദസ്സിനെ സാക്ഷിയാക്കി രാജാവിനോട് പറഞ്ഞു.

''ആദ്യമായി തനിക്ക് ജന്മനാട്ടിൽ പോയി വളർത്തച്ഛനെ കാണണം. പിന്നെ തന്റെ ഹൃദയത്തിൽ കനലായി എരിയുന്ന ശാല്യരാജ്യത്തിന്റെ ശാപമായ ദേവദാസി സമ്പ്രദായം ഇല്ലാതാക്കണം. ശാല്യരാജ്യത്തെ ശിശുക്കൾക്ക് അമ്മമാരുടെ വാത്സല്യം നുകരുവാൻ പവിത്രമായ ക്ഷേത്രമായി കരുതേണ്ട ശരീരം പലർക്കായി പങ്കിടാൻ വിധിക്കപ്പെട്ട ഒരു പറ്റം സ്ത്രീകളെ ആ ശാപത്തിൽനിന്നും മുക്തരാക്കാൻ ദേവദാസി സമ്പ്രദായം ഇല്ലാതായേ മതിയാവൂ. അതിനായി അങ്ങയുടെ കല്പന ഉണ്ടാവണം. ദേവരാജ്യത്തിന്റെ ഗജാ,ശ്വരഥങ്ങളുടെ ശ്രേണികളാൽ അലംകൃതമായ മഹാസൈന്യത്തിന് ഗരുഡവേഗം തീർക്കാൻ, ആ ചോരകുലത്തിനെ തിന്മയിൽനിന്നും മോചിപ്പിക്കുവാൻ, ദേവരാജ്യത്തിന്റെ കീർത്തി ഭൂമിയുടെ അതിരുകൾവരെയും

എത്തിക്കുവാൻ അവരെ ദേവരാജ്യത്തിന്റെ സേനാശ്രേണിയുടെ ഭാഗമായി ഉൾപ്പെടത്തണം എന്ന് ഞാൻ ആഗ്രഹിക്കുന്നു. അതിനായി അങ്ങയുടെ കൽപന ഉണ്ടാവണം എന്നാണെന്റെ അപേക്ഷ.''

രാജസഭ മുൻപാകെ രാജാവിനോടായി താൻ ചോരന്മാരുടെ താവളത്തിൽ അകപ്പെട്ടതും അവിടെ താൻ കണ്ടറിഞ്ഞ കാര്യങ്ങളും അവരുടെ ജീവിതക്രമങ്ങളും ആചാരങ്ങളെപ്പറ്റിയും അവരുടെ കഴിവുകളെപ്പറ്റിയും കൂടാതെ ദേവരാജ്യത്തിന്റെ സൈന്യത്തിൽ സേവനം അനുഷ്ഠിക്കുക എന്നതാണ് അവരുടെ മഹത്തായ ലക്ഷ്യം എന്നതുമെല്ലാം രഘുരാമൻ വിവരിച്ചു.

''ചോരന്മാരെ സൈന്യത്തിൽ ചേർത്ത് പരിശീലിപ്പിച്ചാൽ രാജ്യസുരക്ഷയ്ക്ക് അവരുടെ കഴിവുകൾ പ്രയോജനപ്പെടുത്താം. കൂടാതെ ആ കുലത്തിനെ മോഷണ പാരമ്പര്യത്തിൽനിന്നും എന്നന്നേക്കുമായി മോചിപ്പിക്കുകയുമാവാം. എന്റെ ആഗ്രഹങ്ങൾ അങ്ങേയ്ക്ക് ഹിതമെങ്കിൽ നിറവേറ്റുവാൻ അനുവദിച്ചാലും.'' അവൻ രാജാവിനെ വണങ്ങിക്കൊണ്ട് ആവശ്യപ്പെട്ടു.

അവന്റെ ആഗ്രഹങ്ങൾ ഹിതമായതിനാൽ രാജസദസ്സിൽ അംഗീകരിക്കപ്പെട്ടു.

രഘുരാമൻ തന്റെ ജന്മനാട്ടിലേക്ക് പുറപ്പെടും മുൻപേതന്നെ മഹാരാജാവിന്റെ കല്പനപ്രകാരം ശാല്യരാജ്യത്തെ ദേവദാസി സമ്പ്രദായം എന്നന്നേക്കുമായി നിർത്തൽ ചെയ്യുവാൻ ആവശ്യപ്പെടുന്ന ദേവരാജ്യചക്രവർത്തിയുടെ ഉത്തരവും വഹിച്ചുകൊണ്ട് മഹാമന്ത്രിമാരുടെ ഉടമ്പടി വ്യൂഹം ശാല്യരാജ്യത്തേക്ക് പുറപ്പെട്ടു. കൂടാതെ, ചോരന്മാരെ മഹത്തായ ദേവരാജ്യത്തെ സൈനികവ്യൂഹത്തിന്റെ ഭാഗമാക്കാനുള്ള ദേവരാജചക്രവർത്തിയുടെ രാജകീയ മുദ്രപതിച്ച ഉത്തരവും വഹിച്ചുകൊണ്ടുള്ള രാജകീയസംഘം അന്ദേരയിലെ ആസത്രവഴിയെ ചോരന്മാരുടെ താവളത്തിലേക്കും പുറപ്പെട്ടുകഴിഞ്ഞു.

താൻ ധർമയെ തനിച്ചാക്കി തന്റെ ഗ്രാമവും രാജ്യവും വിട്ടിറങ്ങിയിട്ട് ഇപ്പോൾ വർഷങ്ങൾ പിന്നിട്ടിരിക്കുന്നു. ഇന്നിപ്പോൾ പൗർണമി ദിവസമാണ് ഈ ദിവസങ്ങളിൽ ശാല്യരാജ്യത്തെ രാജമൈതാനിയിൽ ഉത്തമരായ ശിൽപികളെ തിരഞ്ഞെടുക്കാനുള്ള ശിൽപനിർമ്മാണ മത്സരം നടക്കുന്ന തിരക്കിലായിരിക്കും. തനിക്കിനി ശിൽപനിർമ്മാണ മത്സരത്തിൽ പങ്കെടുക്കേണ്ട ആവശ്യമില്ല. അന്ന് താൻ പങ്കെടുത്ത മത്സരങ്ങളിലെല്ലാം പരാജയപ്പെടുകയും ചെയ്തു. ശരിക്കും താൻ പരാജയപ്പെട്ടതല്ല, അവസരങ്ങളെല്ലാം ആ ഒളിയൻ ശില കവർന്നെടുത്തതാണ്, അതിലും മഹത്തരമായ അവസരങ്ങൾ നൽകുവാൻ,

ഏറ്റവും മഹത്തരമായ വിജയം നൽകുവാൻ. പിന്നിട്ട ചെറിയ പരാജയങ്ങളെക്കുറിച്ച് ഓർത്തിട്ട് എന്തുകാര്യം. ഇന്നിപ്പോൾ അതിനേക്കാളെല്ലാം ഉയരെ അവയെക്കാളും മഹത്തരമായ സ്ഥാനം അലങ്കരിക്കുകയല്ലേ.

ഒരുപക്ഷേ ശാല്യരാജ്യത്തുവച്ച് താൻ ശിൽപവിദ്യയിൽ പരാജയപ്പെട്ടില്ലായിരുന്നുവെങ്കിൽ, ആ ഒളിയൻ ശില ചതിച്ചില്ലായിരുന്നുവെങ്കിൽ താൻ ഒരിക്കലും മനോഹരമായ ഈ ദേവരാജ്യത്ത് എത്തിച്ചേരില്ലായിരുന്നു. ഭിഷഗ്വരവിദ്യയിലും മർമ്മവിദ്യയിലും പ്രാവീണ്യം നേടില്ലായിരുന്നു. വ്യത്യസ്ത ഭാഷകളും ചോരശാസ്ത്രവും പഠിക്കില്ലായിരുന്നു. എന്തിന് തന്റെ ഹൃദയം കവർന്ന ദേവരാജ്യകന്യക അവന്തികയെ കണ്ടുമുട്ടുകപോലും ഉണ്ടാകുമായിരുന്നില്ല. ആയോധനകലകളും ദാർശനികവിദ്യകളും പഠിക്കുവാനുള്ള ഭാഗ്യവും ഉണ്ടാവുമായിരിന്നില്ല.

''തോൽവികൾ ചിലപ്പോഴെല്ലാം അങ്ങനെയാണ്. അവ നമ്മെ നിരാശപ്പെടുത്തുമെങ്കിലും ഓരോ പുതിയ പാഠങ്ങളായി ജീവിതയാത്രയിൽ മുന്നേറുവാൻ നമ്മെ പ്രാപ്തരാക്കും. മുന്നിലുള്ള മഹത്തായ വിജയം നേടുവാനായി ചെറിയ പരാജയങ്ങളിലൂടെ കടന്നുവന്നേ മതിയാവൂ.''

ഈശ്വരൻ തനിക്കായി ഒരുക്കിവച്ചിരുന്ന മഹത്തായ വിജയത്തിനായി ഒരു നിമിത്തമായി ആ ഒളിയൻ ശില മാറിയതാണെന്ന് അവന് മനസ്സിലായി.

രാജാവായ രാജശിൽപി

ശാല്യരാജ്യത്ത് തന്റെ ഗ്രാമത്തിൽപോയി വളർത്തച്ഛൻ ധർമയെ കാണണമെന്നുള്ള ആഗ്രഹം അറിയിച്ച രഘുരാമനെ അരുകിൽ വിളിച്ച് ആശ്ലേഷിച്ചുകൊണ്ട് ദേവരാജ്യ ചക്രവർത്തി സദസ്സിനെ സാക്ഷിയാക്കി പറഞ്ഞു.

''രഘുരാമാ, നിന്റെ ആഗ്രഹംപോലെ നിനക്ക് ശാല്യരാജ്യത്തേക്ക് തിരിച്ചു പോകാം. പക്ഷേ അത് ശാല്യരാജ്യത്തെ പ്രജയായ, ശിൽപിയായ രഘുരാമനായിട്ടല്ല. 'യുവരാജാവായി, മഹത്തായ ദേവരാജ്യത്തിന്റെ യുവരാജാവായി'. പന്ത്രണ്ട് അംഗരാജ്യങ്ങളും ധാരാളം സാമന്തരാജാക്കന്മാരുമുള്ള, ഹിമാലയതാഴ്വര മുതൽ മദ്ധ്യേഷ്യ വരെ ഉദിച്ചുനിൽക്കുന്ന ഒരു വലിയ സാമ്രാജ്യത്തിന്റെ രാജാവായിട്ടു വേണം നീ ശാല്യരാജ്യത്ത് പ്രവേശിക്കുവാൻ.

ദേവരാജ്യ യുവരാജാവിന്റെ അധികാരത്തിന്റെ അംഗവസ്ത്രങ്ങളും ആടയാഭരണങ്ങളും അണിഞ്ഞ് സർവ്വപ്രതാപത്തോടെ വേണം യാത്ര. മടങ്ങിവരുമ്പോൾ വളർത്തച്ഛനേയും ഒപ്പം കൂട്ടിക്കോളൂ, അദ്ദേഹം എല്ലാ രാജകീയ ആഡംബരങ്ങളോടുംകൂടി ഇവിടെ വസിക്കട്ടെ. പക്ഷേ മടങ്ങിവരാൻ അധികം വൈകരുത്. ദേവരാജ്യത്തിന്റെ അനന്തരാവകാശിയായ നീ ആയോധനവിദ്യയിലും ദാർശനികവിദ്യയിലും പരിശീലനം സിദ്ധിക്കേണ്ടതുണ്ട്. അതിനായി ആയോധനാചാര്യൻ മിത്രദേവനേയും പിന്നെ നമ്മുടെ രാജഗുരുവും ദാർശനികശ്രേഷ്ഠനുമായ അമരേന്ദ്രനാഥ മഹർഷിയേയും ദർശിക്കേണ്ടതുണ്ട്.''

ദേവരാജ്യചക്രവർത്തി രാജസദസ്സിനെ സാക്ഷിയാക്കി അവനെ ഓർമ്മിപ്പിച്ചു.

ദേവരാജ്യമഹാരാജാവിന്റെ അനുഗ്രഹത്തോടും അനുവാദത്തോടും സർവ്വിധ രാജകീയ ആഡംബരങ്ങളോടും അലങ്കാരങ്ങളോടുംകൂടി അവൻ തന്റെ രാജ്യത്തേക്ക് പുറപ്പെടാൻ തീരുമാനിച്ചു.

തന്റെ എല്ലാമായ ധർമയെ കാണുവാൻ, താൻ കുട്ടിക്കാലം മുതൽ കളിച്ചു വളർന്ന, തന്നെ ശിൽപിയാക്കിയ, രാജാവാക്കിയ ആ ശിൽപ ശാലയിലേക്ക്.

പിന്നെ തന്റെ നിയോഗത്തെപ്പറ്റി പഠിപ്പിച്ച തന്റെ വിശിഷ്ട ശിൽപത്തെക്കാണുവാനുമായി അവന്റെ ഹൃദയം തുടിച്ചു.

ദേവരാജ്യത്തിന്റെ യുവരാജാവ് രഘുരാമൻ തന്റെ ജന്മദേശമായ ശാല്യരാജ്യം സന്ദർശിക്കുവാനായി പുറപ്പെടുന്ന വിവരം അദ്ദേഹം കടന്നുപോകുന്ന അംഗരാജ്യങ്ങളിലും സാമന്തരാജ്യങ്ങളിലും അറിയിക്കുന്നതിനായി അശ്വാരൂഢരായ സന്ദേശവാഹകരുടെ ഒരു സംഘം ദേവരാജ്യത്തുനിന്നും പുറപ്പെട്ടുകഴിഞ്ഞു.

ശാല്യരാജ്യത്ത് എത്തുന്ന തങ്ങളുടെ യുവരാജാവിന് സുരക്ഷയൊരുക്കുവാൻ യുവരാജാവിന്റെ സുരക്ഷാസംഘത്തിലെ ശാരങ്കിപ്പടയിലെ ഒരു സംഘം നേരത്തെതന്നെ ശാല്യരാജ്യത്തേക്ക് പുറപ്പെട്ടുകഴിഞ്ഞു. അവരാണ് ദേവരാജ്യരാജാക്കന്മാർക്ക് സുരക്ഷ ഒരുക്കുന്നതിൽ പ്രധാനികൾ. പ്രത്യേകിച്ച് ദേവരാജ്യത്തെ രാജാക്കന്മാർ രാജ്യത്തിന് പുറത്ത് സഞ്ചരിക്കുന്നത് ശാരങ്കിപ്പടയുടെ സുരക്ഷാവലയത്തിലായിരിക്കും.

ധീരതയിലും രാജ്യസ്നേഹത്തിലും മറ്റേതൊരുവംശത്തേക്കാളും ഉത്തമരാണ് ശാരങ്കികൾ. പ്രാണൻ വെടിഞ്ഞും ദേവരാജ്യത്തെ കാത്ത പാരമ്പര്യമാണ് ശാരങ്കികളുടേത്. ദേവരാജ്യത്തെ മഹാരഥൻ സേനാപതി അംഗതന്റെ പിൻതുടർച്ചക്കാരാണവർ. രാജാവിന്റേയും രാജ്യത്തിന്റേയും സുരക്ഷ സ്വന്തം അവകാശമായിട്ടാണ് അവർ കരുതുന്നത്. രാജ്യത്ത് ദേവരാജ്യ രാജാക്കന്മാരുടെ സുരക്ഷാചുമതല വഹിക്കുന്നതിനുള്ള അവകാശം ശാരങ്കികൾക്ക് ജന്മസിദ്ധമാണ്. സേനാപതി അംഗതനോടുള്ള ദേവരാജ്യത്തിന്റെ ആദരവാണത്. അതിന് മഹത്തായ ഒരു കാരണമുണ്ട്. അതറിയണമെങ്കിൽ ദേവരാജ്യത്തിന്റെ ചരിത്രത്തിലെ ആ മഹായുദ്ധത്തെപ്പറ്റി അറിയേണ്ടതുണ്ട്.

അത് രണ്ട് യോദ്ധാക്കളുടെ കഥകൂടിയാണ്. അംഗതന്റേയും മഹേന്ദ്രന്റെയും.

പണ്ട് ദേവരാജ്യം ഇന്നത്തെപ്പോലെ വിശാലമായ ഒരു സാമ്രാജ്യമായിരുന്നില്ല. അനവധി ധീരന്മാരായ യോദ്ധാക്കളുടെ ആത്മബലിയുടെ സമ്മാനമാണ് ഇന്നത്തെ പ്രതാപം നിറഞ്ഞ ദേവരാജ്യം.

അന്ന് ദേവരാജ്യം ഭരിച്ചിരുന്ന സിംഹവർണ ചക്രവർത്തിയുടെ വിശ്വസ്തരായ രണ്ട് സേനാപതികളായിരുന്നു ശാരങ്കിവംശജരായ

മഹേന്ദ്രനും അംഗതനും രണ്ടു പേരും ഉറ്റ ചങ്ങാതിമാരും. ഒളിയുദ്ധത്തിലായിരുന്നു അവർ ഏറ്റവും മികവ് കാട്ടിയിരുന്നത്. ശത്രു സൈന്യത്തെ നിരീക്ഷിച്ച് അവർ തങ്ങളുടെ രാജ്യാതിർത്തിയിൽ എത്തുന്നതിന് വളരെ അകലെവച്ചുതന്നെ അവരുടെ താവളം നിരീക്ഷിച്ച് സമീപത്ത് പതിയിരുന്ന് ഉചിതമായ സമയത്ത് അവരുടെ താവളത്തിലേക്ക് ഇരച്ചു കയറി അവരെ ഇല്ലാതാക്കുന്നതായിരുന്നു യുദ്ധരീതി.

അന്ന് മദ്ധ്യേഷ്യയിൽ നിന്നുള്ള പരദേശികളായ ഹുങ്കികളുടെ സൈന്യം കോസലദേശത്തെ കീഴടക്കി സുവർണചിലന്തി കോട്ടയിൽ വന്ന് പാർത്ത് ദേവരാജ്യത്തിനെതിരെ യുദ്ധത്തിനുള്ള ഒരുക്കങ്ങൾ നടത്തി.

ഹുങ്കികളുടെ ആക്രമണത്തെ എല്ലാ ജനതകളും ഭയത്തോടെയാണ് കണ്ടത്. കാരണം അവർ ആക്രമിച്ചു കീഴടക്കുന്ന പ്രദേശങ്ങളിലെ സമ്പത്ത് പൂർണ്ണമായും കൊള്ളയടിക്കപ്പെടുകയും പുരുഷന്മാരെ വധിക്കുകയും സ്ത്രീകളെ അടിമകളാക്കി കൊണ്ടു പോവുകയും ചെയ്യുമായിരുന്നു. അതിനാൽതന്നെ അവർ കീഴടക്കുന്ന പ്രദേശങ്ങളുടെ സർവ്വനാശമാണ് ഫലം.

ഹുങ്കികളുടെ ഒരു വലിയ സൈന്യം ദേവരാജ്യത്തെ ലക്ഷ്യമാക്കി പുറപ്പെടുന്നതറിഞ്ഞ ദേവരാജ്യ ചക്രവർത്തി, അവർ ദേവരാജ്യാതിർത്തിയിൽ എത്തുന്നതിനു മുൻപേ അവരെ ഒളിയുദ്ധത്തിലൂടെ തുരത്തുന്നതിനും ഉന്മൂലനം ചെയ്യുന്നതിനുമായി, തന്റെ വിശ്വസ്തരും ധീരന്മാരുമായ സേനാപതികൾ മഹേദ്രനേയും അംഗതനേയും വിളിച്ചുവരുത്തി കൂടിയാലോചനകൾ നടത്തി, ഹുങ്കികളുടെ സൈന്യത്തെ തങ്ങളുടെ രാജ്യാതിർത്തിയിൽ എത്തും മുൻപേ ഒളിയുദ്ധത്തിൽ കീഴ്പ്പെടുത്തുവാൻ തീരുമാനിച്ചു. അതിനായി അവരിരുവരും സൈന്യവുമായി പുറപ്പെടേണ്ട ദിവസവും സമയവും സ്ഥലവും നിശ്ചയിച്ചു.

രാജ്യത്തിന്റെ അതിർത്തി വനപ്രദേശമായ തൊറാസ് വനമേഖലയോട് ചേർന്ന പർണശാലയ്ക്ക് സമീപം നിശ്ചയിക്കപ്പെട്ട ദിവസം രണ്ട് യോദ്ധാക്കളും ഒത്തുചേരാനും അവിടെ നിന്നും തങ്ങളോടൊപ്പമുള്ള വിശ്വസ്തരായ സൈന്യത്തോടൊപ്പം യുദ്ധത്തിന് പുറപ്പെടാനും തീരുമാനിച്ചു.

എന്നാൽ പുറപ്പെടേണ്ട ദിവസം പറഞ്ഞ സമയത്ത് അംഗതൻ എത്തിച്ചേർന്നില്ല. മഹേന്ദ്രനും കൂട്ടരും ഏറെനേരം കാത്തിരുന്നതിനുശേഷം അംഗതനെ കാണാത്തതിനാൽ അവർ പുറപ്പെടാനൊരുങ്ങി.

അപ്പോൾ കൂട്ടത്തിൽ ഒരു പടയാളി അങ്ങ് അകലെ നിന്ന് ഒരു കുതിരപ്പുറത്ത് ആരോ തങ്ങളെ ലക്ഷ്യമാക്കി വരുന്നതായി അറിയിച്ചു.

കുതിരപ്പുറത്ത് തങ്ങളെ ലക്ഷ്യമാക്കി വരുന്നത് സേനാപതി അംഗതനാണോ എന്നറിയാൻ ദുരദർശനി യന്ത്രത്തിന്റെ ചുമതലക്കാരനായ പടയാളിക്ക് മഹേന്ദ്രൻ നിർദ്ദേശം നൽകി. അവൻ ദൂരദർശിനിയന്ത്രത്തിലൂടെ നിരീക്ഷിച്ച് കുതിരപ്പുറത്ത് തങ്ങളെ ലക്ഷ്യമാക്കി പാഞ്ഞുവരുന്നത് സേനാപതി അംഗതൻ തന്നെ എന്നറിയിച്ചു. അവർ അംഗതൻ എത്തുംവരെ കാത്തുനിന്നു.

കുറച്ചുസമയത്തെ കാത്തിരിപ്പിനു ശേഷം അംഗതൻ അടുത്തെത്തി അഭിവാദ്യമർപ്പിച്ച് വൈകിയതിൽ മഹേന്ദ്രനോട് ക്ഷമാപണവും നടത്തി ഒളുയുദ്ധത്തിനു പുറപ്പെട്ടു.

നീണ്ട യാത്രയ്ക്കൊടുവിൽ ഒരു സായന്തനത്തിൽ അംഗതനും മഹേന്ദ്രനും യോദ്ധാക്കളും സുവർണചിലന്തി കോട്ടയ്ക്ക് സമീപമുള്ള താഴ്‌വാരങ്ങളിൽ എത്തി ശത്രുക്കളുടെ കണ്ണിൽപ്പെടാതെ താവളമടിച്ചു. ആക്രമണത്തിനുള്ള ഉചിതമായ സമയവും കാത്ത് അവർ ആ താഴ്‌വാരത്തിൽ കഴിച്ചുകൂട്ടി.

രാത്രിയുടെ രണ്ടാംയാമത്തിൽ ഹുങ്കികളുടെ സൈന്യം ഗാഢനിദ്രയിലാണ്ടിരുന്ന സമയം അവർ പല സംഘങ്ങളായി തിരിഞ്ഞ് സുവർണചിലന്തികോട്ടയിലെ ഓരോ കോട്ട വാതിലിലൂടെയും ഇരച്ചുകയറി ശത്രുസൈന്യത്തെ കൂട്ടക്കൊല നടത്തി.

അപ്രതീക്ഷിതമായ ഒളിയാക്രമണത്തിൽ ഹുങ്കി സൈന്യം ചിന്നഭിന്നമായി. ആ കോട്ടയും പരിസരവും ചോരക്കളമായി. പരാജിതരായി അവശേഷിച്ച ഹുങ്കി പടയാളികൾ ആ ഇരുളിൽ ദിക്കറിയാതെ വലഞ്ഞു. പുലരും മുൻപേ അവർ ഹുങ്കി സൈന്യത്തെ പൂർണമായും ഇല്ലായ്മ ചെയ്ത് സുവർണചിലന്തികോട്ടയുടെ പ്രധാന കവാടത്തിനു മുൻപിൽ ഒത്തുകൂടി.

അവർ ഒത്തുകൂടി വിജയാരവം മുഴക്കിയപ്പോഴാണ് ഒരു കാര്യം സേനാപതി മഹേന്ദ്രന്റെ ശ്രദ്ധയിൽപെട്ടത്. തന്റെ ഉറ്റചങ്ങാതി അംഗതനെ അവരോടൊപ്പം കാൺമാനില്ല. അവർക്കിടയിൽ അദ്ദേഹത്തിന്റെ കുതിരമാത്രം നിൽക്കുന്നു. അംഗതനെ കാണാത്തതിൽ എല്ലാവരിലും ദുഃഖവും പരിഭ്രാന്തിയും പരത്തി. വിജയാരവം പെട്ടെന്ന് കെട്ടടങ്ങി.

ഇനി രാത്രിയിൽ ഇരുളിന്റെ മറവിൽ ഒളിയുദ്ധസമയത്ത് ഹുങ്കികളുടെ സൈന്യത്തിന്റെ പ്രത്യാക്രമണത്തിൽ അംഗതന് എന്തെങ്കിലും

ആപത്ത് പിണഞ്ഞിട്ടുണ്ടാവുമോ? അതോ ഹുങ്കിപടയാളികളുടെ പിടിയിൽപെട്ട് വീരചരമം പ്രാപിച്ചിട്ടുണ്ടാവുമോ?

വിജയിച്ചെങ്കിലും അംഗതനെ കണ്ടെത്താൻ കഴിയാഞ്ഞത് മഹേന്ദ്രനേയും പടയാളികളേയും ദുഃഖത്തിലാഴ്ത്തി. അവർ ആ കോട്ടയിലും പ്രാന്തപ്രദേശങ്ങളിലുമെല്ലാം അംഗതനായി തിരച്ചിൽ നടത്തി.

അവസാനം അംഗതനെ കണ്ടെത്താൻ കഴിയാത്തതിലുള്ള തീവ്ര ദുഃഖത്തോടെ അവർ ദേവരാജ്യത്തേക്ക് മടങ്ങി.

യാത്ര ചെയ്ത് രാജ്യാതിർത്തിയിൽ എത്തിയപ്പോഴേക്കും ദേവ രാജ്യത്തുനിന്നുള്ള സന്ദേശവാഹകരിൽ ഒരാൾ തങ്ങളേയും തേടി എതിരെ വരുന്നത് കണ്ട് അവർ കുതിരകളെ നിർത്തി കാര്യമെന്താ ണെന്ന് ആരാഞ്ഞു.

സന്ദേശവാഹകൻ സേനാപതി മഹേന്ദ്രനെ കണ്ട് താണുവണങ്ങി വന്ന കാര്യമറിയിച്ചു.

ദുഃഖവാർത്ത അറിയിക്കുവാനാണ് താൻ എത്തിയിരിക്കുന്ന തെന്നും സേനാപതി മഹേന്ദ്രനും പടയാളി സംഘവും എത്രയും വേഗം ദേവരാജ്യത്ത് എത്തിച്ചേരേണ്ടതുണ്ടെന്നും കാരണം നിങ്ങൾ ഒളിയുദ്ധത്തിനായി പുറപ്പെട്ട ദിവസം പ്രഭാതത്തിൽ യുദ്ധത്തി നായി പുറപ്പെടാൻ ഒരുങ്ങിയിറങ്ങിയ അംഗതൻ, ഒരു ഹുങ്കിചാരന്റെ ഒളിയമ്പേറ്റ് മരണപ്പെട്ടുപോയെന്നും പ്രാണനറ്റ അദ്ദേഹത്തിന്റെ ശരീരം സുഗന്ധതൈലങ്ങൾ പൂശി രാജമൈതനത്ത് ചന്ദനമുട്ടികൾ നിരത്തിയ തട്ടത്തിൽ കിടത്തിയിരിക്കുകയാണെന്നും അറിയിച്ചു. ഒളിയുദ്ധത്തിനായി പുറപ്പെട്ട് കഴിഞ്ഞതിനാലാണ് അംഗതന്റെ മരണ വാർത്ത അറിയിക്കാഞ്ഞത് എന്നും അറിയിച്ചു.

ആ ഹുങ്കിപടയാളിക്ക് ഒളിയമ്പെയ്ത് സേനാപതി അംഗതനെ കൊല്ലാൻ കഴിഞ്ഞെങ്കിലും അംഗതന്റെ അസ്ത്രമുനയിൽനിന്നും സ്വജീവൻ രക്ഷിക്കാനായില്ല. ബോധം മറയും മുൻപ് തന്നെ അമ്പെയ്ത ആ ഹുങ്കിചാരനെ അമ്പെയ്ത് വീഴ്ത്തിയ ശേഷമാണ് അംഗതന്റെ കരങ്ങൾ വിശ്രമിച്ചത്. ദേവരാജ്യത്തെ വൈദ്യന്മാർ കിണഞ്ഞ് ശ്രമിച്ചെങ്കിലും ബോധം മറഞ്ഞ് മൃതപ്രായനായി കിടന്ന സേനാപതി അംഗതന്റെ പ്രാണൻ രക്ഷിക്കാനായില്ല.

ഒളിയമ്പേറ്റ് അംഗതൻ മരിച്ചതിനുശേഷം അദ്ദേഹത്തിന്റെ കുതിരയേയും കാൺമാനില്ല എന്ന വിവരവും സന്ദേശവാഹകൻ മഹേന്ദ്രനെ അറിയിച്ചു.

സന്ദേശവാഹകന്റെ വാക്കുകൾ കേട്ട് മഹേന്ദ്രനും പടയാളികളും സ്തബ്ധരായി നിന്നു പോയി, മരണപ്പെട്ട അംഗതൻ എങ്ങനെ തങ്ങളോടൊപ്പം ഒളിയുദ്ധത്തിൽ പങ്കെടുത്തു?

നഷ്ടപ്പെട്ടു എന്നു കരുതിയ അംഗതന്റെ കുതിരയെ മഹേന്ദ്രൻ ആ സന്ദേശവാഹകന് കാട്ടിക്കൊടുത്തിട്ട് നടന്ന കാര്യങ്ങളെല്ലാം സന്ദേശവാഹകനെ അറിയിച്ചു.

എല്ലാവരിലും ഭയവും ഭീതിയുമുണ്ടായി ഒളിയുദ്ധത്തിൽ സേനാപതി അംഗതനും തങ്ങളോടൊപ്പം തോളോട് തോളുരുമി യുദ്ധം ചെയ്തത് അവരിൽ ഓരോരുത്തരിലും പരിഭ്രാന്തിയുണ്ടാക്കി. മരണപ്പെട്ട അദ്ദേഹത്തിന്റെ പവിത്രമായ രാജ്യസ്നേഹത്തിന്റെ മഹിമയാൽ ഈശ്വരൻ നൽകിയ ആത്മശക്തിയൊന്നുകൊണ്ടു മാത്രമാണ് അതിന് സാധിച്ചത്.

അവർ വേഗംതന്നെ രാജമൈതാനത്ത് എത്തി സേനാപതി അംഗതന്റെ ഭൗതികശരീരത്തിൽ പുഷ്പാർച്ചന നടത്തി. പിന്നീട് മഹാരാജാവിന്റെ സന്നിധിയിൽ നടന്ന കാര്യങ്ങളെല്ലാം വിവരിച്ചു. തെളിവായി അംഗതന്റെ കുതിരയേയും കാട്ടിക്കൊടുത്തു.

തന്റെ പ്രാണൻ വെടിഞ്ഞിട്ടും സേനാപതി അംഗതന്റെ ആത്മാംശം തന്റെ രാജ്യത്തിന്റെ യശസ്സ് കാക്കുവാൻ, യുദ്ധം ചെയ്ത് തന്റെ കടമ നിറവേറ്റിയിരിക്കുന്നു.

സേനാപതി അംഗതന്റെ ആത്മത്യാഗത്തിന്റെ മുൻപിൽ രാജാവും പ്രജകളും ശിരസു നമിച്ചു.

ആ യോദ്ധാവിന്റെ ആത്മവീര്യത്തെ, മഹത്തായ ആത്മാംശത്തെ ദേവരാജ്യം ഉള്ളിടത്തോളം, മനുഷ്യരാശി നിലനിൽക്കുന്ന കാലത്തോളം ഓർമ്മിക്കുവാൻ ആ ധീരനായ യോദ്ധാവിന്റെ ശവകുടീരത്തിൽ മനോഹരമായ ഒരു സ്മാരകം നിർമ്മിക്കുവാൻ രാജാവ് തീരുമാനിച്ചു. അങ്ങനെ ആ ധീരയോദ്ധാവിന്റെ സ്മരണയിൽ രാജാവിന്റെ ഉത്തരവിനാൽ തീർത്ത നിർമ്മിതിയാണ് ദേവരാജ്യ തലസ്ഥാന നഗരിയിൽ തലയെടുപ്പോടെ ഉയർന്നു നിൽക്കുന്ന 'ശാരങ്കീഘട്ട്', 'ശാരങ്കികളുടെ അഭിമാന സൗധം'.

ശാല്യരാജ്യം, ദേവരാജ്യ യുവരാജൻ രഘുരാമനെ സ്വീകരിക്കുവാൻ ഒരുങ്ങിക്കഴിഞ്ഞു. ശാല്യരാജ്യത്ത് എങ്ങും ഉത്സവപ്രതീതിയാണ്. രാജവീഥികളെല്ലാം കൊടിതോരണങ്ങളാൽ അലംകൃതമായിക്കഴിഞ്ഞു.

രഘുരാമൻ രാജ്യാതിർത്തി കടന്ന് തന്റെ ജന്മദേശമായ ശാല്യരാജ്യത്ത് പ്രവേശിച്ചു. ദേവരാജ്യ യുവരാജാവിനെ എതിരേൽക്കുവാൻ

കാത്തുനിന്ന ശാല്യരാജാവ് ശൃംഗരാജൻ തന്റെ തേരിൽനിന്ന് ഇറങ്ങി വന്ന് രഘുരാമനെ വണങ്ങി അഭിവാദ്യമർപ്പിച്ച് രാജ്യാതിർത്തിയിൽ നിന്നും അദ്ദേഹത്തെ എതിരേറ്റ് കൊട്ടാരത്തിലേക്ക് ആനയിച്ചു.

ദേവരാജ്യ യുവരാജാവിനായി രാജവീഥികളെല്ലാം ചുവന്ന പരവതാനികൾ വിരിച്ച് മനോഹരമാക്കിയിരുന്നു. രാജമൈതാനത്തും രാജവീഥികൾക്ക് ഇരുവശവുമെല്ലാം ദേവരാജ്യ ചക്രവർത്തിയെ കാണുവാൻ ജനങ്ങൾ തടിച്ചുകൂടിയിരുന്നു. രഘുരാമന്റെ തേരും പരിവാരങ്ങളും കടന്നുപോയ വീഥികൾക്ക് ഇരുവശവും കൂടിനിന്ന ജനങ്ങൾ രഘുരാമനെ കണ്ട് തലകുമ്പിട്ട് വണങ്ങി നമസ്കരിച്ചു.

വിധിയുടെ വിളയാട്ടം വിചിത്രംതന്നെ, ശിൽപവിദ്യയിൽ പരാജിതനായി ആ രാജ്യം വിട്ട് ഓടിപ്പോയവൻ ഇതാ, രാജാധിരാജനായി തിരിച്ചെത്തിയിരിക്കുന്നു. പരിഹാസ്യൻ ഇതാ, ബഹുമാന്യനും ആരാധ്യനുമായിരിക്കുന്നു. പ്രപഞ്ചം ചിലതൊക്കെ മനുഷ്യരിൽ നിന്നും ഒളിപ്പിച്ച് നിഗൂഢമാക്കി വയ്ക്കുന്നു, മറ്റുചിലപ്പോൾ നിഗൂഢമായവയെ വെളിപ്പെടുത്തുന്നു. അത് ചിലപ്പോൾ ജാലവിദ്യക്കാരനെ പോലെയാണ്.

ശാല്യരാജകൊട്ടാരത്തിലെത്തി അല്പസമയം വിശ്രമിച്ചതിനു ശേഷം രഘുരാമൻ പ്രിയപ്പെട്ട ധർമയെ കാണുവാൻ വേണ്ടി ശിൽപശാലയിലേക്ക് തിരിക്കുവാൻ തന്റെ പരിവാരങ്ങൾക്ക് നിർദ്ദേശം നൽകി. അപ്പോൾ ഏറ്റവും വിശ്വസ്ത പരിചാരകന്മാരിൽ ഒരാളായ ചാലശ്രുതി അവന്റെ മുൻപിൽ വന്ന് വണങ്ങി അഭിവാദ്യമർപ്പിച്ചിട്ട് പറഞ്ഞു.

''പ്രഭോ, അങ്ങ് ദേവരാജ്യ യുവരാജാവല്ലേ, അങ്ങ് എന്തിനാണ് ആ ശിൽപശാലയിലേക്ക് എഴുന്നള്ളുന്നത്? അങ്ങ് ആവശ്യപ്പെട്ടാൽ സേവകന്മാർ അദ്ദേഹത്തെ തേരിൽ കൊട്ടാരത്തിലേക്ക് കൂട്ടിക്കൊണ്ടുവരുമായിരുന്നില്ലേ?''

ആ സേവകന്റെ വാക്കുകേട്ട രഘുരാമൻ സ്നേഹത്തോടെ നോക്കി അവനോട് പറഞ്ഞു.

''പ്രിയ സേവകൻ ചാലശ്രുതി, നീ പറഞ്ഞപ്രകാരം അദ്ദേഹത്തിനായി ഒരു തേര് അയച്ചാൽ മതിയായിരുന്നു പക്ഷേ ഞാൻ ശാല്യരാജ്യത്തെ വെറുമൊരു ശിൽപിയായ സുദേവന്റെ ശിൽപശാലയിലേക്കല്ല പോകുന്നത്, എന്റെ പിതാവിന്റെ അടുത്തേക്കാണ്. ഞാൻ ജീവിതത്തിൽ പലതും പഠിച്ചത് അവിടെ നിന്നാണ്, ആ ശിൽപശാലയിലാണ് ഞാൻ ആദ്യം കാരുണ്യമുള്ളൊരു ഹൃദയം കണ്ടത്, സ്നേഹനിധിയായ ഒരു മനുഷ്യനെ കണ്ടത്.''

രഘുരാമന്റെ ആജ്ഞപ്രകാരം കുതിരപ്പട്ടാളത്തിന്റെയും തേരുകളുടെയും മറ്റ് അംഗരക്ഷകരുടെയും അകമ്പടിയോടുകൂടി അദ്ദേഹം തന്റെ സുവർണ്ണരഥത്തിൽ ആ ശിൽപശാലയിലേക്ക് പോയി.

താൻ പലതവണ പരാജിതനായി തലകുനിച്ച് നടന്ന അതേ പാതയിലൂടെ രഘുരാമനേയും വഹിച്ചുകൊണ്ടുള്ള ആ സുവർണ്ണ രഥം ശിൽപശാലയിലേക്ക് നീങ്ങി.

രഘുരാമന്റെ സുവർണ്ണരഥം ശിൽപശാലയ്ക്ക് അരികിൽ നിർത്തിയപ്പോൾ, തന്റെ തേര് ശിൽപശാലയുടെ വാതിൽക്കൽ നിർത്തുവാൻ രഘുരാമൻ തന്റെ തേരാളിയോട് ആവശ്യപ്പെട്ടു. അവിടെ ആ ശിൽപശാലയുടെ വാതിൽപ്പടിക്കു മുൻപിൽ തന്നെയും കാത്ത് നിറകണ്ണുകളോടെ ധർമ നിൽക്കുന്നത് കണ്ടു.

രഘുരാമൻ ധർമയെ കണ്ടപ്പോൾ, പരിസരം മറന്ന് ഒരു കൊച്ചുകുട്ടിയെപ്പോലെ കണ്ണുനീർ വാർത്തുകൊണ്ട് ഓടിച്ചെന്ന് ആലിംഗനം ചെയ്തു. ജനാവലി ആശ്ചര്യത്തോടെ അത് നോക്കി നിന്നു. ദേവരാജ്യത്തെ യുവരാജാവ് രഘുരാമൻ എത്രത്തോളമാണ് ആ ശിൽപിയെ സ്നേഹിക്കുന്നതെന്ന് അവർ പരസ്പരം പറഞ്ഞു.

''നിനക്ക് സുഖമല്ലേ?'' ധർമ ചോദിച്ചു.

അയാളുടെ കണ്ഠമിടറുന്നത് അവനറിഞ്ഞു. വാക്കുകൾ അവ്യക്തമായി ചിതറിത്തെറിച്ചപോലെ.

''അതെ, എനിക്ക് സുഖം തന്നെ.''

''അങ്ങ് കാണുന്നില്ലേ, അങ്ങയുടെ പുത്രൻ രഘുരാമൻ രാജാധിരാജനായി എത്തിയിരിക്കുന്നത്. ഈശ്വരൻ അവനെ ജേതാവാക്കിയത്.''

തന്റെ ധർമയുടെ ചുമലിൽ തലചായ്ച്ചു കിടന്നുകൊണ്ട് അവൻ പറഞ്ഞു.

തന്നിലേക്ക് ചാഞ്ഞുകിടക്കുന്ന രഘുരാമന്റെ ചുമലിൽ സ്നേഹവാത്സല്യത്തോടെ അയാൾ തലോടി.

കുറച്ചുനേരം അവർ ഇരുവരും അവിടെ ചിലവഴിച്ചതിനു ശേഷം രഘുരാമൻ ശിൽപശാലയിൽ പ്രവേശിച്ച് ഹൃദയത്തിന്റെ സ്വരം ശ്രവിക്കുവാൻ തന്നെ പഠിപ്പിച്ച, ശിൽപിയായ തന്നെ യോദ്ധാവാക്കിയ, ദേവരാജ്യത്തെ യുവരാജാവാക്കിയ തന്റെ ആ ദാർശനിക ശിൽപത്തെ അൽപനേരം നോക്കി നിന്നു.

ആ ദാർശനിക ശിൽപത്തിനു മുൻപിൽ താൻ പരാജിതനായി നിന്ന ആ രാത്രിയിൽ ശിൽപം തന്നെ വിളിച്ചതും തന്നോട് സംവദിച്ചതുമെല്ലാം ഓർത്തു.

നമ്മുടെ പരിശ്രമം ആത്മാർത്ഥമാണെങ്കിൽ ഒളിയൻ ശിലകൾ പോലും തന്നിലെ കൽഭിത്തികൾക്കുള്ളിൽ ഒളിച്ചിരിക്കുന്ന ജീവാംശത്തെ, ദൈവാംശത്തെ നമ്മിലേക്ക് സന്നിവേശിപ്പിക്കാൻ പര്യാപ്തമായേക്കും. പരാജിതനായി ശിൽപശാലയിൽ കഴിച്ചുകൂട്ടിയ ദിന രാത്രങ്ങൾ അവന്റെ ഓർമ്മയിലൂടെ കടന്നുപോയി. താൻ പരാജിതനായി തളർന്നു തുടങ്ങിയപ്പോഴെല്ലാം തന്നിലെ പരിശ്രമശാലിയെ കാട്ടിത്തരുവാൻ ഈശ്വരൻ കരുതിവച്ച നന്മകളായിരുന്നു തന്നെ എന്നും സ്നേഹത്തോടെ പോറ്റിവളർത്തിയ ധർമയും പിന്നെ താൻ ഒളിയൻശിലയിൽ കൊത്തിയെടുത്ത ഈ ദാർശനിക ശിൽപവും.

ആ ദിവസം പകൽ മുഴുവൻ രഘുരാമൻ ധർമയുമൊത്ത് ആ ശിൽപശാലയിൽ ചിലവഴിച്ചു. അവർ തമ്മിലുള്ള സംസാരത്തിനിടയിൽ തന്നോടൊപ്പം ദേവരാജ്യത്തേക്ക് ധർമയെ ക്കൂട്ടികൊണ്ടുപോകണമെന്ന ആഗ്രഹം ധർമയെ അറിയിച്ചു.

‘‘ഞാൻ അങ്ങയെ കൂട്ടിക്കൊണ്ടുപോകുവാനാണ് വന്നത്, എന്റെ സൗഭാഗ്യങ്ങളിലേക്ക്.’’ രഘുരാമൻ പ്രതീക്ഷയോടെ സുദേവനെ നോക്കി പറഞ്ഞു.

അവന്റെ വാക്കുകൾ കേട്ട് അയാൾ ഏറെ നേരം ചിന്തയിലാണ്ടിരുന്നു. പിന്നെ ആ ശിൽപശാലയ്ക്കുള്ളിലേക്ക് അവനേയും കൂട്ടിക്കൊണ്ടുപോയി അവിടെയിരിക്കുന്ന ശിലകളേയും ശിൽപങ്ങളേയുമെല്ലാം ചൂണ്ടിക്കാണിച്ചിട്ടു പറഞ്ഞു.

‘‘ഈ കാണുന്ന ശിൽപങ്ങളാണെന്റെ പറുദീസ. ഈ ശിൽപങ്ങൾ നിറഞ്ഞ ശിൽപശാലയാണെന്റെ സൗഭാഗ്യം. ഇല്ല രഘുരാമ, ഇവിടം ഉപേക്ഷിച്ച് എനിക്ക് വരാനാവില്ല എവിടേക്കും. അതിനാൽ എനിക്ക് നിന്നോടൊപ്പം ദേവരാജ്യത്തേക്കു വരുവാനും ആവില്ല. ദേവരാജ്യത്തേക്കെന്നല്ല ഈ ശിൽപശാല ഉപേക്ഷിച്ച് എവിടേക്കും എനിക്ക് പോകുവാനാവില്ല രഘുരാമാ.

എന്റെ ആത്മാംശം തുടിക്കുന്ന ഈ ശിൽപശാല ഉപേക്ഷിച്ച്, നിനക്ക് സൗഭാഗ്യങ്ങൾ നേടിത്തന്ന ആ ദാർശനിക ശിൽപത്തെ ഉപേക്ഷിച്ച്, പിന്നെ ഈ തെരുവോരവും സായന്തനങ്ങളിൽ ലഹരി സമ്മാനിക്കുന്ന മദ്യശാലയും അങ്ങനെ എന്തെല്ലാമോ എന്നെ ഈ ശിൽപശാലയിൽ ബന്ധിച്ചിരിക്കുന്നു.

എന്റെ ശരീരത്തെ പ്രാണൻ ഉപേക്ഷിക്കുംവരെ ഞാനീ ശിൽപശാലയിൽ ഒരു ശിൽപിയായി, ശിൽപങ്ങളോടൊപ്പം കഥകൾ പറഞ്ഞ്, ശിലകളിൽ മറഞ്ഞിരിക്കുന്ന പുതുശിൽപങ്ങൾ തേടി ഇവിടെ ഉണ്ടായേ മതിയാവൂ.

പക്ഷേ ഒന്നുണ്ട്, ഞാൻ ഇവിടെ ഈ ശിൽപശാലയിൽ ആയിരുന്നാലും അതുമല്ല ഈ പ്രപഞ്ചത്തിന്റെ ഏതു കോണിലാണെങ്കിലും എന്റെ ഹൃദയത്തിൽ നീ ഉണ്ടാവും. എന്റെ ഹൃദയത്തിന്റെ രാജകുമാരനായി, ശിൽപത്തിന്റെ ഹൃദയത്തെ തൊട്ടറിഞ്ഞ രാജകുമാരനായി. അതുമല്ലെങ്കിൽ എന്റെ ഹൃദയത്തിന്റെ അഗാധമാം ഉള്ളറകളിൽ തുടിക്കുന്ന ജീവകണമായി.''

അന്ന് സായന്തനംവരെ ധർമയോടൊപ്പം അദ്ദേഹത്തിന്റെ സ്നേഹ പരിലാളനകളേറ്റ് ശിൽപശാലയിൽ ചിലവഴിച്ചിട്ട് മനസ്സില്ലാമനസ്സോടെ ധർമയോട് യാത്ര പറഞ്ഞ് അവൻ ദേവരാജ്യത്തേക്ക് യാത്രയായി.

ധർമയെ തന്നോടൊപ്പം ദേവരാജ്യത്തേക്ക് കൂട്ടിക്കൊണ്ടുപോകാൻ കഴിയാത്തതിൽ ഏറെ വിഷമമുണ്ടായിരുന്നു. പക്ഷേ പറഞ്ഞിട്ടെന്തു കാര്യം. ധർമ ചില കാര്യങ്ങളിൽ അങ്ങനെയാണ്. ആർക്കും വഴങ്ങിക്കൊടുക്കാത്ത പ്രകൃതമാണ് ധർമ്മയുടേത്.

ധർമയെ കണ്ട് ദേവരാജ്യത്ത് മടങ്ങിയെത്തിയ രഘുരാമൻ കുറച്ചു ദിവസങ്ങൾ രാജകുമാരിയുമൊത്ത് കൊട്ടാരത്തിൽ ചിലവഴിച്ചു. ആയോധനപഠനവും ദാർശനികവിദ്യാപഠനവും പൂർത്തിയാക്കിയശേഷമേ ദേവരാജ്യത്തിന്റെ ഭരണചുമതല പൂർണമായും ഏറ്റെടുക്കുവാൻ കഴിയൂ എന്നതിനാൽ ദേവരാജ്യചക്രവർത്തിയുടെ നിർദ്ദേശപ്രകാരം ആയോധനകലകളിൽ മികവ് നേടുന്നതിനായി അമൃതഗിരിക്കുന്നുകളിൽ സ്ഥിതി ചെയ്യുന്ന രാജ്യത്തെ ഏറ്റവും മികച്ച ആയോധനാചാര്യൻ മിത്രദേവന്റെ പാഠശാലയിലേക്ക് പോയി.

ആചാര്യൻ മിത്രദേവന്റെ അടുത്തേക്ക് പോയ രഘുരാമനെ അവന്റെ സരുക്ഷാസംഘമായ ശാരങ്കിപ്പടയും അനുഗമിച്ചു. മൂന്ന് കുന്നുകളിലായി വ്യാപിച്ചു കിടക്കുന്ന വലിയ കോട്ട. അതിനുള്ളിൽ ധാരാളം കോട്ടകൊത്തളങ്ങൾ. ആയുധപ്പുരകൾ. കുതിരമാളികകൾ. പട്ടാളപ്പാർപ്പിടങ്ങൾ. പരിശീലകർക്കും മറ്റുമുള്ള മന്ദിരങ്ങൾ. ആചാര്യൻ മിത്രദേവനും പിന്നെ വിശിഷ്ടാതിഥികൾക്കുമുള്ള മന്ദിരങ്ങളുമടങ്ങിയ ഒരു വലിയ കെട്ടിടസമുച്ചയം തന്നെ ആ കോട്ടകൾക്കുള്ളിലുണ്ടായിരുന്നു. കോട്ടകൾക്ക് പുറത്ത് കിടങ്ങുകളും മറ്റും നിർമ്മിച്ച് സുരക്ഷിതമാക്കിയിരുന്നു. കൂടാതെ കാവൽപ്പട്ടാളക്കാർ കോട്ടയുടെ എല്ലായിടത്തും സദാസമയവും നിതാന്ത ജാഗ്രതയിലുമായിരിക്കും.

ആചാര്യൻ മിത്രദേവന്റെ മേൽനോട്ടത്തിലുള്ള ആ ആയോധന പരിശീലനകേന്ദ്രം രാജ്യത്തെ ഏറ്റവും വലിയ കോട്ടകളാൽ ചുറ്റപ്പെട്ടാണ് സ്ഥിതിചെയ്യുന്നത്. ആ കോട്ടയും പരിസരപ്രദേശങ്ങളും

പട്ടാളത്തിന്റെ പ്രത്യേക സുരക്ഷാവലയത്തിലാണ്. സാധാരണ പൗരന്മാർക്ക് അവിടേക്ക് പ്രവേശനാനുമതി ഉണ്ടായിരുന്നില്ല. ദേവ രാജ്യരാജാക്കന്മാർക്കുള്ള പരിശീലനവും രാജ്യത്തെ ഏറ്റവും മികച്ച സൈന്യാധിപന്മാരേയും സൈന്യത്തേയും പരിശീലിപ്പിക്കുന്നതും ഈ പാഠശാലയിലാണ്.

അമൃതഗിരിക്കുന്നുകളുടെ ചാരത്തുനിന്നും മുകളിലേക്ക് വളഞ്ഞും പുളഞ്ഞും പോകുന്ന മലമ്പാതകൾ പിന്നീട് രഘുരാമനു ശാരങ്കി പ്പടയും ആചാര്യൻ മിത്രദേവന്റെ പാഠശാലയിൽ എത്തിച്ചേർന്നു.

രഘുരാമന്റെ കൂടെ ഉണ്ടായിരുന്ന സേവകൻ കൂടാരത്തിന്റെ മട്ടു പ്പാവിൽ പീഠത്തിലിരിക്കുന്ന ആചാര്യനെ ചൂണ്ടിക്കാട്ടി, അദ്ദേഹമാണ് ദേവരാജ്യത്തെ ആയോധന ആചാര്യൻ മിത്രദേവൻ എന്ന് പരിചയ പ്പെടുത്തിയതിനു ശേഷം അദ്ദേഹത്തെ വണങ്ങി നിന്നു.

ആയോധനാചാര്യൻ മിത്രദേവനെ കണ്ട് രഘുരാമൻ ആശ്ചര്യ പ്പെട്ടു നിന്നു.

ഇത് തികച്ചും വിചിത്രം തന്നെ.

തന്റെ ശാല്യരാജ്യത്ത് വച്ച് രണ്ടാമതായി പങ്കെടുത്ത ശിൽപ നിർമ്മാണ മത്സരത്തിൽ താൻ നിർമ്മിച്ച ആ യോദ്ധാവിന്റെ ശിൽപം തന്റെ കൺമുൻപിൽ ജീവസ്സുറ്റു നിൽക്കുന്നു. തന്റെ ആചാര്യനായി.

തന്റെ ഹൃദയത്തിൽ നിന്നും താൻ ആ ഒളിയൻ ശിലയിൽ പകർ ത്തിയ ആദ്യത്തെ ശിൽപം ദേവരാജ്യ രാജകുമാരി അവന്തിക തന്റെ ജീവിതസഖിയായി ലഭിച്ചു കഴിഞ്ഞു. ഇന്നിതാ തന്റെ ഹൃദയത്തിൽ ഉരുവായ ആ യോദ്ധാവിന്റെ ശിൽപം തന്റെ ആയോദ്ധനാചാര്യ നായും ലഭിച്ചിരിക്കുന്നു.

അവൻ തേരിൽ നിന്നിറങ്ങി നഗ്നപാദനായി നടന്ന് ഗുരുവിന്റെ മുൻപിൽ കുമ്പിട്ട് ആ കാൽപാദങ്ങളിൽ നമസ്കരിച്ചു.

യുവരാജാവായിട്ടുകൂടി രഘുരാമന്റെ വിനയവും ഗുരുഭക്തിയും കണ്ട് ആചാര്യൻ മിത്രദേവൻ ആശ്ചര്യപ്പെട്ടു.

അദ്ദേഹം അവന്റെ ശിരസിൽ കൈവച്ച് അനുഗ്രഹിച്ചുകൊണ്ട് അവനെ പിടിച്ചെഴുന്നേൽപ്പിച്ചു. ആചാര്യൻ മിത്രദേവന്റെ ശിക്ഷണ ത്തിൽ രഘുരാമൻ ആയോധന പഠനം ആരംഭിച്ചു. അവനോടൊപ്പം വന്ന സുരക്ഷാഭടന്മാർ ആ കോട്ടയിൽ താമസിച്ചു. ആചാര്യൻ മിത്ര ദേവനിൽനിന്നും അവൻ ഏറ്റവും മികച്ചരീതിയിൽ ആയോദ്ധന വിദ്യാപഠനം പൂർത്തിയാക്കി.

ദേവരാജ്യത്തിന്റെ മഹത്വമായി കരുതുന്ന ശിവാലിയിലെ ദാർശനികൻ അമരേന്ദ്രനാഥ മഹർഷിയിൽനിന്നും ദാർശനികവിദ്യ

പഠിക്കുന്നതിനായി രഘുരാമന് അവിടേക്ക് പുറപ്പെടേണ്ട ദിവസം വന്നെത്തി.

അന്ന് പ്രഭാതത്തിൽ തന്റെ ആയോധനാഗുരുവായ ആചാര്യൻ മിത്രദേവന്റെ പാദങ്ങളിൽ തൊട്ട് നമസ്കരിച്ച് അദ്ദേഹത്തിന്റെ അനുഗ്രഹാശ്ശിസുകളോടെ ശാരങ്കിപ്പടയുടെ സുരക്ഷാവലയത്തിൽ അവർ ശിവാലിയിലേക്ക് പുറപ്പെട്ടു.

അവനെ എതിരേറ്റ് ശിവാലിയിലേക്ക് കൊണ്ടുപോകാൻ മഹാരാജാവും രാജകുമാരി അവന്തികയും പരിവാരസമേതം നേരത്തേ തന്നെ അമൃതഗിരിയിൽ എത്തിച്ചേർന്നിരുന്നു. ശിവാലിയിലേക്കുള്ള യാത്രയിൽ അവരും അവനെ അനുഗമിച്ചു.

ദേവരാജ്യം, ഏറ്റവും പവിത്രമായി കരുതുന്ന ഒരിടമായിരുന്നു ശിവാലിയിലെ ദാർശനികന്റെ ആശ്രമവും അത് കുടികൊള്ളുന്ന ആ മലമ്പ്രദേശവും.

ആ രാജ്യത്തിന്റെ തെക്കു പടിഞ്ഞാറ് ഭാഗത്തുള്ള ഘോരവന പ്രദേശത്തോട് ചേർന്നു നിൽക്കുന്ന ശിവാലി മലമുകളിലാണ് ദാർശനിക ആശ്രമം.

ദേവരാജ്യത്തെ രാജാക്കന്മാരെല്ലാം ആയോധനകലകളിലും തന്ത്രവിദ്യകളിലുമെല്ലാം പ്രാവീണ്യം നേടിയാലും രാജഭരണം ഏറ്റെടുക്കും മുൻപ് ദാർശനികന്റെ ആശ്രമത്തിൽ വസിച്ച് അദ്ദേഹം കൽപ്പിക്കുന്ന കാലത്തോളം ആശ്രമവാസിയായി വസിക്കണം എന്നതായിരുന്നു ദേവരാജാക്കന്മാരുടെ വിശ്വവിജയങ്ങളുടെയെല്ലാം രഹസ്യം.

ആശ്രമ മലനിരകളുടെ താഴ്വരവരെയും രാജാവും രാജകുമാരി അവന്തികയും പരിവാരങ്ങളും ശാരങ്കിപ്പടയും ഒപ്പമുണ്ടായിരിക്കും. എന്നാൽ മലമടക്കുകൾ താണ്ടി ദാർശനികന്റെ ആശ്രമത്തിലേക്കുള്ള വഴിയാത്രയിൽ ആശ്രമവാസികളായ സന്ന്യാസിമാർ മാത്രമേ തനിക്കൊപ്പം ഉണ്ടാവൂ. ആ മലമുകളിലേക്ക് ദാർശനികന്റെ അനുവാദമില്ലാതെ ആരും പ്രവേശിക്കാറില്ല.

സായന്തനമായപ്പോഴേക്കും അവർ ശിവാലിയുടെ താഴ്വരയിൽ ഊറി നദിക്കരയിലെത്തി. അതിന്റെ മറുകരയിലെ ശിവാലി മലമടക്കുകൾക്ക് മുകളിലാണ് ദാർശനികന്റെ ആശ്രമം കുടികൊള്ളുന്നത്. അവിടേക്ക് പരിവാരങ്ങളൊന്നുമില്ലാതെ വേണം യാത്ര പോകേണ്ടത്.

രാജാവും രാജകുമാരിയും പരിവാരങ്ങളും ശാരങ്കിപ്പടയുമെല്ലാം തടാകക്കരവരെ അവനെ അനുഗമിച്ചു. ഊറി നദിയുടെ മറുകരയിൽ

രഘുരാമനെ ആശ്രമത്തിലേക്ക് കൂട്ടിക്കൊണ്ടുപോകുവാൻ ദാർശനികന്റെ ശിഷ്യഗണങ്ങൾ കാത്തുനിൽപ്പുണ്ടായിരുന്നു. മഹാരാജാവ് നിയോഗിച്ച വഞ്ചിക്കാരൻ രഘുരാമനെ ഊറിപ്പുഴ കടത്തി അവരുടെ അടുത്തെത്തിച്ചു.

ആശ്രമവാസികളുമായി ശിവാലി മലമുകളിലേക്കുള്ള ഒറ്റയടിപ്പാതയിലൂടെ സന്ന്യാസിമാർക്കൊപ്പം രഘുരാമൻ നടന്നകലുന്നതും നോക്കി രാജാവും അവന്തിക രാജകുമാരിയും പരിവാരങ്ങളും ആ നദിക്കരയിൽ നിന്നു.

രാത്രിവിളക്കുകളുടെ ശോഭയിൽ ആ മലമുകളിലെ ആശ്രമ പരിസരമാകെ ദീപശോഭയിൽ അലങ്കരിക്കപ്പെട്ടപോലെ. ആശ്രമ കവാടവും കടന്ന് അവർ പർണ്ണശ്ശാലയിലെ പൂന്തോട്ടത്തിലൂടെ ആശ്രമകൂടാരങ്ങൾ ഓരോന്നായി പിന്നിട്ട് ആ ദാർശനിക കൂടാരത്തിലേക്ക് പോയി. പൂന്തോട്ടത്തിലും കൂടാരങ്ങൾക്കിരുവശങ്ങളിലും രാത്രിവിളക്കുകൾ കൊളുത്തിവച്ചിരിക്കുന്നു. ആശ്രമകവാടം കടന്നതു മുതൽ അവന്റെ കണ്ണുകൾ അവിടെയെല്ലാം ആ ദാർശനികനെ തേടുകയായിരുന്നു. ദേവരാജ്യം മുഴുവൻ ഭയഭക്തി ബഹുമാനത്തോടെ മാത്രം കാണുന്ന ആ മഹാത്മാവിനെ നേരിൽ കാണുവാൻ അവന്റെ ഹൃദയം തുടിച്ചു. അവർ നടന്ന് ആ ദാർശനിക കൂടാരത്തിനു മുൻപിലെത്തി. അവനോടൊപ്പം വന്ന സന്ന്യാസിമാരിൽ ഒരാൾ ആ കൂടാര വാതിലിൽ മുട്ടിവിളിച്ച് രഘുരാമനെയും കൂട്ടി തങ്ങൾ വന്നതറിയിച്ചു.

പുല്ല് മേഞ്ഞ് മനോഹരമാക്കിയിരിക്കുന്ന ആ കൂടാരത്തിന്റെ വാതിലുകൾ മെല്ലെ തുറക്കപ്പെട്ടു. ശാന്തമായ കാൽവയ്പ്പോടെ ആത്മചൈതന്യം തുളുമ്പുന്ന ആ മഹാത്മാവ് കൂടാരത്തിൽനിന്നും പുറത്തേക്കു വന്നു.

ആ രാത്രിവിളക്കിന്റെ വെളിച്ചത്തിൽ ആ ദാർശനിക ശ്രേഷ്ഠനെ രഘുരാമൻ കണ്ടു. താൻ പരാജിതനായി തന്റെ ശിൽപശാലയിലെ മരപ്പലകയിൽ കിടന്നുറങ്ങിയ ആ രാത്രിയിൽ രാത്രിവിളക്കിന്റെ അരണ്ടവെളിച്ചത്തിൽ താൻ കണ്ട അതേ ദാർശനിക രൂപം. ഇന്നിതാ ഇവിടെ തന്റെ ആചാര്യനായി.

ആ മഹാത്മാവിന്റെ രൂപഭാവങ്ങൾ കണ്ട് രഘുരാമൻ ആശ്ചര്യപ്പെട്ടു നിന്നു.

താൻ നിർമ്മിച്ച ആ ദാർശനിക ശിൽപം ജീവചൈതന്യത്തുടിപ്പോടെ തന്റെ മുൻപിൽ നിൽക്കുന്നു. അതേ രൂപഭാവങ്ങൾ, തെല്ലും മാറ്റമില്ല.

ഒളിയൻ ശിലയിൽ താൻ പടുത്ത ആ ദാർശനിക ശിൽപത്തിന്റെ ജീവസ്സുറ്റ രൂപം കണ്ട് ആശ്ചര്യത്തോടെ നിൽക്കുന്ന അവനോട് ഒരു ചെറുപുഞ്ചിരിയോടെ ആ ദാർശനിക ശ്രേഷ്ഠൻ പറഞ്ഞു.

''വരൂ രഘുരാമാ, ഇത്രയുംകാലം നിന്നെയും പ്രതീക്ഷിച്ചിരിക്കുകയായിരുന്നു ഞാൻ. ദേവരാജ്യത്തിനുവേണ്ടി ഉത്തമനായ ഒരു രാജാവിനെ പടുത്തുയർത്താൻ. നീ ശിലകളിൽ കൊത്തുളിവച്ച് മഹത്തരമായ ശിൽപങ്ങൾ നിർമ്മിക്കുംപോലെ...''

തന്റെ ശിൽപത്തിന് എങ്ങനെ ഗുരുവിന്റെ രൂപഭാവങ്ങൾ കൈവന്നു. ശിൽപനിർമ്മാണ മത്സരത്തിൽ താൻ പടുത്ത ശിൽപങ്ങളെല്ലാം തന്റെ ഹൃദയത്തിൽനിന്നും ഉരുവായവയായിരുന്നു. അതുകൊണ്ടാവാം അവയെല്ലാം തന്നിലെ ആത്മാംശചേതനയെ കണ്ടെത്തുവാൻ പര്യാപ്തമായത്.

തന്റെ പ്രിയ പത്നിയായി.

തന്റെ ആചാര്യൻ മിത്രദേവനായി

പിന്നെ തന്നിലെ ആത്മാംശത്തെ പ്രകാശിപ്പിക്കുവാൻ പോന്ന ഈ ദാർശനിക മഹാത്മാവായി.

എല്ലാം വിചിത്രമായി അവനു തോന്നി. ഒരു സുന്ദരസ്വപ്നം പോലെ.

കുളിച്ച് ശരീരം ശുദ്ധിവരുത്തി തനിക്കായി നൽകിയ കൂടാരത്തിലേക്കെത്തിയ അവന് ആ സന്ന്യാസിശ്രേഷ്ഠന്മാർ പഴങ്ങളും മറ്റു വിഭവങ്ങളും നൽകിയിട്ട് ശുഭരാത്രി നേർന്നുകൊണ്ട് തങ്ങളുടെ കൂടാരങ്ങളിലേക്ക് പോയി.

ആ സന്ന്യാസിശ്രേഷ്ഠന്മാർ നൽകിയ പഴങ്ങളും മറ്റും കഴിച്ച് തന്റെ കൂടാരത്തിൽ ഉറങ്ങുവാനുള്ള തയ്യാറെടുപ്പുകൾ നടത്തുന്നതിനിടയിൽ രഘുരാമൻ താൻ ആദ്യമായി ദേവരാജ്യത്തെത്തിയ ദിവസം അതിർത്തിഗ്രാമമായ ഉദയഗിരിയിലെ ആൽമരച്ചുവട്ടിൽ വച്ച് കണ്ടുമുട്ടിയ കാവിവസത്രധാരിയായ വൃദ്ധൻ പറഞ്ഞ വാക്കുകൾ ഓർത്തു.

'നീ നിന്റെ വിശപ്പറിയുക, അത് ഉദരത്തിന്റേതല്ല, നിന്റെ ഹൃദയത്തിന്റേതാണ്. നിന്റെ ഹൃദയത്തിന്റെ വിശപ്പകറ്റുവാൻ നീ ശിവാലിയിലേക്ക് പോവുക.'

അടുത്ത പ്രഭാതത്തിൽ ആശ്രമവും പരിസരവും മറ്റും കാണുവാൻ ഗുരുവിനൊപ്പം അവൻ ആശ്രമപരിസരവും ആ വനമേഖലയിലും ചുറ്റി നടന്നു കണ്ടു.

താനിതുവരെ കണ്ടിട്ടില്ലാത്ത തരം വിചിത്രങ്ങളായ സസ്യജാലങ്ങളും വിശിഷ്ടങ്ങളായ പുഷ്പങ്ങളാൽ അലംകൃതമായ പൂന്തോപ്പുകളും നിറഞ്ഞ ഒരിടമായിരുന്നു ആ ആശ്രമപരിസരം. ഇത്ര വിശിഷ്ഠമായ പുഷ്പങ്ങൾ തന്റെ ശാല്യരാജ്യത്തുപോലും അവൻ കണ്ടിരുന്നില്ല. പുല്ലുകളും കാട്ടുവള്ളികളാലും തീർത്ത പർണശാലകൾ.

ഈ പ്രപഞ്ചത്തിൽ ഈശ്വരൻ വസിക്കാൻ ഇഷ്ടപ്പെടുന്ന ഒരിടം പൂക്കളുടെ പറുദീസ, പ്രകൃതി അതിന്റെ വശ്യസൗന്ദര്യം മുഴുവനും ദേവരാജ്യത്തിന്റെ ഈ മലമുകളിൽ ഒളിപ്പിച്ചുവച്ചിരിക്കുംപോലെ.

ആ വനമേഖലയിലെ ജീവജാലങ്ങൾ എല്ലാം ദാർശനികനോട് സ്നേഹം പ്രകടിപ്പിക്കുന്നത് അവൻ കണ്ടു.

സിംഹവും കടുവയും ആനയും തുടങ്ങി എല്ലാ ജീവജാലങ്ങളും ഗുരുവിനോട് പൂർണമായി ഇണങ്ങി നിൽക്കുന്നു.

പുഴയിലെ മത്സ്യങ്ങൾപോലും ഗുരുവിന്റെ സാമിപ്യമറിഞ്ഞ് ജലപ്പരപ്പിലേക്ക് കൂട്ടമായി വരുന്നതും ഭയലേശമില്ലാതെ അവയുടെ സ്നേഹം പ്രകടിപ്പിക്കുന്നതും കണ്ട് അവൻ ആശ്ചര്യപ്പെട്ടു. മത്സ്യങ്ങൾപോലും മനുഷ്യരോട് ഇത്രയ്ക്ക് ഇണങ്ങുവാൻ കഴിയുമോ? അവ എന്തുകൊണ്ടാണിങ്ങനെ ഭയലേശമില്ലാതെ ഇണങ്ങിനിൽക്കുന്നത്? അവയ്ക്ക് ഒരുപക്ഷേ തങ്ങളുടെ അടുത്തെത്തുന്ന ആൾ തങ്ങളുടെ ശത്രുവാണോ മിത്രമാണോ എന്ന് തിരിച്ചറിയാൻ കഴിയുന്ന എന്തെങ്കിലും സിദ്ധിയുണ്ടാവും തീർച്ച.

ആശ്രമത്തിലെ നിയമങ്ങൾ വ്യത്യസ്തമാണ്. അവിടെ ശിഷ്യന്മാർക്ക് രാജാവെന്നോ സാധാരണക്കാരനെന്നോ വ്യത്യാസമില്ലാതെയാണ് ഗുരു കണക്കാക്കിയിരുന്നത്. ജാതിയോ മതമോ വംശമോ വർണമോ കുലമോ നോക്കാതെ സർവ്വരേയും ഈശ്വരാംശമായി കാണുന്ന ഒരിടം.

ഈ മഹാപ്രപഞ്ചത്തിൽ സർവ്വജീവജാലങ്ങളും ഈശ്വരാംശമെന്ന ആത്മബോധത്തിലേക്ക് ഒന്നായി ചേർന്നുനിൽക്കുംപോലെ.

ആ പർണശാലയിൽ ഒരു സാത്വികനെപ്പോലെ ഗുരുപാദങ്ങളെ വന്ദിച്ച് അവൻ കഴിഞ്ഞു. അന്നുവരെ അറിഞ്ഞ ഭൗതിക ജ്ഞാനത്തിനുമപ്പുറം തന്നിലെ ജീവാംശത്തിന്റെ അനശ്വരജ്ഞാനത്തിലേക്ക് ചേക്കേറുവാൻ അവന്റെ ഹൃദയം പഠിച്ചു തുടങ്ങി.

ധ്യാനപഠനവും മറ്റു ദാർശനിക വിദ്യാപഠനവും പൂർത്തിയാക്കിയ രഘുരാമനെ അരികിൽ വിളിച്ച് ആ മഹർഷിവര്യൻ പറഞ്ഞു.

‘‘ഇനിമുതൽ നിനക്ക് ആശ്രമത്തിനു പുറത്ത് ദേവരാജ്യത്തെ കാഴ്ചകളിൽനിന്നാണ് പഠിക്കേണ്ടതുള്ളത്. അതിനായി നാളെ മുതൽ

നീ എന്നോടൊപ്പം ദേവരാജ്യത്തുടനീളം സഞ്ചരിക്കേണ്ടതുണ്ട്. നമ്മൾ ഒരുമിച്ച് ആദ്യം പോകേണ്ടത് ഏറ്റവും വിശിഷ്ടമായ ഒരിടത്തേക്കായിരിക്കും. നാളെ പ്രഭാതത്തിൽ നമ്മുടെ യാത്ര അവിടേക്കാണ്.''

അന്ന് സന്ധ്യാവന്ദനവും അത്താഴവും കഴിഞ്ഞ് ഗുരുവിനെ നമസ്കരിച്ച് ശയനമുറിയിലേക്ക് പോകാനൊരുങ്ങിയ രഘുരാമനെ ഗുരു അടുത്ത ദിവസത്തെ യാത്രയെപ്പറ്റി ഓർമ്മപ്പെടുത്തി.

''നാളെ നമുക്ക് ഒരു വിശിഷ്ട ക്ഷേത്രം ദർശിക്കുവാനുണ്ട്. അതിനായി പുലരും മുൻപ് എഴുന്നേറ്റ് ശരീരത്തിനും മനസ്സിനും ശുദ്ധി വരുത്തേണ്ടതുണ്ട്. ബ്രഹ്മമുഹൂർത്തത്തിൽ തന്നെ യാത്ര തുടങ്ങണം.''

രഘുരാമൻ സൂര്യോദയത്തിനു മുൻപേ ഉണർന്ന് പ്രഭാതകൃത്യങ്ങളെല്ലാം കഴിഞ്ഞ് പ്രഭാതപ്രാർത്ഥനകളും ഉരുവിട്ട് ഗുരുവിനെ വന്ദിച്ച് യാത്രയ്ക്ക് വേണ്ട ആവശ്യസാധനങ്ങളും എടുത്ത് ക്ഷേത്രദർശനത്തിനുള്ള യാത്രയ്ക്ക് തയ്യാറായി നിന്നു.

വൈകാതെ യാത്രയ്ക്കൊരുങ്ങി ഗുരുവും വന്നെത്തി. അവർ ആശ്രമ കവാടവും കടന്ന് നടപ്പാതയും വനപാതകളും ഗ്രാമങ്ങളും പിന്നിട്ട് ശാല്യരാജ്യ തലസ്ഥാനമായ ദേവപുരിയിലെത്തിച്ചേർന്നു. അവിടെ ദാർശനികൻ അമരേന്ദ്രനാഥ മഹർഷിയെ സ്വീകരിക്കാൻ രാജാവും പരിവാരങ്ങളും നിൽപ്പുണ്ടായിരുന്നു.

രാജാവ് വിനീതനായി ഗുരുവിന്റെ ആഗമനോദ്ദേശ്യം ആരാഞ്ഞു.

''അങ്ങ് ഒന്നു കൽപ്പിച്ചിരുന്നെങ്കിൽ കൊട്ടാരത്തിൽ നിന്നും രഥങ്ങളും പടയാളികളേയും അയയ്ക്കുമായിരുന്നല്ലോ. എന്നിട്ടും എന്തേ മഹാത്മാവേ, കാൽനടയായി ഇത്രയധികം ദൂരം സഞ്ചരിക്കാൻ തോന്നി.''

''ഞാൻ ഈശ്വരാംശത്തിന്റെ ചെറുകണിക മാത്രം. അങ്ങയുടെ സ്നേഹമനസ്സിനു നന്ദി പറയുന്നു. എനിക്കിവിടുത്തെ നമ്മുടെ രാജ്യത്തിന്റെ അഭിമാനമായ ആ ആതുരാലയത്തിലേക്ക് പോകുവാനാണ് ഞാനും എന്റെ ശിഷ്യൻ രഘുരാമനും എത്തിയിരിക്കുന്നത്.''

അവർ ഒന്നിച്ച് ആതുരാലയത്തിലേക്ക് പോയി. ദേവരാജ്യത്തെ ഏറ്റവും പ്രസിദ്ധമായ ആതുരാലയമായിരുന്നു അത് വിദേശരാജ്യങ്ങളിൽ നിന്നുപോലും ചികിത്സയ്ക്കും പഠനത്തിനുമായി ധാരാളം പേർ എത്തിച്ചേരുന്ന ഇടം കൂടിയാണത്.

ആതുരാലയത്തിലെത്തിയപ്പോൾ രഘുരാമന് സംശയം ഗുരുതലേന്ന് രാത്രിയിൽ തന്നോട് ഏതോ വിശിഷ്ട ക്ഷേത്രത്തിൽ

പോകുന്നതിനെ പറ്റിയല്ലേ പറഞ്ഞിരുന്നത്. ഇതിപ്പോൾ ഒരാതുരാലയത്തിലും. ഇതെന്തുപറ്റി?

രഘുരാമന്റെ വിചാരം മനസ്സിലാക്കിയ ഗുരു അവനോടായി പറഞ്ഞു.

''ഏറ്റവും വലിയ ക്ഷേത്രം ആതുരാലയമാണ് എന്ന് നിനക്കറിയില്ലേ രഘുരാമാ. അവിടെ ഉയർന്ന ജാതിക്കാരനെന്നോ താഴ്ന്ന ജാതിക്കാരനെന്നോ വ്യത്യാസമില്ല. ധനികനും ദരിദ്രനും അവിടെ നൽകുന്നത് ഒരേ പ്രസാദമാണ്. ഔഷധക്കൂട്ടുകളാണ് അവിടുത്തെ വിശിഷ്ടമായ പ്രസാദം. എന്നാൽ ഔഷധക്കൂട്ടുകൾ കൊണ്ട് ഭേദപ്പെടുത്താനാവാത്ത മുറിവുകളുണ്ട് മനുഷ്യന്, അത് ശരീരത്തിനല്ലെന്നു മാത്രം, മനസ്സിനാണ്. മനസ്സിന്റെ തിരയിളക്കത്തിൽ മിന്നിമറയുന്ന വർണക്കാഴ്ചകളുണ്ടാവാം, നിറമുള്ള ചിത്രങ്ങളും സുഗന്ധം പരത്തുന്ന വർണപുഷ്പമങ്ങളുമുണ്ടാവാം. ഒരുപക്ഷേ ദുഃഖത്തിന്റെ കണ്ണീർപുഴകളുണ്ടാവാം. ചിറക് വിരിച്ച് പറന്നുയരാൻ വെമ്പൽ കൊള്ളുന്ന ഒരുപിടി സ്വപ്നങ്ങളുണ്ടാവാം. അതുമല്ലെങ്കിൽ ആദർശത്തിന്റെ ചിത്രഗോപുരങ്ങളുണ്ടാവാം. എന്തുതന്നെ ആയാലും നമ്മുടെ മനസ്സിന്റെ മുറിവുണക്കാൻ ഈശ്വരൻ സമ്മാനിച്ച ഔഷധക്കൂട്ടാണ് സ്നേഹം 'നിർലോഭമായ സ്നേഹം.' അത് നൽകുന്നവന് നൂറിരട്ടിയായി തിരിച്ചു കിട്ടുന്നു.''

അന്ന് രഘുരാമനും ഗുരുവും ആ ആതുരാലയത്തിൽ ചിലവഴിച്ചു. അടുത്ത പ്രഭാതത്തിൽ ദേവരാജ്യത്തിന്റെ മറ്റ് ഗ്രാമങ്ങളിലേക്ക് പുറപ്പെടാനൊരുങ്ങിയ അവർ ദേവരാജ്യത്തെ പഴയ സേനാപതി ദർമ്മജിത്തിന്റെ മരണവാർത്തയറിഞ്ഞ് ആതുരാലയത്തിൽ നിന്നും അവർ ആ യോദ്ധാവിന്റെ ഭവനത്തിലേക്ക് പോയി. രാജാവും പരിവാരങ്ങളും ഉൾപ്പെടെ ഒരു വലിയ ജനാവലി അവിടെ കൂടിയിരിക്കുന്നു. എല്ലാവരുടെയും മുഖത്ത് ദുഃഖം തളംകെട്ടിനിൽക്കുന്നു. കൂടി നിന്നിരുന്ന പടയാളികളിൽ പലരും വിതുമ്പുന്നുണ്ടായിരുന്നു. ദുഃഖം തളംകെട്ടിയ ആ അന്തരീക്ഷത്തിൽ യോദ്ധാവിന്റെ മൃതശരീരം സകലവിധ രാജകീയ ബഹുമതിയോടുംകൂടി കിടത്തിയിരിക്കുന്നത് അവൻ കണ്ടു. ആ ഭവനത്തിലെല്ലാവരും ആ ധീരന്റെ നിര്യാണത്തിൽ ദുഃഖം പൂണ്ടിരിക്കയാണ്.

മൃതശരീരത്തിനു മുൻപിൽ ഉപചാരമർപ്പിച്ചു നിൽക്കെ ഗുരു അവനോടായി ചോദിച്ചു.

''ആ യോദ്ധാവിന്റെ മഹത്വം നീ ദർശിച്ചോ രഘുരാമാ? വാർദ്ധക്യം ബാധിച്ച് ചർമ്മം ആകെ ചുക്കിച്ചുളിഞ്ഞ് ശരീരത്തെ മരണം കീഴ്പ്പെടുത്തിയിരിക്കുന്നതും ഞാൻ കണ്ടു ഗുരു.''

''നീ ആ യോദ്ധാവിന്റെ ശരീരം മാത്രമാണ് കണ്ടത്. മഹത്വം നീ ദർശിച്ചില്ല. കരുത്തനായ യോദ്ധാവിന്റെ മഹത്വം വിഘ്നം കൂടാതെ കർമ്മം പൂർത്തീകരിക്കുന്നതിലാണ്. കർമ്മങ്ങൾ തുടങ്ങുന്നതിലല്ല കാര്യം, പൂർത്തിയാക്കുന്നതിലാണ്. കർമ്മത്തിന്റെ പൂർത്തീകരണ ത്തിനായി ലക്ഷ്യം തേടിയിറങ്ങിയ പലരുമുണ്ടാവും. പക്ഷേ ലക്ഷ്യ ത്തിലെത്തിച്ചേർന്നവർ വളരെ വിരളവും. കർമ്മപൂർത്തീകരണത്തി നുള്ള വെറുമൊരു ഉപകരണം മാത്രമാണ് ശരീരം. ജനനമരണങ്ങൾ കർമ്മപൂർത്തീകരണത്തിനുള്ള മാർഗ്ഗവും.

ജനനമരണങ്ങൾക്കിടയിൽ പ്രാണനെ വഹിക്കുന്ന വെറുമൊരു തേര് മാത്രമാണ് ശരീരം. അതിൽ കവിഞ്ഞ് ജീവിതയാത്രയിൽ അതിന് സ്ഥാനമില്ല. ശരീരത്തിൽനിന്ന് പ്രാണൻ യാത്രയാവുമ്പോൾ ശരീരം മണ്ണിൽ ഉപേക്ഷിക്കപ്പെടും. പുഴുക്കൾ ശരീരത്തിന് കളിക്കൂട്ടുകാരാകും. കൃമികീടങ്ങൾ നിന്റെ ശരീരത്തോട് കഥ പറയുമ്പോൾ അവ നിന്റെ ധനമോ കുലമോ നോക്കില്ല. നീ ഒരു ശിൽപിയായാലും ദേവരാജ്യത്തെ ചക്രവർത്തി തന്നെ ആയാലും. പക്ഷേ നിന്റെ കർമ്മത്തിന്റെ മഹത്വം മൺമറയുകയില്ല. ഒരിക്കലും അസ്തമിക്കുകയുമില്ല. കാലദേശങ്ങൾ പിന്നിട്ട് നിന്റെ ആത്മാംശത്തെ പിൻതുടരും.''

ദേവരാജ്യഗ്രാമങ്ങളിലൂടെ ഗുരുവുമൊത്ത് അവൻ സഞ്ചരിച്ചു. അവൻ പലതും പഠിച്ചു. അവന് പല ഗുരുക്കന്മാരുമുണ്ടായി. പ്രകൃതി, ജീവജാലങ്ങൾ, ചുറ്റിലുമുള്ള മനുഷ്യർ, കാറ്റും മഴയും ചൂടും തണു പ്പുമെല്ലാം അവനെ പലതും പഠിപ്പിച്ചു. പ്രപഞ്ചത്തിന്റെ നിഗൂഢമായ സത്യങ്ങൾ അവൻ കണ്ടെത്തി. ദേവരാജ്യത്തിന്റെ ഗ്രാമങ്ങളിലൂടെ നീണ്ട യാത്രയ്ക്കൊടുവിൽ അവർ തിരികെ ആശ്രമത്തിലെത്തി.

പഠനം പൂർത്തീകരിച്ച് ആശ്രമത്തിൽനിന്നും മടങ്ങിപ്പോകും മുൻപ് അവനെ അതീന്ദ്രിയ ജ്ഞാനവിദ്യ പഠിപ്പിക്കുവാനായി ഗുരു തന്റെ കൂടാരത്തിലേക്ക് കൂട്ടിക്കൊണ്ടുപോയി.

ഏകനായി അഭ്യസിപ്പിക്കേണ്ട ഒരു ഗൂഢശാസ്ത്രമാണ് അതീ ന്ദ്രീയജ്ഞാനവിദ്യ. അതിനായി ശരീരത്തെ അയച്ച് ശരീരത്തേയും മനസ്സിനേയും തയ്യാറാക്കുന്ന രീതികൾ ഗുരു അവന് കാട്ടിക്കൊ ടുത്തു. എന്നിട്ട് ഗുരു അവന്റെ ശിരസ്സിൽ കൈകൾ വച്ച് അനുഗ്ര ഹിച്ച് പഠനാനുമതി നൽകി.

ഗുരു തന്റെ കൈകൾ അവന്റെ ശിരസ്സിൽ വച്ചപ്പോൾ അദ്ദേഹ ത്തിന്റെ കൈകളിൽനിന്നും ഒരു അഭൗമകാന്തശക്തി തന്നിലേക്ക് പ്രവഹിക്കുന്നതായി അവനു തോന്നി. പരമാനന്ദത്തിൽ മുഴുകി പ്രപഞ്ചാംശത്തിന്റെ പൂർണതയിൽ അവൻ ലയിച്ച് നിന്നു.

ഈ വിദ്യ അഭ്യസിക്കുന്നതുകൊണ്ടുള്ള ഗുണങ്ങൾ പരിശീലന മുറകൾ, മനസ്സിനേയും ശരീരത്തേയും നിയന്ത്രിക്കുന്ന മാർഗങ്ങളും അദ്ദേഹം അവന് പഠിപ്പിച്ചുകൊടുത്തു. നന്മ ചെയ്യുവാനും അശര ണരായ ജനങ്ങളെ സഹായിക്കുവാനും സ്വന്തം ജീവിതത്തിൽ മുക്തി നേടുവാനും തുണയായി വർത്തിക്കുന്ന ഒന്നാണീ വിദ്യ.

അതീന്ദ്രീയ ജ്ഞാനവിദ്യയിലെ പരകായ പ്രവേശം ഉൾപ്പെടെ അതീവ നിഗൂഢമായവയൊക്കെയും ഗുരു അവനെ പഠിപ്പിച്ചു. അതോ ടൊപ്പം അതീന്ദ്രിയവിദ്യയുടെ പൊരുൾ അദ്ദേഹം അവന് ഉപദേശിച്ചു.

അതീന്ദ്രവിദ്യാപൊരുൾ നമ്മുടെ ആത്മാംശത്തെ സംബന്ധിച്ച താണ്.

'നാം എന്തുവിചാരിക്കുന്നുവോ അതായിരിക്കും നാം' എന്ന അത്മ ജ്ഞാനത്തിൽ നിന്നാണ് അതാരംഭിക്കുന്നത്. വീണ്ടും വീണ്ടും അതുതന്നെ കേൾക്കുക, അതുതന്നെ കാണുക, അതിനെപ്പറ്റിതന്നെ ആലോചിച്ചു നോക്കൂ, അതാണ് ഉണ്മ. സത്യത്തിൽ നാം ചിന്തിക്കു ന്നതെന്തോ അതായിരിക്കും നാം. ഒരു പന്തയത്തിൽ തനിക്ക് വി ജയിക്കണം എന്നു വിചാരിക്കാതെ ഒരുവന് വിജയിക്കാനാവുമോ? തീർച്ചയായും സാധിക്കില്ല.

ആലോചിക്കാതെ ഉയരത്തെ വിശ്വസിച്ച് പരിശ്രമിക്കുവാനാവുമോ? നാം എന്താഗ്രഹിക്കുന്നുവോ അതിനെപ്പറ്റി കൂടുതൽ കൂടുതൽ ചിന്തിക്കുക. നാം അതിയായി ആഗ്രഹിക്കുന്നതിനെ അതിയായി വിശ്വസിക്കുക, ഹൃദയപൂർവ്വം വിശ്വസിക്കുക. നാം വിജയിക്കുമെന്ന് ഹൃദയപൂർവ്വം വിശ്വസിച്ചു കൊണ്ട് പങ്കെടുക്കുന്ന മത്സരത്തിൽ നമ്മൾതന്നെയായിരിക്കും ഒന്നാമൻ.

വിശ്വസിക്കുന്നതെന്തായാലും അത് ഹൃദയപൂർവ്വമായിരിക്കണം. നാം മനസാ ആഗ്രഹിക്കുന്നതിനെ വിശ്വസിക്കണം. നാം എങ്ങനെ ആവണമെന്ന് ആഗ്രഹിക്കുന്നുവോ അതുതന്നെ മനസ്സിനോട് കല്പി ക്കുക. അങ്ങനെ ചെയ്താൽ നാം ആഗ്രഹിക്കുന്നതുപോലെതന്നെ ആയിത്തീരാൻ സാധിക്കും.

ഈ അടിസ്ഥാനതത്ത്വം നിനക്കറിയാത്തതിനാലാണ് ശിൽപ നിർമ്മാണ മത്സരങ്ങളിൽ നീ പരാജയപ്പെട്ടത്. ആ മത്സരങ്ങളിലെല്ലാം പരാജയപ്പെടുമെന്നുള്ള ഭയം നിന്റെ ഉള്ളിൽ ഉണ്ടായിരുന്നു. ഞാൻ പറയുന്നത് നിനക്ക് മനസ്സിലാവുന്നില്ലേ രഘുരാമാ?''

''നല്ലത്. മനസ്സിലാവുന്നില്ലെങ്കിലും സാരമില്ല.

''പക്ഷേ... നിന്റെ മനസ്സിനോട് കൽപ്പിക്കുവാൻ നീ തയ്യാറായിരി ക്കണം. അത് വളരെ എളുപ്പമാണ്. നീ എപ്പോഴും നിന്റെ ആഗ്രഹങ്ങളെ

പ്പറ്റി നിന്റെ മനസ്സിനോട് കൽപ്പിക്കുന്നവനാവണം. ഒരു മഹാനായ രാജാവിന്റെ കൽപനയാവണമത്.

ഇതാ, ഇതോടെ നിന്റെ പഠനം പൂർത്തിയായി. നീ ഉത്തമനായ ഒരു രാജാവായി തീർന്നിരിക്കുന്നു. രഘുരാമാ, ഇനി നിനക്ക് മടങ്ങി പ്പോകാം ദേവരാജ്യം ഭരിക്കുന്ന മഹാനായ ചക്രവർത്തിയായി പുതിയ ദേശങ്ങൾ വെട്ടിപ്പിടിക്കാൻ ഭൂമിയുടെ അതിരുകൾ വരെ പടയോട്ടം നടത്താം.'' ഏറ്റവും മികച്ച രീതിയിൽ പഠനം പൂർത്തി യാക്കിയ അവനെ അനുഗ്രഹിച്ചുകൊണ്ട് ആ മഹാത്മാവ് അവന് മംഗളാശംസകൾ നേർന്നു.

പക്ഷേ രഘുരാമന്റെ മുഖം പ്രസന്നമായിരുന്നില്ല. അവൻ അഗാധ മായി എന്തോ ചിന്തയിലാണ്ട് നിൽക്കുകയായിരുന്നു.

ഈശ്വരാംശത്തെ അറിഞ്ഞ പ്രപഞ്ചസത്യത്തിന്റെ പൊരുളറിഞ്ഞ അവന് മടങ്ങിപ്പോകാൻ ആഗ്രഹമുണ്ടായിരുന്നില്ല. അവൻ ശിരസ്സു നമിച്ച് കൈകൾ കൂപ്പി ഗുരുസന്നിധിയിൽ നിന്നു.

തേജോമയമായ ഗുരുമുഖത്തു നോക്കി അവൻ മെല്ലെ പറഞ്ഞു.

''ഗുരോ, എനിക്കെങ്ങനെ മടങ്ങിപ്പോകുവാനാകും. ഗുരുവിനെ ഉപേക്ഷിച്ച്, സ്വർഗ്ഗതുല്യമായ ഈ ആശ്രമം ഉപേക്ഷിച്ച് പ്രപഞ്ചാം ശത്തെ അറിഞ്ഞ എനിക്കിനി ലൗകികസുഖങ്ങളിൽ വിരാജിക്കുവാൻ ആഗ്രഹമില്ല മഹാത്മാവേ. ഈ ആശ്രമത്തേക്കാൾ വലിയ പറുദീസ യായി ഞാൻ മറ്റൊന്നിനേയും കാണുന്നില്ല. മോക്ഷത്തേക്കാൾ വലു തായി ഒരു വിശ്വവിജയത്തേയും ഞാൻ വിലമതിക്കുന്നില്ല. ഞാനി പ്പോൾ ആഗ്രഹങ്ങളില്ലാത്തവനാണ്.''

ആ ദാർശനികപാദങ്ങളിൽ വീണ് വണങ്ങിക്കൊണ്ടവൻ പറഞ്ഞു. അവന്റെ കണ്ണുനീർത്തുള്ളികളാൽ ആചാര്യപാദം കഴുകി.

തന്റെ കാൽപാദങ്ങളിൽ പുൽകികൊണ്ട് സാഷ്ടാംഗം പ്രണമിച്ചു കിടക്കുന്ന രഘുരാമനെ സ്നേഹവാത്സല്യത്തോടെ പിടിച്ചുയർത്തി ഒരു ചെറുപുഞ്ചിരിയോടെ ഗുരു പറഞ്ഞു.

''നീ മടങ്ങിപ്പോയേ മതിയാവൂ. നിനക്ക് ആഗ്രഹങ്ങളില്ലായി രിക്കാം. ഈ ലോകസുഖങ്ങളിൽ ആസക്തിയില്ലായിരിക്കാം. പക്ഷേ നിന്റെ നിയോഗം ദേവരാജ്യത്തെ നീതിമാനായ രാജാവിന്റേതാണ്, ദേവരാജ്യത്തെ ഉത്തമനായ രാജാവിന്റേത്. അതിനായിട്ടാണ് ശിൽപി യായ നിന്നെ ഈശ്വരൻ രൂപപ്പെടുത്തിയത്. ഒരു ഉത്തമശിലയിൽ നിന്നും ശിൽപി മനോഹരശിൽപം നിർമ്മിക്കുംപോലെ.

വ്രതാനുഷ്ഠാനങ്ങളോടെ നിന്നെ കാത്തിരിക്കുന്ന ദേവരാജ്യത്തെ രാജകുമാരിയോടുള്ള വാക്കു പാലിക്കുവാൻ അവളിലൂടെ ദേവ

രാജ്യത്തിന്റെ അനന്തരാവകാശികൾക്ക് ജന്മം നൽകുവാൻ നീ ദേവ രാജ്യ ചക്രവർത്തിയായേ മതിയാവൂ.

ഇപ്പോൾ നിന്റെ കാതുകൾക്ക് ഹൃദയത്തെ കേൾക്കുവാൻ കഴിയും. നിന്റെ കണ്ണുകൾക്ക് ആത്മാവിന്റെ നന്മയെ ദർശിക്കുവാൻ കഴിയും. നിനക്കെന്റെ അനുഗ്രഹാശ്ശിസ്സുകൾ.''

അവൻ യാത്രയായി...

ദേവരാജ്യസിംഹാസനത്തിലേക്ക്

ഈശ്വരാംശമായി, വീണ്ടും ജനിച്ചവനായി...

മനുഷ്യകുലത്തിന്റെ ഉത്തമനായ രാജാവായി.

■